கடவுளின் நாற்காலி

அதியமான் கார்த்திக்

டிஸ்கவரி பப்ளிகேஷன்ஸ்
எண்: 9, பிளாட் எண்: 1080A, ரோஹிணி பிளாட்ஸ்
முனுசாமி சாலை, கே.கே.நகர் மேற்கு,
சென்னை - 600 078. பேச: 99404 46650

கடவுளின் நாற்காலி
ஆசிரியர்: அதியமான் கார்த்திக்©

KADAVULIN NAARKALI
Author: Adhiyaman Karthik©

Printed: Ramani Print Solutions, Chennai - 5

First Edition: Sep-2021

ISBN: 978-93-91994-03-7

Pages: 200

Rs. 220

Publisher • *Sales Rights*

Discovery Publications	Discovery Book Palace (P) Ltd
No. 9, Plot,1080A, Rohini Flats, Munusamy Salai, K.K.Nagar West, Chennai - 600 078. Mobile: +91 99404 46650	No. 6, Mahaveer Complex, Munusamy Salai, K.K.Nagar West, Chennai-600 078. Ph: (044) 4855 7525 Mobile: +91 87545 07070

discoverybookpalace@gmail.com
WWW.DISCOVERYBOOKPALACE.COM

இந்த நூலில் பிரசுரமாகியுள்ள எந்த ஒரு பகுதியையும் பதிப்பாளரின் எழுத்துபூர்வமான முன்அனுமதி பெறாமல் எடுத்தாள்வதோ, மறுபிரசுரம் செய்வதோ, மொழியாக்கம் செய்வதோ, அச்சு மற்றும் மின்னணு ஊடகங்களில் மறுபதிப்புச் செய்வதோ, காப்புரிமைச் சட்டப்படி தடை செய்யப்பட்டுள்ளது. இந்த நூலிலிருந்து குறிப்பிட்ட பகுதிகளை மேற்கோள்காட்டி புத்தக விமர்சனம் செய்ய, ஊடகங்களுக்கு மட்டும் அனுமதி உண்டு.

உங்கள் மொபைல் போனிலிருந்து ஸ்கேன் செய்து 'டிஸ்கவரி புக் பேலஸ்' மொபைல் ஆப்பை டவுன்லோடு செய்து, புத்தகங்களை வாங்குங்கள்.

நூலாசிரியர்

இயற்பெயர் கார்த்திக், தந்தையின் பெயர் ரத்தினம். தருமபுரி மாவட்டம் கடத்தூரைச் சார்ந்தவர். தமிழ்நாடு வேளாண்மைப் பல்கலைக்கழகத்தில் வனவியல் பட்டம் பெற்றவர். தற்போது பணி நிமித்தமாக ஆப்பிரிக்க நாடுகளிலும் இந்தியாவிலும் என மாறிமாறி வசித்து வருகிறார். ஆப்பிரிக்காவின் 25க்கும் மேற்பட்ட நாடுகளில் தொடர்ச்சியாக பயணம் செய்துகொண்டிருப்பவர்.

ஆப்பிரிக்கப் பயணங்களை அடிப்படையாகக் கொண்டு எழுதப்பட்ட இவரது முதல் புத்தகம் 'நாடோடியின் கடிதங்கள்'. 'கடவுளின் நாற்காலி' இவரது முதல் நாவல்.

E-mail: fire_karthick@yahoo.co.in

கேசவன் தனது ஊரைவிட்டுப் புறப்பட்டு இரண்டு வாரங்களாகியிருந்தது. ராயல் என்பீல்ட் 500 சிசி புல்லட் வண்டியின் பின்னால் சேர்த்து கட்டியிருந்த பையில் நான்கு சட்டை, நான்கு கால் சட்டை, வாட்டர் புரூப் கோட், தற்காலிக கூடாரம் அமைக்க தேவையான பொருட்கள் மற்றும் கூடவே சிறு சிறு சமையல் பாத்திரங்கள் என மொத்தமாக அடைத்து வைக்கப்பட்டிருந்தது. அவனது முதுகுப்பையில் மடிக்கணினியுடன் சேர்த்து ஒரு கனான் புகைப்படக்கருவியும் இருந்தது. பயணம் தொடங்குவதற்கு முன்பாகவே தனது வாகனத்தின் அனைத்து பாகங்களைப் பற்றியும் தெளிவாக அறிந்துவைத்திருந்தான். ஆனாலும் அவனது பயணத்தைத் தொடங்கிய முதல் வாரத்திலேயே வழியில் ஒரு இருசக்கர வாகனம் பழுது பார்க்கும் கடையில் நான்கு நாட்கள் தங்கி வேலைபார்த்து அவனது வாகனம் பழுதானால் அதை எப்படி சரிசெய்வது போன்ற எல்லா நுணுக்கங்களையும் மேலும் அறிந்துகொண்டான். ஆனாலும் தனது பயணத்தை எப்படிக் கட்டமைத்துக்கொள்வது என எந்தவொரு நேர்த்தியான திட்டமும் இதுவரை அவனிடமில்லை. ஓர் அந்திமாலையில் வேலையெல்லாம் முடிந்தபிறகு இருசக்கர வாகனங்களைப் பழுதுபார்க்கும் கடை வாசலில் போடப்பட்டிருந்த ஒரு கயிற்றுக்கட்டிலில்

வானத்தைப் பார்த்தவாறு படுத்திருந்தான் கேசவன். தூரத்தில் கதிரவனின் கற்றைகள் மங்கத் தொடங்கியிருந்தது. வானத்தின் கதவுகள் மெல்ல மெல்ல மூடிக்கொண்டிருந்தது. பகலும் இரவும் காதல் கொண்டு வண்ணக் கதிர்களை அவன் கண்ணில் பாய்த்து மயக்கியது. அதே வேளையில் கூட்டம் கூட்டமாக தனது கூடுகளை நோக்கித் திரும்பும் பறவைகளின் பாய்ச்சல் அவன் கவனத்தைத் திருப்பியது. ஒருகணம் பறந்துகொண்டிருந்த பறவைகளின் சிறகசைப்பில் சிக்கித் தவித்த அவன் மனம் அவற்றோடு பறந்துசெல்ல முடியாதா என ஏங்கியது.

பறவைகளோடு சேர்ந்து பறந்துசெல்ல துடித்தது அது முதன்முறையல்ல. எட்டாம் வகுப்பு படிக்கும்போதிருந்து கேசவனுக்கு பறவைகளை வேடிக்கை பார்ப்பது ஒரு பொழுதுபோக்கு. அந்த வயதிலேயே அவன் ஊரில் உள்ள அனைத்துப் பறவைகளின் பெயர்களும் அவனுக்கு அத்துப்படி. எந்தப் பறவை எப்படிக் கத்தும், ஆண் பறவைக்கும் பெண் பறவைக்கும் உள்ள உடல் ரீதியான வித்தியாசம் என்ன, எந்தெந்த பறவை எந்தெந்த காலத்தில் முட்டையிடும் போன்ற விவரங்களை அறிந்து வைத்திருந்தான். பறவையின் சத்தத்தை வைத்தே அவற்றின் மனநிலையை அறியும் அளவுக்கு ஞானம் பெற்றிருந்தான். அந்த ஞானம் இரவல் வாங்கப்பட்டது அல்ல, அனுபவத்தால் கிடைத்தது. சனி, ஞாயிறு விடுமுறை நாட்களில் உண்டிவில்லை எடுத்துக்கொண்டு நண்பர்களுடன் ஊர் சுற்றித் திரிவான். மாலையில் வரும்போது அவன் கையில் புளியம்பழம், விளாங்காய், நுங்கு, கொடுக்காப்புளி, காட்டு நெல்லி, பொன்வண்டு போன்ற ஏதாவது இருக்கும்...

ஒரு நாள், சரவணன், மாரி, ஜோசப், சிங்காரம் என நண்பர்கள் புடைசூழ அதிகாலையிலேயே நரிக்குட்டைக்குச் சென்றார்கள். நரிக்குட்டை பெயருக்குத்தான் குட்டையே தவிர அதில் சமுத்திரம் போலத் தண்ணீர் இருக்கும். சுமார் முப்பது ஏக்கர் பரப்பளவு பரந்து விரிந்த பெரிய ஏரி அது. நரிக்குட்டையைச் சுற்றிலும் புதர்க்காடுகளில் உள்ள விலங்குகள் அங்குதான் தண்ணீர் அருந்த வரும், இரவு நேரங்களில் அங்கே கேட்கும் நரிகளின் ஓலம் பிரசித்தம் என்பதால் அது நரிக்குட்டை எனப் பெயர்பெற்றது. அங்கே சென்றால்

விளாம்பழமும், காளானும் கிடைக்கும் கூடவே முயல் வேட்டையும் சாத்தியம் என்பதால் அன்று நரிக்குட்டையைத் தேர்ந்தெடுத்தார்கள். அவர்கள் நினைத்ததுபடியே அன்று அவர்கள் விரித்திருந்த வலையில் சிக்கி முயல் வேட்டை சாத்தியப்பட்டது. சந்தோசத்தில் துள்ளிக் குதித்திருந்த அந்த நொடிப்பொழுது லேசான மழைத் தூறலாகத் தொடங்கி பெருமழையாய் பெய்யத் தொடங்கியது, காற்றும் பலமாக வீசியது. கேசவனும் அவனது நண்பர்களும் நரிக்குட்டைக்கு அருகே இருந்த ஒரு வேப்பமரத்தடியில் ஒதுங்கினார்கள். ஓங்கி வளர்ந்திருந்த அந்த வேப்பமரம் நடுவே ஊனாங்கொடிகளால் சுற்றப்பட்டிருந்தது. மரத்தின் அடித்தண்டின் அருகில் நின்றால் மழை நீர் சிந்தாதவண்ணம் அமைந்திருந்தது...

“டேய், இது வேடி வேப்பமரம்தானே!”ன்னு பதறினான் மாரி...

“ஆமாம்ண்டா, இது வேடி வேப்பமரமேதான்”... என பதற்றம் தொற்றிய குரலில் ஆமோதித்தான் ஜோசப்...

அந்த வேப்பமரம் சுமார் நாற்பது ஆண்டுகள் பழைமையான பெரிய வேப்பமரம். இரண்டு பேர் கைகளை விரித்துக் கட்டிப்பிடித்தாலும் அதன் அடித்தண்டைச் சுற்றி வளைக்க முடியாது. குட்டையை ஒட்டியே இருப்பதால் அதன் வேர்கள் குட்டைத் தண்ணீரை உறிஞ்சி ஏராளமான கிளைகளை விரித்து செழித்து வளர்ந்திருந்தது. மரத்தின் அடித்தண்டு தரையில் இருந்தாலும் உயரே உள்ள அதன் பாதிக் கிளைகள் குட்டையில் தண்ணீரைப் பார்த்தபடி படர்ந்திருந்தது. ஏராளமான பறவைகளுக்கும் அணில்களுக்கும் அடைக்கலம் ‘கொடுத்துக்கொண்டிருந்தது. மரக்கிளைகளில் துள்ளி விளையாடும் பறவைகளின் எச்சமும், உதிர்ந்து விழும் இலைகளில் படரும் பாசிகளும் நரிக்குட்டை மீன்களுக்கு உணவாகி நரிக்குட்டையையும் செழிக்க வைத்தது. மரத்திற்குக் கீழே உள்ள ஒரு பெரிய பாறை ஆடு மேய்க்க வருபவர்களுக்கும், விறகு சுமந்து வருபவர்களுக்கும் சுமைதாங்கியாகிப்போனது. எல்லோருக்கும் நல்லதை மட்டுமே செய்துகொண்டிருந்த அந்த மரத்தில் சில ஆண்டுகளுக்கு முன்பாக காதல் தோல்வியால் வேடியப்பன் தூக்கு மாட்டி செத்துப்போனான். அதிலிருந்து

அந்த மரம் சபிக்கப்பட்ட மரமானது. அந்த மரத்தில் வேடியப்பனின் பேய் இருப்பதாக நம்பப்படுகிறது. அந்தப் பக்கமாக ஆடு மேய்க்க வருபவர்கள் அடிக்கடி வேடியப்பனின் பேயைப் பார்த்ததாக சொல்வதுண்டு. காலப்போக்கில் அந்த மரமே வேடி வேப்பமரம் எனப் பெயர் பெற்றது...

“டேய், இங்க பேய் இருக்குதான்டா...போன வாரம் எங்க சீனி சித்தப்பா இங்க ஆடு மேய்க்க வந்தப்போ அவர்மேல மண்ணு வாரிப் போட்டுடுச்சாம். அன்னிக்கு ராத்திரி பூரா அவருக்கு ஒரே காய்ச்சல். நாந்தான் அவருகூட படுத்திருந்தேன்... ‘டே வேடியப்பா என்ன விட்டுடுடா விட்டுடுடா’ன்னு பெனாத்திட்டே இருந்தாருடா”... என அமைதியான குரலில் பயத்துடன் விவரித்தான் சிங்காரம்.

வேறு இடத்திற்குச் செல்லலாம் என்றால் சுற்றிலும் விராலிப்புதர்கள் மழைக்கு அடைக்கலம் கொடுக்கும் அளவுக்கு வேறு மரங்கள் அங்கு இல்லை. புதர்க்காடுகள் ஏராளமான மரங்களை கொண்டவைதான் ஆனாலும் புதர்களின் ஆதிக்கம்தான் அங்கே. நரிக்குட்டையைச் சுற்றி புதர்கள் ஏராளமாக வளர்ந்திருந்ததே தவிர மழைக்கு ஒதுங்கும் அளவுக்கு மரம் ஏதும் அங்கு இல்லை. மேலும் பெய்வதோ ஆலங்கட்டி மழை. சரவணன் வேப்பமரத்தைத் தாண்டிச்செல்ல முற்பட்டபோது அவன் மீது விழுந்த அந்த ஆலங்கட்டி அரை செங்கல் அளவு இருந்திருக்கும், அவன் மண்டை உடையவில்லை அவ்வளவுதான். பிறகு வேறு வழியின்றி மழை நிற்கும் வரை அந்த மரத்தடியிலேயே நிற்க முடிவு செய்தார்கள்.

கேசவனுக்குப் பேய், பிசாசுகளில் நம்பிக்கை இல்லை. சரவணனுக்கோ பயம் இருந்தாலும் அதை வெளியே காட்டிக் கொள்ளவில்லை. அப்போது சரவணன்தான் அந்த ஐடியா கொடுத்தான் “நம்ம ஏன்டா பயப்படணும், நம்மக்கிட்டதான் உண்டிவில் இருக்குல்ல... அதுவும் இல்லாம பகல்ல பேய் வராது அப்படியே வந்தாலும் நெருப்பப் பாத்தா ஓடிப்போயிடும்”ன்னு. உடனே கீழே இருந்த சருகுகளை ஒன்றுசேர்த்து தன்னிடம் இருந்த லைட்டரால் நெருப்பு பற்றவைத்தான் மாரி. அந்த நடுக்கமும் உதறலும் பயத்தால் வந்ததா, இல்லை குளிரால் வந்ததா தெரியவில்லை. நெருப்பை சுற்றி நின்றுகொண்டு ஐவரும் குளிர்காயத் தொடங்கினார்கள்...

திடீரென கீச்...கீச்...என ஒரு சத்தம் பீறிட்டது. பேய்தான் வந்துவிட்டது என திடுக்கிட்டார்கள் சிறுவர்கள். பயத்தால் சிங்காரம் ஒண்ணுக்குப் போய் விட்டான். “அது பேயெல்லாம் இல்லடா; ஏண்டா இப்படி பயந்து சாகுறீங்க” ன்னு கேசவன் தன் கையை நீட்டினான். அவன் கை நீட்டிய திசையில் பறவையின் கூண்டு ஒன்று குட்டை நீரில் விழுந்திருந்தது. அதிலிருந்த குஞ்சுகள் கீச்... கீச்... கீச்.. என மரண ஓலமிட்டபடி கதறிக்கொண்டிருந்தன. மின்னல் வேகத்தில் தாய்ப்பறவை கீச்... கீச்ச்ச்ச்... என பெருத்த ஒலியை எழுப்பிக்கொண்டே தன் குஞ்சுகளைக் காப்பாற்றும் முயற்சியில் ஈடுபட்டது. தனது கால்களால் ஒவ்வொரு குஞ்சாகத் தூக்கிக் கரைசேர்த்தது. அனைத்துக் குஞ்சுகளும் காப்பாற்றப்பட்டனவா எனத் தெரியவில்லை ஆனால் நான்கு குஞ்சுகளை மீட்டுக் கரையில் போட்டது. நனைந்திருந்த குஞ்சுகள் தனது உடலை சிலிப்பிக்கொண்டும், மிருதுவான சிறகுகளை அடித்துக்கொண்டும் நனைத்த நீரை வெளியேற்றிக்கொண்டிருந்தன. அப்போது தாய்ப்பறவை குடை போல தனது சிறகை விரித்துக்கொண்டது. தாயின் அடியில் குஞ்சுகள் கதகதப்பிற்காக ஒன்றோடொன்று ஒட்டிக்கொண்டு மழையை வேடிக்கை பார்த்துக்கொண்டிருந்தது. இந்தக் காட்சியைப் பார்த்தபோது கேசவனின் நண்பர்களுக்கு பேய் பற்றிய எண்ணமெல்லாம் பறந்துபோனது. அந்தப் பறவையை பரிவோடு பார்த்தார்கள். சிறிது நேரத்திற்கெல்லாம் மழை நின்றது, காற்றும் ஓய்ந்தது. அதோ அந்தப் பறவையின் கூண்டு நரிக்குட்டையில் மிதந்துகொண்டிருந்தது. கூடு நனைந்திருந்ததே தவிர அதற்கு சேதாரம் ஒன்றும் இல்லை. கேசவன் நரிக்குட்டையில் குதித்தான், நீந்திச் சென்று அந்தக் கூண்டை எடுத்து ஏற்கெனவே மூட்டியிருந்த தீயில் காட்டி நீரை உலர்த்தினான். பிறகு நண்பர்கள் உதவியுடன் மரத்தில் ஏறி அந்த கூண்டு ஏற்கெனவே இருந்த இடத்தை அனுமானித்து அங்கேயே வைத்துவிட்டான். அதற்குள் சூரியன் அஸ்தமிக்கத் தொடங்கியது. சூரிய அஸ்தமனத்திற்குப் பிறகு அங்கு இருப்பது பாதுகாப்பு இல்லை என உணர்ந்த சிறுவர்கள் அந்த இடத்தை விட்டு அகன்றனர். போகும்போது பேசிக்கொண்டார்கள் “டேய் அங்க பேயெல்லாம் இல்லடா, நாமதான் பயந்துட்டோம்”
“ஆமாண்டா”

மறுநாள் காலை கேசவனுக்கு அந்தப் பறவைகளின் ஞாபகம் வந்தது. சரவணனையும் ஜோசப்பையும் கூட்டிக்கொண்டு நரிக்குட்டை வேப்பமரத்திற்கு சென்றான். அங்குதான் வைத்திருந்த கூண்டில் அந்தப் பறவைகள் இருப்பதை உறுதி செய்துவிட்டு சந்தோசத்தில் திளைத்தான். அந்தக் கூண்டில் உள்ள குஞ்சுகள் அவனைப் பார்த்து கிச்... கிச்... கிச்... கிச்... எனக் கத்தியது அவனுக்கு நன்றி சொல்வது போலவே இருந்தது. அன்று முதல் தினமும் காலையில் பள்ளிக்குச் செல்வதற்கு முன்பாக அந்தப் பறவைகளைப் பார்ப்பதற்கு வந்து விடுவான். அந்தப் பறவைகள் தங்களுக்குள் விளையாடும் அழகில் தன் மனதைப் பறிகொடுத்தான். ஒரு நாள் அந்தப் பறவைகள் தனது கூண்டைக் காலி செய்துவிட்டு பறந்து சென்றது. ஆனாலும் அவனது பறவைகள் மீதான ஆர்வம் புதர்க்காடுகளில் உள்ள மற்ற பறவைகளையும் நோட்டமிட வைத்தது. கரிச்சான்குருவி, தூக்கணாங்குருவி, நெடுங்கிளாத்தி, பழுப்புக் கீச்சான், செம்மார்பு கூக்குவான் என அத்தனை பறவைகளையும் நோட்டமிட்டான். ஒவ்வொன்றின் தனித்துவமும் அவனுக்கு வியப்பைத் தந்தது. முக்குளிப்பான், ராப்பாடி, அரிவாள் நாரை என அவன் நோட்டமிடும் பறவைகளின் பட்டியல் நாளுக்கு நாள் நீண்டுகொண்டே சென்றது. அக்டோபர், நவம்பர் மாதங்களில் வெளிநாட்டுப் பறவைகளெல்லாம் நரிக்குட்டைக்கு வந்ததைப் பார்த்து ஆச்சரியப்பட்டுப்போனான். அவற்றோடு சேர்ந்து பறக்க சிறகுகள் இல்லையே தவிர அவன் மனம் அந்தப் பறவைகள் உலகத்தில்தான் பயணித்துக்கொண்டிருந்தது...

அரபிக்கடலில் புயல் மையம் கொண்டிருந்த ஒரு நாளில், கடலிலிருந்து பலநூறு மையில் தொலைவிலுள்ள பரதேசிப்பட்டியின் நரிக்குட்டையைச் சுற்றி வட்டமிட்ட ஆயிரக்கணக்கான பறவைகளைப் பார்த்து உறைந்து நின்ற காட்சிகள் அவன் கண்முன்னால் விரிந்தது. ஊரிலுள்ள எல்லா பறவைகளையும் அவன் அறிவான். ஆனால் அன்று வானில் வட்டமிட்டுக்கொண்டிருந்த அந்தப் பறவைகளை அதுநாள்வரை அவன் பார்த்ததேயில்லை. அவை வானில் பறக்கும்போது முதலில் அதன் காற்றில் மிதந்து பறக்கும் தன்மையை வைத்து அது ஒரு வல்லூறு இனத்தைச் சேர்ந்த பறவை என்பதை உறுதி செய்தான். அடுத்து ஆண், பெண்

பறவைகளை வித்தியாசப்படுத்த எப்போதுமே அவனிடம் ஒரு பொதுவான விதி இருக்கும். எல்லா பறவைகளிலும் ஆண் பறவைகளைவிடப் பெண் பறவைகள் அளவில் சற்றுப் பெரிதாக இருக்கும். ஆண் பறவைகள் பளிச்சென வசீகரிக்கும் நிறங்களிலும் பெண் பறவைகள் சற்று மங்கலான நிறங்களில் எளிதில் உருமறைப்பு செய்ய வசதியான நிறங்களிலும் இருக்கும் என்பதெல்லாம் அவனாக அனுபவத்தில் கண்டறிந்த விதிகள். பறந்துகொண்டிருந்த கூட்டத்தில் அடர் சாம்பல் நிறத்திலிருந்த பறவைகளை உற்று நோக்கினான். அவை மங்கிய சாம்பல் நிறத்திலிருந்தப் பறவைகளைவிட அளவில் சற்றே சிறியதாக இருந்தன. எனவே அடர் சாம்பல்நிறப் பறவைகள்தான் ஆண் பறவைகள் என்ற முடிவுக்கு வந்தான். கூடுதலாக பெண் பறவைகளின் கண்களைச்சுற்றி வரையப்பட்டதைப்போல இருந்த ஒரு காவிநிற வளையம் பெண் பறவைகளைச் சற்றே தனித்துக் காட்டியது. ஆனாலும் அது சரியாக என்ன பறவை என்பதை அவனால் அறியமுடியவில்லை.

அவன் ஊரிலேயே அதிக வயதானவர் கூலன் தாத்தா தான். அவருக்கு எத்தனை வயது என யாருக்கும் தெரியாது. கேசவன் பிறக்கும்முன்பே கூலன் தாத்தா நூறு வயதைக் கடந்துவிட்டார் என்றெல்லாம் ஊரில் பேச்சு உண்டு. ஆனால் வயதைப் பற்றியெல்லாம் கவலைப்படாமல் நரிக்குட்டையை ஒட்டி ஆடு மேய்த்துக்கொண்டிருப்பார். கூலன் தாத்தாவைக் கூட்டிவந்து அந்தப் பறவைகளைக் காட்டினான் கேசவன். அந்த வயதிலும் அவரது கண்பார்வை தெளிவாக இருந்தது. சுருங்கிய நெற்றியில் கைவைத்து அணவுகொடுத்து அந்தப் பறவைகளை உற்று நோக்கினார் தாத்தா. "என் வாழ்நாள்ல இந்தப் பறவைகளை பார்த்ததேயில்லை" என வயதுக்கே உரிய நடுங்கிய குரலில் உதறலோடு பேசியவர் "வலசை போற பறவைங்க புயல்ல இருந்து தப்பிக்க தெச மாறி வந்திருக்கும்" என சாதாரணமாக சொல்லிவிட்டு கோல் ஊன்றியபடி கூன் விழுந்த தேகத்தோடு ஆடுகளை ஓட்டிக்கொண்டு மெல்ல நகர்ந்து புறப்பட்டுவிட்டார். கடந்த நூறு ஆண்டுகளில் காணக்கிடைக்காத ஒரு பறவை அவன் ஊரில் வந்து வட்டமிட்டுக்கொண்டிருக்கிறது என்ற எண்ணமே அவனை சிலிர்ப்பில் ஆழ்த்தியது

அதியமான் கார்த்திக் | 11

அடுத்தநாள் பெரிய பெரிய புகைப்படக்கருவிகளை வைத்துக்கொண்டு சில பறவை ஆர்வலர்கள் அந்தப் பறவைகளைப் படமெடுத்துக்கொண்டிருந்த போதுதான் தெரிந்தது. அவை எவ்வளவு தூரம் பயணித்து நரிக்குட்டைக்கு வந்திருக்கின்றன என்று. தூர்தர்சனின் பெரிய கேமரா முன்பாக நின்றிருந்த பறவை வல்லுநர் ஒருவர் அன்று அந்தப் பறவைகளைப் பற்றி பேசிய அந்தப் பேச்சு அவன் மனத்தில் பசுமரத்தாணியைப்போலப் பதிந்தது

“இந்த உலகத்துலயே அதிக தூரம் பயணிக்கக்கூடிய வல்லூறுப்பறவை இதுதான். வட துருவத்துல இருந்து தென்துருவம் வரைக்கும் ஒவ்வொரு வருடமும் பயணிக்கும். ரஷ்யாவின் ஆமூர் ஆற்றுப்படுகைகளைப் பிறப்பிடமாகக்கொண்ட சிறியவகை வல்லூறு இனப்பறவைகள் இந்த ஆமூர் பால்கன்கள். வங்கக்கடல்ல புயல் மையம் கொண்டிருக்குறதால தங்களோட பாதையில இருந்து திசைமாறி ஒரு சிறு கூட்டம் தற்காலிகமா இங்க வந்திருக்கு. இது ஒரு சில ஆயிரம் பறவைகளைக்கொண்ட ஒரு சிறிய கூட்டம்தான். ஆனால் உண்மையில இவை லட்சக்கணக்காண பறவைகளா சேர்ந்து வலசைபோற மிக பிரமாண்டமான கூட்டம். சுமார் 150 முதல் 200 கிராம் எடைகொண்ட இப்பறவைகள் முழுக்க முழுக்க வேட்டையாடி உண்ணும் ராப்டார் வகையைச் சார்ந்தவை. பூச்சிகள், புழுக்கள், கரையான்கள், ஈசல்கள், சிறு பறவைகள் போன்றவற்றைப் பறக்கும்போதே வேட்டையாடும் திறன் பெற்றவை. இப்பறவைகள் குளிர்காலங்களில் சைபீரியாவின் கடுங்குளிரைத் தாங்க முடியாமல் கடல் தாண்டிப் படையெடுக்கும். இப்படியாக சைபீரியாவிலிருந்து தனது பயணத்தைத் தொடங்கி வடகிழக்கு இந்தியாவின் வழியாக தென்னாப்பிரிக்கா வரை ஓயாமல் பறந்து அங்கு குளிர்காலம் முழுக்க ஓய்வுபெற்று மீண்டும் தனது இனப்பெருக்கத்திற்காக குளிர்கால முடிவில் சைபீரியாவிற்குத் திரும்பும். சுமார் 22000 கிலோமீட்டர் தூரம் கொண்ட இந்த சாகசப்பயணத்தை ஒவ்வொரு ஆண்டும் இப்பறவைகள் இடைவிடாமல் காலங்காலமாக மேற்கொண்டு வருகின்றன. இதுல கவனிக்க வேண்டியது என்னன்னா. இந்தப் பறவைகள் வலசை செல்லும்போது ஓய்வுக்காக சமரசமற்ற வளமான காடுகளைத்தான் தேர்ந்தெடுக்கும். இப்போ இந்த

நரிக்குட்டைக்கு வந்திருக்குன்னா இங்க இருக்கற புதர்க்காடுகள் எவ்வளவு வளமானவைன்னு நாம புரிஞ்சிக்கணும்” எனப் பேசி முடித்தபோது எல்லாவற்றையும் கேட்டுக்கொண்டிருந்த கேசவன் அந்தப் பறவையின் பெயரை தனக்குள்ளாக முணுமுணுத்தான் “ஆமூர் பால்கன்”

அந்தப் பறவைகள் அந்த ஊரிலேயே ஒருமாத காலம் பறந்து திரிந்தன. கேசவனின் உலகம் அந்த ஆமூர் வல்லூறுகளின் உலகத்துக்குள் ஒன்றாகக் கலந்தது. காலை, மாலை என ஒவ்வொரு நாளும் அந்தப் பறவைகளுடன் சுற்றித் திரிவதுதான் அவனது ஒரே பொழுதுபோக்கு. ஒரு நாள் அதிகாலை வேளையில் ஆமூர் பால்கன்கள் பரதேசிப்பட்டியை விட்டுக் கூட்டம் கூட்டமாய் வெளியேறிக்கொண்டிருந்தன. அந்தப் பறவைகளோடே அவனும் ஓடினான், அவற்றைப் பின்தொடர்ந்து வெகுதூரம் ஓடினான். புழுதிமமண் பறக்க வெறுங்காலில் வேகமெடுத்து ஓடினான். காலணிகள்கூட இல்லாத அவன் கால்களை ஆங்காங்கே முட்கள் குத்திக் கிழித்தன. வலி பொறுக்க முடியாமல் மூச்சிரைக்க நின்றான். அதேநேரத்தில் ஆமூர் பறவைகள் வெகுதூரம் சென்றிருந்தன. வானத்தில் அவை சிறு சிறு புள்ளிகளாகத் தெரிந்து சடாரென மறைந்தே போனது. திடீரென ஒரு வெறுமையை உணர்ந்தான். மிக நெருங்கிய நண்பர்கள் அவனிடம் சொல்லிக்கொள்ளாமல் அவனை விட்டு நெடுந்தூரம் சென்றதாய் உணர்ந்தான். தகிக்கும் வெய்யிலில் புழுதிமண்ணில் மண்டியிட்டு அன்று அவன் கதறிய கதறல்கள் கயிற்றுக் கட்டிலில் படுத்துக்கொண்டு மாலையில் கூடு திரும்பும் பறவைகளை வேடிக்கை பார்த்துக்கொண்டிருந்த கேசவனின் காதில் ஒலித்தது. என்றோ ஒருநாள் அன்று அப்படி அழுததை நினைத்து இன்று சிரித்துக்கொண்டான். ஆனால் அப்போதுதான் ஒரு தீப்பொறியைப்போல வந்து விழுந்தது அந்தத் திட்டம். அன்று சிறுவனாக இருந்ததால் ஆமூர் பறவைகளைப் பின்தொடர்ந்து செல்ல முடியவில்லை. ஆனால் இப்போதுதான் வளர்ந்துவிட்டோமே, எவ்வளவு தூரம் பயணிக்கவும் தயாராகவும் வலிமையுடனும் இருக்கிறோமே. ஆமூர் பால்கன் பறவைகளைத் தேடிப் புறப்பட்டால் என்ன? அந்தப் பறவைகள் எங்கெங்கு பயணிக்கிறதோ அங்கெல்லாம் பயணப்பட்டால் என்ன என அவனுக்குப்

பொறி தட்டியது. விழி விரிய பறவைகளைப் படுத்துக்கொண்டு பார்த்துக்கொண்டிருந்தவன் சடாரென எழுந்து அமர்ந்தான். ஓர் உன்னதமான திட்டம் கிடைத்ததாய் உணர்ந்தவன் ஒரு நீண்ட பயணத்திற்குத் தயாரானான்.

பொதுவாகவே பறவைகள் தங்களது வாழ்விடங்களாக பசுமையான இடங்களைத்தான் தேர்ந்தெடுக்கும். அதிலும் கண்டம் விட்டுக் கண்டம் தாவிப் பறக்கும் ஆமூர் பால்கன் பறவைகள் தங்களது இரையைத் தேடவும் ஓய்வுக்காகவும், கூடு கட்டவும் வளமான சமரசமற்ற காடுகளையே தேர்ந்தெடுக்கும். இந்தப் பறவைகளைத் தேடிக் கண்டுபிடித்து அதன் பாதையில் பயணப்பட்டால்தான் நினைத்ததுபோன்ற ஓர் அற்புதமான நிலத்தை அடைய முடியும் என உறுதியாக நம்பினான் கேசவன்

இயற்கைத்தாயின் இருப்பிடங்களில் ஒன்றான வடகிழக்கு மாநிலங்களின் ஈரமான பசுமை மாறாக் காடுகள் நவம்பர் மாதங்களில் கோடிக்கணக்கான பூச்சிகளின் இனப்பெருக்கத்திற்குத் தோதுவான காலநிலையைக் கொண்டிருக்கும். அச்சமயங்களில் கரையான்களும் ஈசல்களும் வெட்டுக்கிளிகளும் வண்டுகளும் பல லட்சம் கோடிக்கணக்கில் இனப்பெருக்கம் செய்யப்படுவதால் அந்த இடம் ஆமூர் பால்கன் பறவைகளை ஈர்க்கின்றன. அப்படி ஈர்க்கப்படும் பறவைகள் அங்கேயே இரண்டு மாதங்கள் தங்கி தனது கட்டற்ற வேட்டையை நிகழ்த்தி வானவெளி முழுக்க சுதந்திரமாகப் பாடித் திரியும். அப்படிப் பாடித் திரியும் பறவைகளைப் பார்க்கும் ஆவல் கேசவனுக்கு இப்போதே தொற்றிக்கொண்டுவிட்டது. அந்தப் பறவைகளைப் பார்க்க வேண்டும் அவை எங்கெல்லாம் செல்கிறதோ அங்கெல்லாம் பின்தொடர்ந்து செல்ல வேண்டும் என்பதுதான் தற்போதைய அவனது திட்டம்

தனது அலைபேசியில் தேதியைப் பார்த்தான்... 21–ஆம் தேதி செப்டம்பர் மாதம் எனக் காட்டியது. அக்டோபர் 15ஆம் தேதியிலிருந்து எந்த நேரத்திலும் ஆமூர் பால்கன் பறவைகள் நாகாலாந்துக்கு வருகை புரியலாம், அதனால் அக்டோபர் 15ஆம் தேதிக்குள் நாகாலாந்து எல்லைக்குள் நுழைந்துவிடவேண்டும் என்ற தீவிரத்துடன் தனது பயணத்தைத் துரிதப்படுத்தினான். இனி ஆமூர் பால்கான் பறவைகளைத் தேடி தற்போதிருக்கும்

கிழக்குத்தொடர்ச்சி மலையடிவாரத்திலிருந்து வடகிழக்கு இந்தியா நோக்கிப் புறப்பட வேண்டும். நெல்லூர், காக்கிநாடா, விசாகப்பட்டினம், புவனேஸ்வர் என வங்காள விரிகுடாவை ஒட்டியுள்ள நகரங்களைக் கடந்து மேற்குவங்கம், பீகார், அசாம் மாநிலங்களுக்குள் நுழைந்து நாகாலாந்தின் பங்கிடி கிராமத்தை அடைவதுதான் அவனது திட்டம். மூன்றாயிரம் கிலோமீட்டர் தூரம் கொண்ட இந்தப் பயணம் அவ்வளவு எளிதாக இருக்கப்போவதில்லை என்பது அவனுக்குத் தெரியும் ஆனாலும் ஆமூர் பால்கன் பறவைகளைப் பார்க்கவேண்டும் அவற்றின் வழித்தடங்களைப் பின்தொடரவேண்டும் என்ற ஆவல் அவனை உந்தித் தள்ளியது.

வங்கக்கடலின் பேரிரைச்சல் வழிநெடுகத் துணைநிற்க, வடகிழக்குப் பருவக்காற்று வானெங்கும் முகில் கலைக்க, கார்மேகக் கூட்டமெல்லாம் பொன்மாரி தூவ, ஈரச்சாலைகளில் தூரப் பாதை நோக்கி சீறிப் பாய்ந்தது அவன் வாகனம். ஒரிஸா காடுகளில் உள்நுழைந்தபோது வீசிய ஈரக்காற்று பாக்சைட் சுரங்கங்களைக் கடக்கும்போது அவஸ்தையாய் வெந்தது. கோனார்க் இரவுகளில் கேட்ட இரவாடிகளின் சத்தம் கொல்கத்தா செல்லும் சாலைகளில் கூடுதலாய் கேட்டது. கடுங்குளிர், சுடும் வெய்யில், அதிகாலைப் பனித்துளி, அந்திமாலைச் சாரல் என ஆனந்தத்தையும் அவஸ்தையையும் அழகாய் அனுபவித்தான்.

*

நாகாலாந்து மாநிலத்திலுள்ள பங்கிட்டி கிராமத்தினரால் சிறைபிடிக்கப்பட்டு துப்பாக்கி முனையில் நிறுத்தப்பட்டிருந்தான் கேசவன். சுமார் நான்கு பேர் துப்பாக்கியில் அவனைக் குறிவைத்து நிற்கும் அதே வேளையில், இருபதுக்கும் மேற்பட்ட அந்தக் கிராம மக்களால் முரட்டுத்தனமாகத் தாக்கப்பட்டு உடலிலும் முகத்திலும் ஆங்காங்கே ரத்தம் கசிய தரையில் விழுந்து கிடந்தான். தரையில் விழுந்திருந்த கேசவன் எழுந்திடாதவாறு முதுகைக் காலால் அமுக்கிக்கொண்டு நீண்ட துப்பாக்கி முனையால் அவனது ஒருபக்க முகம் மண்ணில் புதைபடுமாறு அமுக்கினான் ஒரு கிராமவாசி. கேசவனின் மூச்சுக்காற்று மண்ணை முட்டி முட்டி புழுதி பறந்தது

திடீரென அந்தக் கூட்டம் சலசலத்தது. வாயில் சுருட்டுப் புகையுடன் கையில் வேல்கம்புடனும் ஒரு முதியவர் வர... எல்லோரும் அவருக்கு வழிவிட்டனர். சிவப்பு மேலாடை, கழுத்தில் வண்ண வண்ண மணிகள், நீலநிறத் தலைப்பாகையில் காட்டுப்பன்றியின் கொம்புகளோடு சேர்த்து இருவாட்சிப் பறவைகளின் வண்ணச் சிறகுகள் என அசத்தலான தோற்றத்தில் கம்பீரமாகக் காட்சியளித்த பெரியவர் கூட்டத்தை விலக்கிக்கொண்டு வேகமாக கேசவனை நோக்கி முன்னேறினார். கேசவனுக்கு

அருகே தனது வேல்கம்பை ஊன்றி தனது வலது முழங்காலை மடக்கியவாறு தரையில் அமர்ந்து கேசவனின் தலையைத் தூக்கி அவனது கண்களை உற்றுப்பார்த்தார். நெற்றியில் வழிந்த ரத்தம் கேசவனின் புருவங்களை நனைத்திருக்க... அவனும் அந்தப் பெரியவரின் கண்களை உற்றுநோக்கினான். வெளிறிய முகத்தில் சுருங்கிய தோல்கள் மேலும் சுருங்க, கூர்மையான பார்வையாலே மிரட்டினார் பெரியவர். பதிலுக்குக் கேசவனும் அதே கூர்மையோடு எந்தவித சலனமுமின்றி பார்வையால் எதிர்கொண்டான். அதைப் பொறுத்துக்கொள்ளாத பெரியவர் சுருட்டுப்புகையை அவனது முகத்தில் ஊதினார். கனல் கக்கும் தனது விழிப்பார்வையால் முறைத்தவாறு பார்த்துக்கொண்டே

"இது எங்கள் நிலம்...

இங்கு நடப்பது எங்கள் சாம்ராஜ்யம்...

இங்கு என்ன செய்யவும் எங்களுக்கு உரிமையுண்டு...

நாளை சூரிய உதயத்திற்கு முன்பாக எங்கள் நிலத்தைவிட்டு நீ வெளியேற வேண்டும். இது இந்த கச்சாரியின் கட்டளை"

என தனது கரகர குரலில் உரக்கக் கத்திச் சொல்லிவிட்டு வேல்கம்பை ஊன்றி எழுந்து நின்றார். பிறகு எல்லோரையம் பார்த்து அவனை விட்டு விடுங்கள் என்பதுபோலக் கையசைத்தார். பிறகு பெரியவர் வேகமாக அந்த இடத்தை விட்டு நகர... அவரைப் பின்தொடர்ந்து ஒவ்வொருவராக நகர... கேசவன் மட்டும் எழ முடியாமல் வலியைப் பொறுத்துக்கொண்டு மெதுவாகக் கையை ஊன்றி மெல்ல எழுந்து உட்கார்ந்து வானத்தைப் பார்த்தான். மலைக்கு அப்பால் சூரியன் அஸ்தமித்து செஞ்சுடரை வீசிக்கொண்டிருந்தது. வானில் லட்சக்கணக்கான பறவைகளின் கீச்சொலி காடுகள் முழுக்க அதிர்வலைகளை உண்டாக்கிக்கொண்டிருந்தன. அந்தச் சத்தம் அவனைப் பார்த்துக் கதறுவதைப்போல மலை முகடுகள் முழுக்க எதிரொலித்தது

21 நாட்கள் இரவு, பகல் பாராத நீண்ட நெடிய பயணத்திற்குப்பிறகு நாகாலாந்து மாநிலத்தின் பங்கிட்டி கிராமத்திற்குள் நுழைந்தான் கேசவன். அக்டோபர் 12ஆம் தேதிக்கெல்லாம் அவன் பங்கிட்டியை அடைந்திருந்தான். ஆமூர்

பால்கன்கள் இன்னும் வடகிழக்கு இந்தியாவின் எல்லைக்குள் நுழைந்திருக்கவில்லை ஆனாலும் நாகாலாந்தின் ஆழ்ந்த அமைதியும் அழகிய நிலக்காட்சிகளும் அவனை வசீகரித்தது. மலைகளால் சூழப்பட்ட பங்கிட்டி கிராமமும், டோயாங் ஆற்றின் சலசலப்புச் சத்தமும், நீர்த்தேக்கத்தில் மீன் பிடிக்கும் மீன்கொத்திப் பறவைகளும், மலைக்குன்றுகளை முத்தமிடும் மேகக் கூட்டங்களும் ஒரு புதிய உலகத்தைத் திறந்துவிட்டது அவனுக்கு. 'ஆமூர் பால்கன்கள் வரும்வரை எங்கு தங்குவது?' என யோசித்தபோதுதான் டோயாங் நீர்த்தேக்கத்தை ஒட்டியபடியே மீனவர்களின் தற்காலிகக் கூடாரங்கள் சில இருப்பதைக் கண்டான். அந்தக் கூடாரங்களுக்குப் பக்கத்திலேயே தங்குவதற்காக அவனும் கூடாரம் அமைத்தான். கிராம மக்கள் சிலரும் அவன் கூடாரம் அமைக்க உதவி புரிந்தனர். நாகா மக்கள் அன்பானவர்களாக இருந்தனர். அவனை அன்போடும் அக்கறையோடும் நடத்தினர். சில மீனவர்கள் டோயாங் நீர்த்தேக்கத்திலிருந்து பிடித்துவந்த மீன்களை கேசவனிடம் காட்டி சொற்பத் தொகைக்கு விற்றுவிட்டுச் சென்றனர். அப்படி மீன்களை விற்க வந்த மீனவர்களில் ஒருவன்தான் சார்லஸ். அவன் பேசும் சரளமான ஆங்கிலம்தான் அவனைத் தனித்துக் காட்டியது. அதனாலே அவனை எளிதாக அணுகினான் கேசவன். ஒரு சாதாரண மீனவன் இப்படி ஆங்கிலத்தில் பேசுகிறானே என ஆச்சரியப்பட்டுப்போனான். கேசவன் தங்கியிருக்கும் இடத்திலிருந்து மூன்றாவது குடில்தான் சார்லசுடையது. கேசவனுக்குத் தேவையான எல்லா உதவிகளையும் சார்லஸ் செய்து கொடுத்தான். அதிகாலையில் கேசவனை எழுப்புவது முதற்கொண்டு அவனுக்கு தேநீர் போட்டுக்கொடுப்பது, டோயாங் நீர்த்தேக்கத்தில் கேசவனைக் கூட்டிக்கொண்டு படகிலிருந்து மீன் பிடிப்பது, கிராமத்தை சுற்றிக்காட்டுவது என கேசவனுக்குத் தேவையான எல்லா உதவிகளையும் செய்து கொடுத்தான். மெலிந்த தேகம், சிரித்த முகம், பரட்டைத்தலை, விசும்பி விசும்பி நடை என எப்போதும் பரபரபரவென சுற்றித் திரிவான் சார்லஸ். மீன் பிடிக்கும் நேரம் தவிர மற்ற நேரங்களில் தோளில் ஒரு நாட்டுத் துப்பாக்கியை சுமந்துகொண்டு விசும்பி விசும்பி அங்குமிங்குமாக நடந்து நடந்து மீன் வலைகளை மரங்களில் கட்டிக்கொண்டிருப்பான். இவன் என்ன செய்கிறான் என்றே கேசவனுக்குப் புரியாது. பகலில்

மீன் பிடிப்பதும் பிறகு இரவு நேரங்களில் மற்ற மீனவர்களுடன் சேர்ந்துகொண்டு மீன்பிடி வலைகளை வெவ்வேறு மரங்களில் கட்டுவது என பரபரப்பாகவே சுற்றித் திரிவான். இவன் மட்டுமல்ல, எல்லா மீனவர்களுமே இரவு நேரங்களில் நல்ல நல்ல மீன்வலைகளையும் கிழிந்த வலைகளையும் வெவ்வேறு மரங்களில் கட்டிக்கொண்டிருப்பதைப் பார்த்து அது அவர்களது ஏதோ கலாச்சாரம்போல என கடந்து செல்வான்.

கேசவன் வந்து மூன்றாம் நாளில் சார்லசுடன் கிராமத்தை சுற்றிப்பார்த்துக் கொண்டிருக்கும்போது கேட்டான்... "அதென்னடா உன் பேரு சார்லஸ்... நீ நாகா பழங்குடிதானே?" எனக் கேட்டதற்கு.

"ஆமாம், நான் நாகாதான் சார்! ஆனால் எங்கள் மக்களில் எல்லோருமே கிருத்துவ மதத்திற்கு மாறிவிட்டோம். பேரு எல்லாம் மாத்திகிட்டோம்" என சொன்னான்

"அப்புறம் இப்படி துப்பாக்கியெல்லாம் வச்சிட்டு சுத்துறியே, போலீஸ் புடிச்சிட மாட்டாங்களா?" எனக் கேட்டதற்கு சிரித்துக்கொண்டே, "அப்படி புடிச்சா நாகாலாந்து மண்ணுல ஒரு நாகாகூட இருக்க முடியாது சார்! எங்க பழங்குடிகள் எல்லாருமே காலங்காலமா வேட்டைச் சமூகம்தான், துப்பாக்கி வச்சிக்க அரசாங்கமே எங்களுக்கு அனுமதி கொடுத்திருக்கு" என சார்லஸின் பேச்சைக் கேட்டுக்கொண்டு நடந்துகொண்டேயிருக்கும்போது ஒரு வீட்டைப் பார்த்துத் திடுக்கிட்டான் கேசவன். அந்த வீடு முழுக்க மனித மண்டை ஓடுகளால் கட்டப்பட்டிருந்தது. கேசவன் உறைந்துபோனதைப் பார்த்த சார்லஸ் "பயப்படாதீங்க சார், இந்த மாதிரி வீடு. இங்க ஒவ்வொரு கிராமத்துலயும் இருக்கும். எதிரிகளோடு தலையை வெட்டிக் கொண்டுவந்து கட்டின வீடுகள் இவை. இதுல இருக்கற முக்கால்வாசி வெள்ளைக்காரன் மண்டை ஓடுதான்" என சிரித்துக்கொண்டே சொன்னான்

"பயப்படாதீங்க சார்! நாங்க இப்போ எல்லாம் இப்படி தலையை வெட்ட முடியாது. அரசாங்கம் எங்க அப்பா, தாத்தா காலத்துலயே தடை பண்ணிடுச்சி" இங்க இருக்கற இந்த மண்டை ஓடு வீடுகள் எல்லாமே எழுவது எண்பது வருசத்துக்கு முன்னாடி கட்டினது"

“உள்ள போயி பாக்கலாம் வாங்க” என கேசவனை அழைத்துக்கொண்டுபோய் உள்ள சுற்றிக்காட்டினான்

கடந்த காலங்களில் நாகாலாந்தின் மலைகள் மனிதத் தலைகளைத் துண்டாக்குபவர்களின் சொர்க்கபுரியாகத் திகழ்ந்தவை. ஒவ்வொரு கிராமத்திலும் மனித மண்டை ஓடுகளால் கட்டப்பட்ட வீடுகள் இன்னும் நாகாலாந்து கிராமங்களில் உண்டு. நாகா கலாச்சாரத்தில் எதிரிகளின் தலையை வெட்டி எடுத்து வருவது தைரியத்தின் அடையாளமாகும். போரில் வெற்றிபெற்று எதிரிகளின் தலையத் துண்டித்து தனது சொந்தக் கிராமத்திற்குள் கொண்டுவருவதைவிட நாகா சமுதாயத்தில் புகழ்மிக்க விடயம் வேறு எதுவுமில்லை. கிராமத்தின் ஒவ்வொரு இளைஞனும் எதிரிகளின் தலையைத் துண்டித்து வந்து மண்டை ஓடுகளால் ஆன வீடுகள் கட்ட துணைபுரிய வேண்டும். அப்படி எதிரிகளின் தலையைத் துண்டிக்கத் திராணியற்ற ஆண்மக்களை நாகா சமூகம் அங்கீகரிக்காது. அப்படிக் கட்டப்பட்ட வீடுகளில் ஒன்றைத்தான் கேசவன் பார்த்தான். பயந்தவனாய் “போதும், இத்தோட முடிச்சுப்போம். நாளைக்கு நேரமிருந்தா மத்த இடங்களை பார்ப்போம்” என கேசவன் சொல்ல பதிலுக்கு “நாளைக்கு எனக்கு உங்க கூடவர நேரமிருக்குமா தெரியாது சார்! ஒருவேளை நாளைக்கே ஆமூர் பால்கன்கள் வந்துட்டா நான் ரொம்ப பிஸி ஆகிடுவேன். நீங்கதான் உங்க வேலைகளையெல்லாம் பார்த்துக்கணும்” எனச் சொல்லியவாறே இருவரும் அவரவர் கூடாரத்தை நோக்கிப் புறப்பட்டனர்.

மாலை நான்கு மணிக்கெல்லாம் சூரிய அஸ்தமனம் அதிகாலை நான்கு மணிக்கெல்லாம் ஆதவன் உதயம் எனக் கடந்த நான்கு நாட்களில் பழகிப்போயிருந்தவன், ‘நாகாலாந்து இந்தியாவின் ஒரு பகுதிதானா அல்லது வேறு உலகமா?’ என ஆச்சரியத்துடன் யோசித்துக்கொண்டே டோயாங் நீர்த்தேக்கத்தின் சலசப்புச் சத்தத்தின் தாலாட்டில் தூங்கிப்போனான்

அவன் தூங்கிய சில மணிநேரங்களில் ஒரு மாபெரும் பேரிரைச்சல் அவனது உறக்கத்தைக் கலைத்தது. கீச்... கீச்... கிச்கிச்கிச்... கீச்... என உலகமே சேர்ந்து கத்துவதைப்போன்ற

பேரொலியின் அதிர்வுகளில் பதறிப்போனவனாய் தனது கூடாரத்திற்கு வெளியே வந்து பார்த்தான். இருள் மெல்ல மெல்லக் கரைந்துகொண்டிருந்த அந்த அதிகாலை வேளையில் வெளியே வந்து வானத்தைப் பார்த்தவன் வாயைப் பிளந்தவாறு மெய்ம்மறந்து நின்றான். இந்தப் பூமியில் இப்படியொரு சம்பவம் நிகழ்ந்துக்கொண்டிருப்பதை அவனால் நம்ப முடியவில்லை. தனது கண்களைக் கசக்கி மீண்டும் பார்த்தான். 'இது கனவெல்லாம் இல்லை நிஜம்தான். நடப்பது எல்லாம் உண்மைதான்'. அந்தக் காட்சியைப் பார்த்தவுடன் அவனது மயிர்க்கூச்செரிந்தது. உடல் சிலிர்த்து மகிழ்ச்சிக்கடலில் திக்குமுக்காடிப்போய் நின்றான். வானத்தைப் பார்த்தவாறே அதே இடத்தில் தொப்பென தரையில் விழுந்தவன் அப்படியே எவ்வளவு நேரம் பார்த்துக்கொண்டிருந்தானென்றே மறந்துவிட்டான். தூரத் தொடுவனத்தில் பகலவனின் தூரிகை தீட்டிய வண்ணங்கள் பட்டு அந்தக் காட்சி பிரபஞ்சத்தின் அதி முக்கியக் கட்சியாக அழகாய் விரிந்தது. 'முகில்கள் பாடுமா? மேகங்கள் நடனமாடுமா? கார்முகில்கள் பல ஒன்று சேர்ந்து அலையலையாய் இப்படி ஆடித் திரியுமா?' என அதிசயித்துப் பார்த்து நின்றவனுக்கு அப்போதுதான் புரிந்தது. அவை மேகங்களல்ல ஆமூர் பால்கன் பறவைகள் என்று.

பசுமைமாறாக் காடுகளின் பலவித மரங்களில் காற்று உரச, அது பல்லாயிரம் இசைக்கருவிகள் பலவிதமாய் மீட்டப் பட்டதைப்போல காடுகளில் ஒலிக்க, அந்த இசைக்கு ஏற்ப பல லட்சக்கணக்கான ஆமூர் பால்கன் பறவைகள் ஒன்று திரண்டு பாடிக்கொண்டே சீரான நடன அசைவுகளை வெளிப்படுத்தி அலையலையாய் சுழன்று வாண வேடிக்கை காட்டிக்கொண்டிருந்தது. அது பார்ப்பதற்கு மாபெரும் கரிய மேகம் ஒன்று வானத்தில் மிக நேர்த்தியாய் நடனமாடுவதைப் போல அற்புதமாய்க் காட்சியளித்தது. மெகா ஒற்றை மேகம் பல சிறு மேகங்களாய் பிரிந்து, பிரிந்த மேகங்கள் மீண்டும் சேர்ந்து, முன்னும் பின்னும் மேலும் கீழும் ஒரே மாதிரியான அசைவுகளால் அலையலையாகப் பாய்ந்து ஒரு சுழற்காற்று வீசினால் தூசுப்படலம் வான் நோக்கி அலையலையாய் சுழன்று மேலெழும்புவதுபோல, கடல் அலைகள் வானில் நடனமாடுவதுபோல அழகியலை நிகழ்த்திக்கொண்டிருந்தது.

கதிரவனின் கற்றைகள் கடத்திவந்த செவ்வொளியின் மினுமினுப்பில் ஆமூர் பால்கன் பறவைகளின் ஆர்ப்பரிப்பைப் பார்த்து அசந்துபோய் நின்று கொண்டிருந்தபோதே பறவைகள் தங்களது நடனத்தை நிறுத்திக்கொண்டு மரக்கிளைகளை நோக்கி கூட்டம் கூட்டமாகக் காடுகளுக்குள் பாய்ந்தன. பல லட்சக்கணக்காண பறவைகள் ஒன்றன்பின் ஒன்றாக பசுமைமாறாக் காடுகளின் மரக்கிளைகளை நோக்கிப் படையெடுத்துக் கொண்டிருக்கும்போது டோயாங் நீர்தேக்கத்தைச் சுற்றிலும் ஆங்காங்கே மரங்களில் கட்டி வைக்கப்பட்டிருந்த மீன் வலைகளில் பல்லாயிரக்கணக்கான பறவைகள் கொத்துக்கொத்தாக சிக்கின. வலைகளில் சிக்கிய ஆயிரக்கணக்கான பறவைகள் மீள முடியாமல் சிறகுகளை அடித்து அலறிக்கொண்டே அலகுகளால் வலைகளை கடித்துத் துண்டிக்கும் முயற்சியில் போராடிக்கொண்டிருந்தன. அந்தப் பல லட்சம் பறவைக் கூட்டத்திலும்கூட வலைகளில் சிக்கிய பறவைகளின் கூக்குரல்களும் மரண ஓலங்களும் மட்டும் தனித்து ஒலித்தன. இந்தக் காட்சிகளைப் பார்த்த கேசவன் பதறிப் பாய்ந்து வலைகளை நோக்கி ஓடினான். அங்கே சார்லசும் அவனது கூட்டாளி மீனவர்கள் சிலரும் பெரிய பெரிய மூங்கில்கூடைகளை வலை அருகே வைத்துக்கொண்டு வலைகளில் சிக்கி சிறகுகளை அடித்துக்கொண்டு துடித்துக்கொண்டிருந்த பறவைகளை துளியும் சலனமின்றி அவற்றின் சிறகுகள் முறிய அலகுகள் உடைய துடிதுடிக்கப் பிய்த்து கூடைகளில் போட்டுக் குவித்துக்கொண்டிருந்தனர். சார்லஸைப் பார்த்துக் கத்திக்கொண்டே மூச்சிரைக்க ஓடிவந்த கேசவன் அருகில் வந்ததும் கடும் கோபத்தில் அவனது சட்டையைப் பிடித்தவன் பிறகு கோபத்தை அடக்கியவனாய்" டே சார்லஸ், என்னடா இதெல்லாம்? இதுக்குத்தான் ராத்திரியெல்லாம் இந்த வலைய கட்டிட்டு இருந்தீங்களா? நீங்க பண்ணுறது ரொம்பத் தப்புடா, வேண்டாம்டா," எனக் கெஞ்சும் குரலில் கேட்டான். சார்லஸ் சற்றே திடுக்கிட்டவனாய் "சார், இதுதானா விஷயம். நான் கூட என்னவோன்னு பயந்துட்டேன். இது வழக்கமா ஒவ்வொரு வருசமும் நடக்குறதுதான் சார்! இதுக்கு ஏன் நீங்க கோபப்படுறீங்க? போங்க சார்! எனக்கு நிறைய வேலை இருக்கு. இதையெல்லாம் கொண்டுபோய் வெவ்வேற இடத்துல

விக்கணும்" என வெகு இயல்பாய் சொல்லியபடியே மீண்டும் வலைகளில் சிக்கியிருந்த பறவைகளை அதன் ரெக்கைகள் முறியப் பிய்த்து கூடைகளில் போடத் தொடங்கினான்.

கேசவன் தற்போது கோபத்தை அடக்க முடியாதவனாய் "சொல்லிட்டே இருக்கேன், நீ காதுல வாங்கவே மாட்டியா" என சார்லஸை கன்னத்தில் பளாரென அறைந்தான். சார்லஸ் தடுமாறி கீழே விழுந்ததைப் பார்த்ததும் உடனிருந்த மற்ற மீனவர்கள் கேசவனைச் சூழ்ந்தனர். உடனே சார்லஸ் தலையிட்டு "டே தள்ளிப்போங்கடா... சார் நம்ம நண்பர்தான். இதை பெருசு படுத்தாதீங்க" எனச் சொல்லிவிட்டு கேசவனைப் பார்த்தவன். "எதுக்கு சார் அடிக்கிறீங்க? வேட்டையாடுறது எங்க பாரம்பரியத் தொழில்தான். இதெல்லாம் எங்களுக்குப் புதுசு இல்லை. இதனால நாங்களும் எங்க புள்ளக் குட்டிகளும் ரெண்டு மாசம் சந்தோசமா சாப்பிடுவோம் தெரியுமா உங்களுக்கு.

"டே! அதுக்கு இந்தப் பறவைகளைத்தான் புடிச்சி விக்கணுமா? இந்த இறைச்சியத்தான் திங்கணுமா? இதெல்லாம் எத்தனை ஆயிரம் கிலோமீட்டர் பறந்து இங்க வந்திருக்கு தெரியுமா?"

"நிறுத்துங்க சார்! உங்களை மாதிரி எங்களால பறவைகளை ரசிச்சிட்டு வேடிக்கை பார்த்துட்டு இருக்க முடியாது. எங்க வீட்ல அடுப்பு எரியணும். எங்க வீட்டுல மட்டுமில்லை, ஒவ்வொரு வீட்டுலயும் இன்னும் ரெண்டு மாசத்துக்கு இந்தப் பறவைகள்தான் உணவு. எங்களுக்கு வேற வழியில்லை சார்! ஊருக்குள்ள போயி பாருங்க, சாப்பாட்டுக்கு வழியில்லாம ஒவ்வொரு மாசமும் எலி, பாம்பு, நாய்ன்னு தின்னுட்டு இருக்கோம். புரிஞ்சிக்கோங்க. நாங்க மட்டுமில்லை, ஊர்ல ஒவ்வொரு வீட்டுலயும் இந்த மாதிரி வலை வச்சி ஆயிரக்கணக்கான பறவைகளைப் புடிச்சிட்டுதான் இருப்பாங்க. போயி ஒவ்வொருத்தரையா தடுத்து நிறுத்தப்போறீங்களா? போங்க சார்! சாயங்காலம் உங்களைப் பாக்குறேன். இப்போ தயவு செஞ்சி போங்க சார்!" என கேசவனிடம் கெஞ்சிவிட்டு மீண்டும் வலையில் சிக்கிய பறவைகளை ஒவ்வொன்றாகப் பிரித்து கூடையில் போடத் தொடங்கினர்.

சார்லஸின் பதிலைக்கேட்டு கேசவன் வாயடைத்துப் போனவனாய் அந்த இடத்தைவிட்டு வெளியேறினான். அவனது

கூடாரத்திற்குள் நுழைந்தான். ஆனால் கூடாரத்திற்குள் நீண்ட நேரம் அவனால் நிலைகொள்ள முடியவில்லை. சார்லஸ் சொன்ன வார்த்தைகள் அவனது காதில் ஒலித்துக்கொண்டேயிருந்தது. 'ஒட்டுமொத்தக் கிராமமும் சேர்ந்து மொத்த பால்கன் பறவைகளையும் கொன்று குவிக்கப்போகிறதா?' என யோசித்தவன் கிராமத்திற்குள் சென்று என்ன நடக்கிறது எனப் பார்க்க தனது புகைப்படக் கருவியுடன் கூடாரத்தைவிட்டு வெளியேறினான். தனது புல்லட்டை எடுத்துக்கொண்டு மிக மெதுவாக பங்கிட்டி கிராமத்தின் வீதிகளில் வலம் வந்தபோது பார்த்த காட்சிகள் அவனை உலுக்கியெடுத்தன. ஊரெங்கும் பால்கன் பறவைகளின் மரண ஓலங்கள் காற்றில் கலந்தொலித்தது. அவற்றின் பிய்ந்து போன சிறகுகள் பிசிறு பிசிறாக வானெங்கும் காற்றில் மிதந்து கொண்டிருந்தன. வீதிகளில் சிறுவர், சிறுமிகள் முதல் வயதானவர்கள் வரை ஒவ்வொருவரும் வயது வித்தியாசமின்றி சிறிய சிறிய கயிறுகளில் பத்துப் பதினைந்து பால்கன்களை சேர்த்துக் கட்டி இரண்டு கைகளிலும் தூக்க முடியாமல் தூக்கிக்கொண்டு நடந்து கொண்டிருந்தனர். இளைஞர்களும் நடுத்தர வயதுடைய பழங்குடிகளும் கயிற்றில் கொத்துக் கொத்தாகக் கட்டப்பட்டிருந்த பால்கன்களை சைக்கிள்களின் பின்னிருக்கையில் தொங்கவிட்டபடி சாலைகளில் வெவ்வேறு கிராமங்களை நோக்கி வேகமாக விரைந்துகொண்டிருந்தனர். சிலர் ஆட்டோக்களிலும் இன்னும் சிலர் பெரிய பெரிய சரக்கு வண்டிகளிலும் சிறகுகள் முறிந்து அரை உயிரோடு துடித்துக்கொண்டிருக்கும் பறவைகளை ஏற்றிக்கொண்டு மணிப்பூர், மேகாலயா, சிக்கிம், மிசோரம் எனப் பக்கத்து மாநிலங்களுக்கு கொண்டுசெல்ல தங்களை ஆயத்தப்படுத்திக் கொண்டிருந்தனர். இந்தக் காட்சிகளெல்லாம் பங்கிட்டி கிராமத்தை ஒரு போர்க்களம்போலக் காட்டியது. ஆதங்கம் கொப்பளிக்க இந்தக் காட்சிகள் எல்லாவற்றையும் படம் பிடித்துத் தனது கேமராவிற்குள் அடக்கியவன் அப்படியே வனத்துறை அலுவலகத்தை நோக்கி விரைந்தான். தனது கேமராவிலுள்ள புகைப்படங்களையும் காணொளிகளையும் அதிகாரிகளிடம் காட்டியவன் அவர்களிடம் நிலைமையை எடுத்துச்சொல்லி தன்னோடு வருமாறு அழைத்தான். கேசவன் சொன்னதை உன்னிப்பாகக் கேட்டுக்கொண்ட அதிகாரிகள் வனத்துறை

வாகனத்தில் அவனது புல்லட்டைப் பின்தொடர்ந்து சென்று, கிராமத்திற்குள் நுழைந்து பால்கன்களை ஏற்றிக்கொண்டிருந்த ஒரு சரக்கு வாகனத்திற்கு முன்பாக நின்றனர். வனத்துறை அதிகாரிகள் விரைப்பாகச் சென்று அங்கிருந்த சில கிராம வாசிகளை தனியே அழைத்து சிறிது நேரம் எச்சரிக்கும் தொனியில் ஏதோ நாகா மொழியில் பேசினர். சுமார் பத்து நிமிடப் பேச்சுவார்தைக்குப்பிறகு பிறகு கேசவனிடம் வந்த ஒரு மூத்த அதிகாரி,

"ஒன்னும் பிரச்சினையில்ல தம்பி! நாங்க பேசிட்டோம்... இனி இப்படி நடக்காம பாத்துக்குறோம். நீங்க இங்க இருக்காதீங்க. கிளம்புங்க" எனச் சொல்லிவிட்டு ஜீப்பை நோக்கி நகர்ந்தார். மூத்த அதிகாரி ஜீப்பை நோக்கி நகர்ந்தபிறகு அவருக்குப் பின்னாலிருந்த இன்னொரு அதிகாரி கேசவனை தனியாக அழைத்து அவன் காதோரமாக மெதுவாகச் சொன்னார்

"தம்பி, அவர் சொல்லுறதை நம்பாதீங்க. அவர் இந்தக் கிராமவாசிகள்கிட்ட கமிஷன் கேட்டு பேரம்பேசிட்டு வரார். இது நீங்க நினைக்கிற மாதிரி இல்ல. பிரச்சினை ரொம்பப் பெருசு. இதுல SUPER-X நிறுவனமே தலையிட்டும்கூட எதுவும் பண்ண முடியல. நாங்க...இந்த வனத்துறையெல்லாம் சும்மா பேருக்குத்தான். உங்க நல்லதுக்குதான் சொல்லுறேன். நீங்க இங்க இருக்காதீங்க, உடனே ஊருக்கு கிளம்புங்க" எனச் சொல்லிவிட்டு அந்த சரக்கு வண்டியின் ஓட்டுனரை நோக்கி கெஞ்சுவதுபோல ஒரு பார்வை வீசி அந்த இளம் அதிகாரியும் நகர்ந்தார். பின் எல்லா அதிகாரிகளும் வனத்துறை வாகனத்திற்குள் நுழைய... அந்த வன ஊர்தி புழுதி பறக்க அவ்விடத்தை விட்டுப் பறந்தது.

வனத்துறையின் வாகனம் அந்த இடத்தைவிட்டு நகர்ந்த அடுத்த நொடியில் கேசவனின் முதுகில் ஒருவன் பலமாகத் தாக்கினானான். கேசவன் நிலைகுலைந்து கீழே விழுந்தான்.

"யார்ரா நீ? உனக்கென்ன வேலை இங்க? எங்க மேலயே காம்ப்ளயின் கொடுப்பியா?"

என மீண்டும் மீண்டும் தாக்கினான். பிறகு சுற்றியிருந்த மற்ற கிராமவாசிகளும் சேர்ந்து அவனைத் தாக்கத் தொடங்கி

அவனை துப்பாக்கிமுனையில் நிறுத்தினர். அப்போதுதான் அந்த ஊரின் பழங்குடியினத் தலைவர் கச்சாரி விஷயம் தெரிந்து உள்ளே வந்து கேசவனை எச்சரித்து அடுத்தநாள் சூரிய உதயத்திற்கு முன்பாக அவன் வெளியேற வேண்டுமென கட்டளையிட்டுச் சென்றார். எல்லோரும் அந்த இடத்தைவிட்டு நகர்ந்தபிறகு, கேசவன் எழ முடியாமல் தட்டுத் தடுமாறி எழுந்து உட்கார்ந்து வானத்தைப் பார்த்தான். வானில் லட்சக்கணக்கான ஆமூர் பால்கன் பறவைகளின் கீச்சொலி காடுகள் முழுக்க அதிர்வலைகளை உண்டாக்கிக்கொண்டிருந்தன. அந்தச் சத்தம் அவனைப் பார்த்துக் கதறுவதைப்போல மலைமுகடுகள் முழுக்க எதிரொலித்தது.

*

ஒரு வருடத்திற்குப் பிறகு...

டோயாங் நீர்த்தேக்கத்திற்கு மேலே, அதிகாலை விடியலில் ஆமூர் பால்கன்கள் ஆகாயத்தில் அலையடித்துக்கொண்டிருந்தன. அரைமணி நேரத்திற்குப்பிறகு கார்மேகம் போலக் காட்சியளித்த அந்தப் பறவைக்கூட்டம் தங்களது நடனத்தை நிறுத்திக்கொண்டு மரக்கிளைகளை நோக்கிக் காட்டுக்குள் பாய்ந்தது. எந்தத் தடைகளும் வலைகளுமின்றி சுதந்திரமாகப் பறந்த அப்பட்சிகள் ஒவ்வொரு மரத்திலும் கூட்டம் கூட்டமாகக் கிளைமுதல் இலைவரை அமர்ந்து ஆனந்தமாய்ப் பாடி புழுக்களையும் பூச்சிகளையும் வெட்டுக்கிளி களையும் வேட்டையாடிப் பறந்தது திரிந்தது.

கேசவன் தனது புல்லட்டை எடுத்துக்கொண்டு பங்கிட்டி கிராம வீதிகளில் மிக மெதுவாக வலம் வந்துகொண்டிருந்தான். ஆங்காங்கே கிராம மக்கள் அவனுக்கு வணக்கம் செலுத்தினர். கிராமத்தின் வானவெளியில் ஆமூர் பால்கன்கள் உவகையோடு சுற்றித்திரிய, கிராம மக்கள் எல்லோரும் அவரவர் விவசாய வேலைகளில் மும்முரமாக ஈடுபட்டுக்கொண்டிருந்தனர். சில ஆமூர் பால்கன்கள் வீட்டு வாசல் வரை வந்தமர்ந்து அங்கிருந்த பூச்சிகளைக் கவ்வியபடி குதித்துக் குதித்து அங்குமிங்குமாக அலைந்துகொண்டிருந்தாலும்

அங்கிருந்த மக்கள் அதைக் கண்டுகொள்ளாமல் அவரவர் வேலைகளைப் பார்த்துக் கொண்டிருந்தனர். கிராமத்தின் வீட்டுக்கூரைகள், மின்சாரக் கம்பிகள், மரக்கிளைகள், தானியக் கிடங்குகள், கரையான் புற்றுகள் என எங்கு பார்த்தாலும் சாம்பல் நிற பால்கன்கள் தடையில்லாமல் சுதந்திரமாய் விளையாடிக்கொண்டிருந்தன

அந்த ஆண்டு ரஷ்யாவிலிருந்து பயணத்தைத் தொடங்கி, நாகாலாந்தின் பசுமை மாறாக் காடுகளில் முழுதாக இரண்டு மாதங்களை எந்தத் தடைகளுமின்றிச் சுதந்திரமாகக் கழித்த ஆமூர் பால்கன்கள் பல வருடங்களுக்குப்பிறகு தங்கள் கூட்டத்திலிருந்து ஒரு பறவைகூட மனிதர்களால் கொல்லப்படாமல் நாகாலாந்து மண்ணை விட்டு தென்னாப்பிரிக்கா நோக்கி கூட்டம் கூட்டமாகப் பறக்கத் தொடங்கியிருந்தன. அதே நேரத்தில் அந்தச் செய்தி ஓர் உலகத் தலைப்புச் செய்தியானது. சர்வதேச ஊடகங்கள் எல்லாம் ஓர் ஆமூர் பால்கன்கூட கொல்லப்படாமல் நாகாலாந்து மண்ணை விட்டுப் பறந்து செல்லும் மகிழ்ச்சியான செய்தியை நேரடியாக ஒளிபரப்பிக்கொண்டிருந்தன. பங்கிட்டி கிராம வீதிகளில் உலா வந்த சர்வதேசச் செய்தியாளர்களில் ஒருவர் ஒரு கிராமவாசியிடம் மைக்கை நீட்டிக்கொண்டு கேட்கிறார்...

"எப்படி இந்த மாற்றம் நிகழ்ந்தது. போன வருடம் ஒரு நாளைக்கு சராசரியாக 14 ஆயிரம் பறவைகள் வேட்டையாடப்பட்டுக் கொல்லப்பட்டன. கடந்த சீசனில் கொல்லப்பட்ட பறவைகளின் எண்ணிக்கை மட்டும் ஐந்து லட்சத்தைத் தாண்டும். ஆனால் இந்த வருடம் ஒரு பறவை கூட கொல்லப்படவில்லை. அப்படி எது உங்கள் மனதை மாற்றியது? என்ன மாயாஜாலம் நிகழ்ந்தது?" எனக் கேட்கிறார்

அதற்கு அந்தக் கிராமவாசி,

"இந்தப் பறவைகளை நாங்கள் இறைச்சியாக்கி விற்றோம், உணவாக உட்கொண்டோம். நாங்கள் மட்டுமல்ல, வடகிழக்கு இந்தியாவில் உள்ள எல்லா மாநிலங்களுமே பசியைப்போக்க வேறு வழியில்லாமல் இந்தப் பறவைகளைத் தின்றோம். ஆனால் இப்போது எங்கள் பசிக்கு இந்தப் பறவைகள் தேவையில்லை. எங்களுக்குத் தேவையான காய்கறிகளையும் உணவுப்பொருட்களையும் நாங்கள் விளைவிக்கிறோம். அவை

எங்களுக்குப் போதுமானதாக இருக்கிறது. ஆமூர் பால்கன்களை நாங்கள் எங்கள் விவசாயத்திற்கு உதவும் நண்பர்களாகப் பார்க்கிறோம். எங்கள் விருந்தாளிகளாகப் பார்க்கிறோம். இனி இந்தப் பறவைகளை நாங்கள் வேட்டையாட மாட்டோம். யாரும் வேட்டையாடுவதை அனுமதிக்கவும் மாட்டோம். மீறி யாராவது இப்பறவைகளைக் கொல்ல நினைத்தால் எங்களின் பழைய மரபுப்படி அவர்களை எதிரிகளாகக் கருதி அவர்களின் தலை துண்டாக்கப்பட்டு அவர்களின் மண்டை ஓடுகளால் வீடு கட்டுவோம் என சிரித்துக்கொண்டே சொல்லி முடித்தார்".

இந்தச் செய்தி தொலைக்காட்சிகளில் ஒளிபரப்பப்பட்டுக் கொண்டிருக்கும் அதே வேளையில் இன்னொரு சர்வதேச செய்தித் தொலைக்காட்சியில் பங்கிட்டி கிராமப் பள்ளிக்குழந்தைகள் எல்லாரும் ஒன்று சேர்ந்து

"நாங்கள் பால்கன் கீதம் பாடப்போகிறோம். இந்தப் பால்கன் கீதத்தை எழுதியது கேசவன் அண்ணா!" எனச் சொல்லிவிட்டு அதைப் பாடத் தொடங்கினர். அந்தப் பாடல் பங்கிட்டி கிராமத்தின் ஒவ்வொரு வீட்டுத் தொலைக்காட்சியிலும் உரக்க ஒலித்தது. அந்தப் பாடலை கேட்டபடியே கேசவன் பங்கிட்டி கிராமத்தைவிட்டு, நாகாலாந்தைவிட்டு வடகிழக்கு இந்தியாவைவிட்டு கண்ணீர் பொங்க கனத்த மனதோடு வெளியேறிக்கொண்டிருந்தான்.

ஒரு வருடத்திற்கு முன்பு கேசவன் கிராம மக்களால் தாக்கப்பட்டு தட்டுத் தடுமாறி எழுந்து உட்கார்ந்தபோது அவனை நோக்கி ஒரு கை நீண்டது. ஓர் இளம்பெண்ணின் கை. நிமிர்ந்து பார்த்தான். நாகரிகமாக உடை, மூக்குக் கண்ணாடி, கழுத்தில் தொங்கும் ஒரு பெரிய கேமரா, உதட்டில் புன்னகை என நின்றிருந்த அந்தப் பெண் அவனை கைகொடுத்துத் தூக்கினாள்.

"ரொம்ப தைரியசாலி சார் நீங்க. நான் எல்லாத்தயும் பார்த்துட்டுதான் இருந்தேன். ஆனால் உங்க அளவுக்கு எனக்கு தைரியம் இல்ல" எனத் தமிழில் பேசினாள்

"தேங்க்ஸ்!" எனச் சொல்லிவிட்டு நொண்டிக்கொண்டே கேசவன் அவனது புல்லட்டை நோக்கிப் போனான்.

“ஹலோ... எங்க போறீங்க? உங்களுக்கு அடிபட்டிருக்கு, ரத்தம் வழியுது. உடனடியா ஹாஸ்பிட்டலுக்குப் போகணும்” என அவள் சொல்லியவுடன் கேசவன் யோசித்தவனாய்,

“இங்க ஹாஸ்பிட்டல் எங்க இருக்கு?” எனக் கேட்டான்.
“என் கூட ஸ்கூட்டில வாங்க, நான் ஹாஸ்பிட்டல்ல விடுறேன்” என அவள் சொல்ல,

“பரவால்ல, நான் என் புல்லட்ல உங்க பின்னாடியே வரேன்... நீங்க முன்னாடி போயி வழிகாட்டுங்க” என அமைதியான குரலில் அவன் சொல்ல, “ரொம்பதான் பண்ணுறீங்க” என முணுமுணுத்துவிட்டு ஸ்கூட்டியின் கைப்பிடியை முறுக்கி முன்னாள் சென்று வழிகாட்டினாள். பாதை ஒரு மலை முகட்டின் உச்சிக்குச் சென்றது. அங்கே ஒரே ஒரு ஒற்றை கான்க்ரீட் கட்டிடம், அதில் ஒரே ஒரு டாக்டர் என வீற்றிருந்த ஒரு மருத்துவமனையில் கேசவனுக்கு எளிமையான சிகிச்சை அளிக்கப்பட்டு கை, கால், நெற்றி என ஆங்காங்கே கட்டுப் போடப்பட்டது.

“ஹே மீரா, என்னாச்சு?” எனக் கேட்டபடியே ஓர் ஆண், இரண்டு பெண்கள் என மூன்று பேர் மருத்துவமனைக்குள் நுழைந்தனர். நடந்த எல்லாவற்றையும் மீரா அந்த மூவருக்கும் எடுத்துச் சொன்னாள். காலையில் சார்லசுடன் நடந்த வாக்குவாதம் முதற்கொண்டு கிராம மக்கள் தாக்கியது வரை பார்த்தது மட்டுமின்றி அவற்றைக் காணொளியாக பதிவு செய்திருப்பதாகவும் அவர்களுக்குக் காட்டினாள். அவற்றைப் பார்த்த மூவரும் கேசவனை முதுகில் தட்டிக்கொடுத்துவிட்டு தங்களை அறிமுகம் செய்துகொண்டனர்.

நான் பானு... ‘பால்கன் பவுண்டேசன்’னு ஒரு தன்னார்வத் தொண்டு நிறுவனம் நடத்திட்டு இருக்கேன்” என ஐம்பதுகளை நெருங்கும் வயதுடைய ஒரு பெண் தன்னை முதலில் அறிமுகப்படுத்திக்கொண்டு. பிறகு முப்பதுகளில் இருக்கும் மற்ற இருவரையும் அறிமுகப்படுத்தி வைத்தாள்.

“இது என்னோட உதவியாளர் சுபாரா... நாங்க ரெண்டுபேருமே நாகா பழங்குடியினத்தைச் சேர்ந்தவங்க. இவர் ராம்கி... எங்களோட தன்னார்வத் தொண்டு நிறுவனத்துல முக்கியப் பொறுப்புல இருக்கார். அப்புறம் உங்களை இங்க

கொண்டுவந்து சேர்த்துன சாகசக்காரி மீரா... அவங்க ஒரு வைல்ட் லைப் போட்டோக்கிராபர். எங்க கூடத்தான் தங்கியிருக்காங்க, உங்க தமிழ்நாடுதான்" என அறிமுகப்படுத்தும்போது கேசவனைப் பார்த்து புன்னகைத்தவாறே தனது வலது கண்ணைச் சிமிட்டினாள். எல்லோரையும் அறிமுகப்படுத்திய பிறகு, "உங்களைப் பத்தி தெரிஞ்சிக்கலாமா?" என பானு கேட்க, கேசவன் சற்றே பதட்டமடைந்தவனாய் "என் பேரு கேசவன், ஒரு நாடோடி" என அறிமுகப்படுத்திக் கொண்டான்.

"அப்போ உங்களுக்குன்னு எந்த வேலையும் இல்லையா? சொல்ல விருப்பமில்லைன்னா வேண்டாம்" என பானு சொல்ல,

"அப்படியில்லை. நான் ஒரு மென்பொருள் பொறியாளன். வாழ்க்கையில ஒரு சின்ன ஓய்வு தேவைப்பட்டது அதான் இந்த ஆமூர் பால்கன் பறவைகளோட பாதையில பயணிக்கலாம்னு கிளம்பி வந்தேன்" என அறிமுகத்தை சுருக்கமாக முடித்தான்.

"சரி, நீங்க நல்லா ரெஸ்ட் எடுங்க. நாளைக்குப் பேசுவோம்" என பானு சொல்ல,

"நாளைக்கு நான் இங்க இருக்கக் கூடாதுன்னு பழங்குடித் தலைவர் சொல்லியிருக்கார்" என கேசவன் சொன்னான்.

"யாரு கச்சாரியா? அவர்கிட்ட நான் பேசுறேன். அவர் என்னோட சித்தப்பாதான். நீங்க நல்லா ரெஸ்ட் எடுங்க" எனச் சொல்லிவிட்டு சற்று யோசித்தவளாய்,

"ஆமாம் எங்க தங்கியிருக்கீங்க?" எனக் கேட்டுத் தெரிந்துகொண்ட பானு, "திரும்ப அங்க தங்கினா தேவையில்லாம யாராவது பிரச்சினை பண்ணுவாங்க. உங்களுக்கு விருப்பம்னா எங்க அலுவலகத்துக்குப் பக்கத்துலயே தங்கிக்கலாம். நாங்க எல்லோருமே அங்கதான் தங்கியிருக்கோம். ராம்கியோட அறைக்குப் பக்கத்துலயே உங்களுக்கு ஒரு அறை ஏற்பாடு செய்யச் சொல்லுறேன். நீங்க வாடகை எதுவும் கொடுக்க வேண்டாம்".

"உங்களுக்கு சிரமம் வேண்டாம் மேடம்! நான் பார்த்துக்கிறேன்" என கேசவன் சொல்ல

"இதெலென்ன சிரமம், நீங்க எங்க கூடவே வாங்க, இப்போவே போலாம். நான் ஆளுங்களை அனுப்பி உங்க

கூடாரத்தை பிரிச்சிக் கொண்டுவரச் சொல்லுறேன்” எனச் சொல்லி மருத்துவமனையிலிருந்து அவர்கள் தங்கியிருக்கும் இடத்திற்கு அழைத்துச்செண்டு தனியறை ஒன்றைக் கொடுத்து. “நல்லா ஓய்வெடுங்க, நாளைக்குப் பார்க்கலாம்” எனச் சொல்லிவிட்டு எல்லோரும் விடைபெற்றனர்.

மறுநாள் காலை கச்சாரியின் வீட்டில் அவருக்கு முன்பாக மண்டியிட்டு அமர்ந்திருந்தான் கேசவன். பழங்குடித் தலைவரின் முன்பு அப்படி அமர்ந்து மன்னிப்புக் கேட்பதுதான் மரபு. ‘தொடர்ந்து இந்த ஊர்ல தங்கணும்னா சும்மா பெயருக்காக மன்னிப்புக் கேட்டுவிட்டு வா... பிரச்சினைகளை பிறகு பார்த்துக்கொள்ளலாம்’ என்ற பானுவின் அறிவுரையின்படி அப்படிச் செய்ததற்குப் பலனாக கச்சாரி அவனை மன்னித்தார். “என் மகள் சொன்னதால்தான் விடுகிறேன். கிராமத்தின் கட்டுப்பாட்டின்படி பழங்குடித் தலைவருக்குத் தெரியாமல் எந்தப் பிரச்சனையும் வேறு எந்த அதிகாரிகளுக்கும் செல்லக் கூடாது. வனத்துறை ஆட்கள் ஊருக்குள் வருவதை நங்கள் எப்போதும் விரும்புவதில்லை. எங்கள் வேட்டையில் நீ தலையிடாதே” எனச் சொல்லி அவன் தொடர்ந்து அந்த ஊரில் தங்க அனுமதித்தார்.

கச்சாரியின் வீட்டை விட்டு வெளியே வரும்போது. மீண்டும் கிராமம் முழுக்க பால்கன்களின் மரண ஓலம், அவை கொத்துக் கொத்தாக கொல்லப்படும் காட்சிகள், கிராமத்துக் காற்றை சுவாசித்தால்கூட மூச்சுக்காற்றில் முட்டும் பறவைகளின் சிறகுகள் என மயானமாய் காட்சியளித்தது. அவற்றைப் பார்க்கப் பொறுக்க முடியாமல் தனது புல்லட்டில் விரைவாகப் பறந்து அவனது அறையை அடைந்தான்.

நாள் முழுக்க அறையில் நன்றாக ஓய்வெடுத்தான். அன்று மாலை அவனது அறைக்கு வெளியே மலை உச்சியிலிருந்து பங்கிட்டி கிராமத்தைப் பார்த்தவாறு வெளியே போடப்பட்டிருந்த நாற்காலியில் அமர்ந்துகொண்டிருக்கும்போது காக்கி டி ஷர்ட், பேண்ட் என அணிந்தவளாய் ஒரு பெரிய கேமராவை கழுத்தில் மாட்டிக்கொண்டு தூரத்திலிருந்து “ஹாய்!” சொல்லியபடியே மீரா வந்தாள்.

“ஹலோ! எப்படி இருக்கீங்க?” எனக் கேட்டபடியே அவனுக்கு எதிர்புறமாக இருந்த நாற்காலியில் அமர்ந்தாள்

அதே நொடியில் ஓர் அற்புதமான காற்று “உஷ்ஷ்” என வீசியது. இதயத்தை வருடும் அந்த இதமான ஈரக்காற்று மீராவின் கேசம் கலைத்து அலையாய் எழும்பச் செய்து அழகாய் கடந்தது.

“பரவாயில்லை. ரொம்பவே பெட்டரா இருக்கு” என இயல்பைச் சொல்லி சில நொடிகள் அமைதி காத்தவன்,

“நீங்க செஞ்ச உதவிக்கு ரொம்ப நன்றி! நீங்க இல்லைன்னா எனக்கு இங்க ஒரு இடம் கிடைச்சிருக்காது. அப்புறம் உங்க டீமோட நட்பும் கிடைச்சிருக்காது. நான் இந்நேரம் எங்க இருந்திருப்பேன்னு தெரியல”

“எங்க போயிருப்பீங்க? அடுத்து எங்க போறதா திட்டம்?”

இந்தக் கிராமத்துலதான் எங்கயாவது இருந்திருப்பேன். எங்கயும் போயிருக்க மாட்டேன். அப்படிப் போறதுக்காக நான் 3000 கிலோமீட்டர் தாண்டி பைக் எடுத்துட்டு வரல. நான் இந்த ஆமூர் பால்கன்களை தேடித்தான் வந்தேன். அது பயணம் செய்யிற இடத்துக்கெல்லாம் போகணும்ங்குறதுதான் என்னோட திட்டம். எல்லாம் சுமுகமா இருந்திருந்தாகூட நான் என்னோட திட்டத்தை மாத்தியிருந்திருக்கலாம். ஆனா இங்க நடக்குறதையெல்லாம் பார்த்த அப்புறம்தான் என்னோட திட்டத்தை மாத்தக்கூடாதுன்னு ஒரு உந்துதலே பிறக்குது. நேத்து முடிவு பண்ணேன், இந்தப் பறவைகள் இந்தக் கிராமத்தை விட்டு சிறகடிச்சி சந்தோசமா போறவரைக்கும் நானும் இந்தக் கிராமத்துலதான் இருக்கணும்னு. எந்த நாள்ல ஒரு பறவைகூட இங்க இருக்கற மனிதர்களால் கொல்லப்படாம இந்தக் கிராமத்தை விட்டு போகுதோ அதே நாள் நானும் அந்தப் பறவைகளோட வழித்தடத்துல அதுங்க கூடவே போவேன்.” எனக் கண்களில் மின்னல் தெறிக்கச் சொன்னான்.

“நல்லா இருக்கே. பறவைகளை தேடித் 3000 கிலோமீட்டர் பைக்ல வந்திருக்கீங்க... அதோட பாதையிலே பயணிக்கிறது திட்டம்... ஏதோ கதையில படிக்குற மாதிரி இருக்கு. பறவைகள்ன்னா உங்களுக்கு அவ்வளவு பிடிக்குமா?”

“நீங்களும் பறவைகளையும் விலங்குகளையும் பிடிச்சுப்போய்த் தானே போட்டோ எடுக்குறீங்க. அப்படித்தான் இதுவும்”

"நீங்க எதுக்கும் நேரடியாவே பதில் சொல்ல மாட்டீங்களா?" என மீரா கேட்டுக்கொண்டிருக்கும்போதே...

விசும்பி விசும்பி வேகமாக வந்த சார்லஸ் படாரென கேசவனின் காலில் விழுந்தான்.

"சார்! எங்களை மன்னிச்சிடுங்க" என அழத்தொடங்கினான். அவன் நன்றாகக் குடித்திருந்தான். சாராய வாடை குப்பென அடித்தது. "டே எந்திரிடா! நீ என்னடா பண்ணுவ?" என அவனை எழுப்பினான். சார்லஸின் சத்தம் கேட்டு அலுவலகத்திலிருந்த பானுவும், ராம்கியும் அந்த இடத்திற்கு வந்தனர்.

சார்லஸ் மேலும் கத்தத் தொடங்கினான்

"நேத்து நடந்ததெல்லாம் கேள்விப்பட்டேன் சார்! நீங்க இங்க வந்துட்டதா சொன்னாங்க அதான் வந்தேன். எங்களை மன்னிச்சிடுங்க சார்" என அலறத் தொடங்கினான்.

"டே! நான்தான்டா உன்ன அடிச்சேன், நீ எதுக்குடா மன்னிப்புக் கேக்குற?" என கேசவன் கேட்டவுடன்...

"சார், என்னை அடிச்சிட்டு யாராவது போயிட முடியுமா? ஆனா நீங்க என்ன அடிச்சப்போ எனக்கு கோபம் வரல சார்! ஏன்னா நீங்க நல்லவரு, உங்க கோபம் நியாயமானது. நான், இந்தக் கிராமத்து மக்கள் எல்லாரும் செய்யிறது பாவம் சார்! கர்த்தர்கூட எங்களை மன்னிக்க மாட்டார்" என ஓங்கி அழுதான்.

"சார்லஸ், நீ கௌம்பு" என பானு அதட்ட...

"பானு..." என அவன் காலிலும் விழுந்தான் "எங்களை மன்னிச்சுடு பானு... நீ எப்படியெல்லாம் சொல்லியிருப்ப. ஆனா யாருமே கேக்கல, மன்னிச்சிடு பானு" என உளறினான்.

பிறகு எழுந்து கேசவனைப் பார்த்தவன் அழுதுகொண்டே பேசத் தொடங்கினான்

"சார், நாங்க எல்லாரும் பழங்குடிகள் சார். இந்தக் காட்டுலயே பொறந்து காட்டுலயே வாழுற சாதாரண மக்கள். எங்களுக்கு இந்தக் காட்டைத் தவிர எதுவும் தெரியாது சார்! இந்தக் காடு, இங்க வாழுற ஜீவன்கள் எல்லாமே எங்க உயிர் சார்! தேவைக்கு மட்டும்தான் வேட்டையாடுவோம்,

இனப்பெருக்க காலத்துல வேட்டையாட மாட்டோம். ஒரு விலங்குக் கூட்டத்துல ஒரே ஓர் ஆணோ, இல்ல ஒரே ஒரு பெண்ணோ இருந்தா அந்த கூட்டத்தை தொந்தரவு பண்ண மாட்டோம். ஆனா, எப்போ எங்களை எங்க காடுகள்கிட்ட இருந்து பிரிச்சாங்களோ, பணம்னு ஒண்ணு எப்போ இந்த ஊருக்குள்ள வந்துச்சோ, அப்போ இருந்து எல்லாமே மாறிடுச்சு.

மொதல்ல வேட்டையாடக்கூடாதுன்னு எங்களைச் சுட்டாங்க, போதும்னு நிறுத்திட்டு விவசாயம் மட்டும் செஞ் சோம், காடுகள்ல அதுவும் செய்யக்கூடாதுன்னு எங்களை திரும்பவும் சுட்டாங்க. வேண்டாம்னு உயிருக்குப் பயந்து வெளியேறி இந்த டோயாங் ஆத்துல மீன் புடிச்சி வித்து வாழ்க்கையை ஓட்டிட்டு இருந்தோம். ஆனால் ஓடுற ஆத்தத் தடுத்து அணை கட்டினாங்க, அதுல இருந்து மீன் வளமும் குறைஞ்சிடுச்சி. மீன் வளம் குறைஞ்சாலும் அணையை நோக்கி ஆமூர் பால்கன்கள் படையெடுக்க தொடங்கிச்சி. பிறகு மீன்வலைகள் எல்லாம் பறவை வலைகளா மாறிடுச்சு. இப்போ எங்களுக்கு வேற வழி தெரியல... ஒரு பால்கன் பறவை 25 ரூபாய் விலை போகுது. இந்த சீசன்ல இந்தப் பறவைகளைப் புடிச்சி உயிரோடவோ, இல்ல இறைச்சியாவோ வித்தா ரெண்டு மாசத்துல ஒவ்வொரு குடும்பமும் எண்பது ஆயிரத்துலயிருந்து ஒரு லட்சம் வரைக்கும் சம்பாதிக்க முடியும். இந்தத் தொகையை நான் வருஷம் பூராவும் மீன் புடிச்சாலும் சம்பாதிக்க முடியாது. இது எங்களுக்கு ரொம்ப பெரிய பணம் சார்! இந்தப் பணத்தை வச்சுதான் ஒரு வருஷம் முழுக்க ஓட்ட முடியும். இதை நாங்க செய்யலைன்னா, பட்டினியிலதான் சாகணும். இல்லை, உங்க தமிழ்நாட்டுக்கோ, இல்ல கேரளவுக்கோ வந்து உணவகங்கள்ல தட்டு கழுவணும்" என நிறுத்தியவன்...

"நாங்க விவசாயம் செஞ்சி பிழைச்ச வரைக்கும் ஒரு பறவையை வேட்டையாடியிருப்போமா? நாங்க விவசாயம் பண்ணா இந்தக் காடு அழிஞ்சிடுமாம், இந்தக் காடு எரிஞ்சிடுமாம், மரங்களை வெட்டுறோமாம். விவசாயம் பண்ணக்கூடாதுன்னு காட்டை விட்டுத் தொரத்திட்டாங்க சார்! விவசாயம் பண்ணக் கூடாதுன்னு தடை பண்ணிட்டாங்க சார்! அதையும் மீறி விவசாயம் பண்ணதுக்குதான்... பாருங்க" என அவன் காலை காட்டினான்.

துப்பாக்கி குண்டு பாய்ந்த வடு இருந்தது.

“அப்புறம் எங்களுக்கு என்ன சார் இருக்கு? அதான் வேற வழியில்லாம கனத்த மனதோடு இந்தப் பறவைகளைக் கொல்லுறோம்” என அவன் சொல்லி முடித்தபோது ஊதக்காற்று ‘ஓ’வென்ற சத்தத்துடன் பலமாக வீசிக் கடந்தது.

“என்னது, விவசாயம் பண்ணத் தடையா?” என அதிர்ச்சியுடன் கேட்டான் கேசவன்.

“ஆமாம். அவன் சொல்லுறது உண்மைதான். அதோ அங்க பாருங்க...” என மலையை நோக்கி பானு காட்டிய திசையில் ஆங்காங்கே துண்டு துண்டாக சில இடங்களில் நிலம் மரங்களின்றி தரிசாகக் காட்சியளித்தது.

அதெல்லாம் ஒரு காலத்துல நாங்க ஜூம்மிங் பண்ணிட்டு இருந்த இடம்தான். அது எங்களோட பாரம்பரிய விவசாய முறை. அதை நாங்க ஜூம்மிங்ன்னுதான் சொல்லுவோம். இந்தக் காட்டுல நாங்க தோன்றின காலத்துல இருந்து செய்யப்பட்ட விவசாய முறை. அதை சில வருஷங்களுக்கு முன்னாடி அரசாங்கம் தடை பண்ணிடுச்சி.

“விவசாயம் செய்யறதுல என்ன பிரச்சினை? அதை ஏன் தடை பண்ணணும்?” என கேசவன் கேட்டான்

“ஜூ விவசாயமுறை என்பது ஆதிகாலம்தொட்டுப் பழங்குடி மக்களால் பின்பற்றப்படுகிற பாரம்பரிய விவசாய முறை. இது சாதாரணமா ஒரே இடத்துல, ஒரே துண்டுநிலத்துல மாத்தி மாத்தி வெவ்வேற பயிர்களை எல்லா காலத்துலயும் பயிரிடுற விவசாய முறை இல்லை. இந்த விவசாயமுறைப்படி, பழங்குடிகள் காட்டுக்குள் சென்று விவசாயம் செய்யத் தேவையான துண்டுநிலத்தைத் தேர்ந்தெடுப்பாங்க. பின்னர் அந்த இடத்தோட மண்ணின் வளமைய தங்களோட பாரம்பரிய அனுபவ அறிவின் மூலம் ஆராய்வார்கள். அது செழிப்பான மண்ணாக இருக்கும்பட்சத்தில் அவ்விடத்தில் சில பாரம்பரிய சடங்குகள் செய்யப்பட்டு நிலம் முழுக்க உள்ள மரங்களும் புதர்களும் செடிகொடிகளும் வெட்டப்படும். வெட்டப்பட்ட பசுமையான மரங்களும் செடிகொடிகளும் உலர்ந்து ஈரப்பதத்தை இழக்கும்போது அவ்விடம் முழுக்க எரியூட்டப்பட்டு சாம்பலாக்கப்படும். பிறகு மழைக்காலம் வரை அப்படியே

விடப்படும். தாவரங்கள் எரிக்கப்பட்டபோது அங்கு உண்டான சாம்பல் பலவிதமான சத்துக்களைக்கொண்ட ஒரு புதிய மண் அடுக்கை அங்கு உருவாக்கும். அது ஏற்கெனவே அந்த மண்ணுல இருந்த களைகளையும் பூச்சிகளையும் கட்டுப்படுத்தியிருக்கும்.

மழை பெய்யத் தொடங்கியவுடன் பழங்குடிகள் அந்த இடத்தில் பயிர் செய்யத் தொடங்குவார்கள். தொடர்ச்சியாக பயிர் செய்வார்கள். அந்த மண் தனது வளத்தை இழந்து, பயிர் செய்யத் தகுதியற்றதாக மாறும்வரை அல்லது விளைச்சல் மூன்றில் ஒரு பங்காகக் குறையும்வரை இரண்டு ஆண்டுகளோ, மூன்று ஆண்டுகளோ பயிர் செய்துவிட்டு பிறகு அந்த இடத்தை விட்டு காட்டுக்குள் வேறொரு செழுமையான இடத்தை தேர்ந்தெடுத்து புதிதாக மீண்டும் பயிர் செய்வார்கள். இந்த இடைப்பட்ட காலத்தில் முன்பு பயிர் செய்து கைவிடப்பட்ட நிலமானது மீண்டும் தனது செழுமையை மெல்ல மெல்ல மீட்டெடுக்கும். அதற்கு குறைந்தது ஐந்து முதல் ஏழு ஆண்டுகள் வரை கூட ஆகலாம். அதுவரை பழங்குடிகள் தங்களது விவசாய நிலங்களை மாற்றிக்கொண்டேயிருப்பார்கள். கைவிடப்பட்ட நிலங்கள் தனது செழுமையை மீட்டெடுத்தபிறகு மீண்டும் அந்த இடத்திற்குச் சென்று, மரங்களை வெட்டி, எரித்து என மீண்டும் விவசாயம் செய்வார்கள். இப்படியாக இந்தச் செயல்பாடு சுழற்சிமுறையில் நடந்துகொண்டேயிருக்கும்.”

“மேலோட்டமா பார்த்தா இந்த விவசாயமுறை காடுகளை அழிக்கிறமாதிரி தெரியும். ஆனா அது உண்மையில்லை. உலகில் செய்யப்படுற வேறு எந்த விவசாய முறையை விடவும் இயற்கையான விவசாய முறை இது. உரமோ, பூச்சிக்கொல்லிகளோ பயன்படுத்தல. எந்த விலங்குகளுக்கோ, பறவைகளுக்கோ எந்தத் தீங்கும் ஏற்படுத்தலை. இயற்கையை மாசுபடுத்தலை. காட்டோட சூழலை எந்த விதத்துலயும் கெடுக்கல. மண்ணோட வளம் குறைஞ்ச அப்புறம் திரும்பவும் ஏழு வருஷம் வரைக்கும் விட்டு அந்த இடத்துல காடுகள் வளர அனுமதிக்கப்படும். ஆனால் அரசாங்கம் நாங்க மரங்களை வெட்டி, காடுகளை அழிக்கிறதாகவும் காட்டுத்தீ உண்டாக்குறதாகவும் சொல்லி தடை பண்ணிட்டாங்க. உண்மையா, எங்களால எப்போவும் காட்டுத்தீ உண்டானதேயில்ல. எங்க காடு இது. அதை நாங்களே எரிப்போமா?” என பானுவும் விளக்கினாள்

“நாங்க சொன்னாகூட எங்களோட வாழ்வாதாரத்துக்காக பேசுறோம்னு நீ நினைக்கலாம். இதோ மீரா இருக்கா, அவளையே கேட்டுப்பாரு. அவங்க மீரா மட்டுமில்ல முனைவர் மீரா. ‘ஜூம்’ விவசாய முறைய ஆராய்ச்சி பண்ணித்தான் முனைவர் பட்டம் வாங்கியிருக்கா. எங்களைவிட அவளுக்கு இதைப்பத்தி நல்லாவே தெரியும்” என மீராவைக் காட்டினாள் பானு. மீராவை சற்றே ஆச்சரியமாகப் பார்த்தவன் பிறகு கண்டுகொள்ளாததுபோல பானுவை நோக்கி,

“அப்போ உங்க பிரச்சினை ஜூம்மிங்க தடை பண்ணதுதான். அரசாங்கம் அந்தத் தடைய நீக்கிட்டா பறவைகளை வேட்டையாட மாட்டிங்களா?” என கேசவன் கேட்க...

“விவசாயம் இருந்தா நாங்க ஏன் சார் வேட்டையாடப் போறோம்” என சார்லஸ் போதை தெளிந்தவன்போல சொன்னான்.

“இதை இந்தக் கிராம மக்கள் எல்லாரும் ஒத்துப்பாங்களா?”

“கண்டிப்பா ஒத்துப்பாங்க சார்! ஆனா, இதெல்லாம் நடக்குற காரியமா?” என இழுத்தான் சார்லஸ்.

நம்பிக்கையோடு கூர்மையாக சார்லஸைப் பார்த்தவன் “நடக்கும். ஆனா எனக்கு உங்க மொத்த கிராம மக்கள் கிட்ட இருந்தும் ஒரு உறுதி வேணும். நீங்க பறவைகளை வேட்டையாடாம இருக்குறது மட்டுமில்ல, வெளியில இருந்து வேற யாரும் வேட்டையாடாமலும் பார்த்துக்கணும். அப்படி ஒரு உறுதி கிடைச்சா இன்னும் ஒரு வருஷத்துக்குள்ள நீங்க ஜூம்மிங் பண்ணுறதுக்கான உரிமையை என் உயிரைக் கொடுத்தாவது வாங்கிக் கொடுக்குறேன். நம்புங்க” என உறுதியளித்தான் கேசவன்.

“அது அவ்வளவு சுலபமில்லை கேசவன்! நாங்க கடந்த பத்து வருசமா போராடுறோம். மாநில அரசுக்கு இதுல எந்த அதிகாரமும் இல்ல. ஜூம்மிங்கப் பொறுத்தவரைக்கும் முடிவெடுக்குற அதிகாரம் இந்திய அரசாங்கம் கிட்டதான் இருக்கு. அமைதியான ஆர்ப்பாட்டமான எவ்வளவோ போராட்டங்களை இந்த நாகா நிலம் பார்த்துடுச்சி. ஆனால் அத்தனை போராட்டங்களையும் அரசாங்கம் ஆயுதங்களைக் கொண்டு அடக்கிடுச்சி. அதையும் மீறி போராட்டம் பண்ணா

பிரிவினைவாதிகள், நக்ஸலைட்டுகள்ன்னு போராட்டக்காரர்களை ஈவு இரக்கமில்லாம கொன்னுட்டு போயிட்டே இருப்பாங்க” என பானு தெளிவுபடுத்தினாள்

“இல்ல பானு! இந்த முறை நீங்க போராட்டம் பண்ணப்போறது இல்லை. வேடிக்கை மட்டும்தான் பார்க்கப் போறீங்க. எனக்கு இன்னும் 24 மணிநேரம் கொடுங்க. என்னோட திட்டத்தை நான் உங்களுக்கு தெளிவுபடுத்துறேன். திட்டத்தைக் கேட்ட பிறகு அதுல உங்களுக்கு நம்பிக்கையிருந்தா என் கூட நில்லுங்க. சேர்ந்து செயல்படுத்துவோம்” என கேசவன் சொல்ல, அவனது கையைப் பிடித்தா மீரா. “நான் உன்ன நம்புறேன் கேசவன்! என்ன செய்யணும்னு மட்டும் சொல்லு. சேர்ந்து பண்ணுவோம்” என சொன்னாள். “நானும் கூட இருக்கேன் சார்! உங்களுக்கு என்ன உதவி வேணும்னாலும் நானும் செய்யுறேன். என உறுதியளித்தான் சார்லஸ். பானுவும் ராம்கியும் மட்டும் அமைதியாக இருந்தனர்.

“கேசவன், தப்பா எடுத்துக்காத. நாங்க எத்தனையோ முயற்சி பண்ணிப் பார்த்துட்டோம். ஆனா எதுவும் நடக்கல. நீ ஏதோ சொல்லுறன்னு உடனே எங்களால எதுவும் சொல்ல முடியாது. மொதல்ல உன்னோட திட்டம் என்னன்னு நாளைக்குச் சொல்லு. அதுக்கு அப்புறம் எங்களோட முடிவை நாங்க சொல்லுறோம்” என ராம்கி அவனுக்குத் தோன்றியதை வெளிப்படையாக கூறினான்.

“பரவாயில்லை ராம்கி! நீங்க பொறுமையா சொல்லுங்க”. என சற்று யோசித்தவனாய்,

ஆமா, SUPER-X நிறுவனம் இங்க என்ன பண்ணிட்டு இருக்கு? அன்னிக்கு என்ன எல்லாரும் அடிச்ச இடத்துல இருந்த சரக்கு வண்டிகூட SUPER-X நிறுவனத்தோடதுதான். அவங்க எதுக்கு இங்க இருக்காங்க?” என கேசவன் கேட்டான்.

“அவங்க இந்தக் கிராமத்துக்கு நல்லதுதான் செஞ்சிட்டு இருக்காங்க கேசவன்! அவங்க தொண்டு நிறுவனம் மூலமா இந்தக் காட்டுல இருக்க அரிய விலங்குகளைப் பாதுகாக்க அரசாங்கத்துக்கு நிறைய பண உதவி செஞ்சிட்டு இருக்காங்க. ஆமூர் பால்கன்கள் அரிய வகைப் பறவைகள், அவற்றைக் கொல்லக் கூடாதுன்னு முதல்ல பரப்புரையை ஆரம்பிச்சி

வச்சதே அவங்கதான். ஆனா மக்கள் யாரும் கேக்குற மாதிரி இல்லை. துரதிஷ்டவசமா அவங்களோட பரப்புரைக்கு அப்புறமாதான் பால்கன்களோட வேட்டை இன்னும் தீவிரமாச்சு. ஆனாலும் இந்த மக்களை சந்திச்சி எடுத்துச் சொல்லிட்டேதான் இருக்காங்க. கூடவே அப்பப்போ இந்தக் கிராமத்துக்குள்ள வந்து அரிசி, பருப்புன்னு கிராம மக்களுக்கு ஏதாவது கொடுத்துட்டுப் போவாங்க. அதை ஏத்திட்டு வந்து மக்களுக்கு கொடுத்த அப்புறமா வண்டி காலியாதானே போகுதுன்னு இந்த டிரைவர் பசங்க இந்தப் பறவைகளை வச்சி திருட்டுத்தனமா லோடு அடிப்பாங்க. மத்தபடி அவங்களுக்கும் இதுக்கும் எந்த சம்பந்தமும் இல்லை. அவங்க இந்த ஊருக்கு நல்லதுதான் செஞ்சிட்டு இருக்காங்க" என ராம்கி விளக்கினான்

"சரி சரி... நேரமாச்சு. நாளைக்குப் பேசுவோம்... வாங்க, சாப்பிடப் போலாம்னு" பானு எல்லாரையும் அழைக்க... எல்லாரும் இரவு உணவுக்காகக் கலைந்து சென்றனர். இரவு உணவு முடித்து எல்லோரும் உறங்கிய பின்பும்கூட மடிக்கணினியை வைத்துக்கொண்டு கேசவன் மட்டும் மீண்டும் வெளியே பள்ளத்தாக்குகளைப் பார்த்தவண்ணம் தூரத்தில் ஒலிக்கும் பால்கன்களின் சத்தத்தைக் கேட்டவனாய் ஆழ்ந்த யோசனையில் மூழ்கிப்போயிருந்தான். பிறபாடு இரவு முழுக்க கண்ணுறங்காமல் தனது கணிணியில் எதையெதையோ மேய்ந்துகொண்டிருந்தான். வைகறை மெல்லொளி அவனை முத்தமிடும்வரை, அதிகாலையில் பால்கன் பறவைகள் அழகிய அலகுகளால் பாடும்வரை, காலைக் கதிர்கள் அவன் முகத்தில் வந்து மோதும்வரை கண்விழித்து யோசித்து யோசித்து அங்கேயே தூங்கிப்போனான்

மறுநாள் மாலை எல்லோரும் அதே இடத்தில் ஒன்று கூடி வட்டமாக அமர்ந்தனர். கேசவன் தனது திட்டத்தை விவரித்தான்.

"நான் ரொம்ப சுருக்கமாவே சொல்லிடுறேன். நாம ஒரு பிரச்சினையை உண்டாக்கணும், அதனால ஏற்படுற எதிர்வினைகளை பொறுமையா வேடிக்கை பார்க்கணும். பிறகு நாம உண்டாக்கின பிரச்சினைக்கு நாம ஏற்கெனவே தயாரா வச்சிருக்கிற தீர்வைச் சொல்லி பிரச்சினையைத் தீர்த்து

வைக்கணும். இதை ஆங்கிலத்துல Problem-Reaction- Solution அப்படின்னு சொல்லுவாங்க. உலகம் முழுக்க இருக்கக்கூடிய அதிகார வர்க்கத்தோட ஆஸ்தான சூத்திரம் இது. ஆனா இந்த முறை இந்த சூத்திரத்தை அதிகார வர்க்கத்துக்கு எதிராவே நாம பயன்படுத்தப்போறோம்

முதல்ல இங்க நடக்கக்கூடிய பறவைகள் வேட்டையை பெரிய பிரச்சினையாக்கணும். இதுவரைக்கும் இத அதிகபட்சம் அரசாங்கத்தோட காதுகள் வரைக்கும் கொண்டுபோயிருப்பீங்க. ஆனா இந்த முறை இதை உலகம் தழுவிய பிரச்சினையா மாத்தணும். அயல் நாடுகள் இதுல தலையிட்டு இந்திய அரசாங்கத்துக்கு அழுத்தம் கொடுக்கக்கூடிய அளவுக்கு பெரிய பிரச்சினையா மாத்தணும். உலக ஊடகங்கள் எல்லாத்தயும் அந்தப் பிரச்சினைக்காக இந்தக் கிராமத்தை நோக்கி திருப்பணும். அப்படி ஒரு பிரச்சினை உருவானதும் அரசாங்கம் கிராம மக்களை பறவைகளை வேட்டையாட வேண்டாம்னு தடுக்கும். ஆனால் எந்த வாழ்வாதாரமும் இல்லாம இருக்கக்கூடிய மக்கள் அதை ஏத்துக்க மாட்டாங்க. அரசாங்கத்துக்கு எதிரா போராடுவாங்க. இந்த முறை அரசாங்கத்தால அவங்கள பிரிவினைவாதிகள், நக்ஸலைட்டுகள்ன்னு அவ்வளவு எளிதில் கொன்று குவிச்சிட முடியாது. ஏன்னா உலக நாடுகளோட ஊடகங்கள் இங்க நடக்குற ஒவ்வொரு நகர்வையும் கண்காணிச்சிட்டு இருக்கும். பறவைகளைக் கொல்ல வேண்டாம்னு சொன்னதுக்கு எதிரா ஆரம்பிச்ச போராட்டம் வாழ்வாதாரத்தை ஏற்படுத்தச் சொல்லுற போராட்டமா மெல்ல திசை மாறும். அதுவரைக்கும் நாம வேடிக்கை பார்த்துட்டு இருக்கணும். பிரச்சினை தீவிரமாகும்போது ராம்கியும், பானுவும் போராட்டக்காரர்களோட கலந்து மெதுவா ஜூம்மிங் பண்ணுறதுக்கான உரிமையை நோக்கி மக்களை திசை திருப்பணும். ஒரு கட்டத்துல மக்கள் தானாவே தங்களுடைய வாழ்வாதாரத்துக்குத் தேவையான ஜூம்மிங் உரிமையைக் கொடுங்க பறவைகளை வேட்டையாட மாட்டோம்னு கேட்க ஆரம்பிப்பாங்க. அந்த நேரத்துல மீரா இந்திய அரசாங்கத்தோட உயர் அதிகாரிகளை சந்திச்சி தன்னோட ஜூம்மிங் பத்தின முனைவர்பட்ட ஆய்வறிக்கையை கொடுக்குறதோட மட்டுமில்லாம ஜூம்மிங் விவசாய முறையால காடுகளுக்கு எந்தப் பாதிப்பும் இல்லை என்பதை ஊடகங்கள்

கிட்டயும் மக்கள்கிட்டயும் கொண்டுபோய் சேர்க்கணும். ஒருபக்கம் உலக நாடுகளோட அழுத்தம், இன்னொரு பக்கம் மக்கள் போராட்டம், கூடவே 'ஜீ' விவசாயம் காடுகளுக்கு தீங்கு இல்லை என்ற பரப்புரை இதெல்லாம் சேர்ந்து நம்ம நினைச்சதை சாத்தியமாக்கும். என்னோட கணிப்பு சரியா இருந்தா அடுத்த ஆமூர் பால்கன் சீசனுக்குள்ள இதெல்லாம் நடக்கும்" என தனது திட்டத்தை விளக்கினான் கேசவன்.

"திட்டம் நல்லா இருக்கு கேசவன்! ஆனா, இதை எப்படி பெரிய பிரச்சினையா மாத்தபபோறோம்? அப்படியே ஏதாவது செஞ்சாலும், சாதாரணமா பறவைகளை வேட்டையாடுறது எப்படி சர்வதேசப் பிரச்சினையா மாறும்? அதெப்படி உலக நாடுகள் இதை தடுக்கச் சொல்லி இந்தியாவுக்கு அழுத்தம் கொடுக்கும்?" எனக் கேள்விகளை அடுக்கினான் ராம்கி.

"அதுக்கும் ஒரு திட்டம் இருக்கு ராம்கி! சாதாரணமான நம்ம குரல்கள் எல்லாம் இந்த உலகத்துல ஓங்கி ஒலிக்காது. ஆனா இந்த உலகமே பார்த்து பிரமிக்கிற ஒரு மிகப் பெரிய நிறுவனத்தோட குரலா அது ஒலிக்கும்போது இந்த உலகமே உற்று நோக்கும். இங்கதான் நாம SUPER-X நிறுவனத்தை அவங்களுக்கே தெரியாம பயன்படுத்தப் போறோம். இந்தப் பிரச்சினையை அவங்களோட குரலா உலகம் முழுக்க ஒலிக்க வைக்கணும். இதுவரைக்கும் சூப்பர் X களத்துல இருந்தாலும் அவங்க இதை ஒரு கிராமத்தோட பிரச்சினையாதான் பார்க்குறாங்க ஆனால் அவங்க மூலமாவே இதை உலகளாவிய பிரச்சினையா மாத்தப் போறோம். இந்தப் பிரச்சினையை உலக அரங்குக்கு கொண்டுபோன பிறகுதான் பிரச்சினை மேலும் வெடிக்கும். ஏன்னா நாடு விட்டு நாடு தாண்டி பறக்கும் பறவைகளைப் பாதுகாக்க உலக அரங்கத்துல தனியா ஐக்கிய நாடுகள் சபையோட ஒரு அமைப்பே செயல்படுது. Convention on the Conservation of Migratory Species of Wild Animals சுருக்கமா CMS அப்படின்னு சொல்லுவாங்க. இதுவரைக்கும் 55 நாடுகள் இந்தப் புரிந்துணர்வு ஒப்பந்தத்துல கையெழுத்து போட்டு புலம்பெயரும் பறவைகளைப் பாதுகாத்து வருது. ஆனா இந்தியா இன்னும் இந்தக் கூட்டமைப்புல உறுப்பினராகூட ஆகல. இந்த ஆமூர் பால்கன்கள் பிரச்சினை உலக அளவுல வெடிக்கும்போது இந்தியாவை CMS அமைப்புல சேரச்சொல்லி

உலக நாடுகள் அழுத்தம் கொடுக்க ஆரம்பிப்பாங்க. நமக்கும் அதுதானே வேணும்" எனப் புன்னகையோடு சொல்லி முடித்தான் கேசவன்.

"எல்லாம் சரிதான் ஆனா, SUPER-X நிறுவனம் இதுக்கு ஒத்துப்பாங்களா?" என பானு வினவினாள்.

"கண்டிப்பா ஒத்துக்க மாட்டாங்க. அதனாலதான் நாம SUPER-X நிறுவனத்துக்கிட்ட ஒத்துழைப்பு கேட்கப்போறது இல்ல. அதற்குப் பதிலா அவங்களுக்கே தெரியாம அவங்கள பயன்படுத்தப்போறோம்"

"அதான் எப்படி?" என பானு மீண்டும் கேட்க,

"அவங்க வலைதளத்த ஹேக்கிங் பண்ணி சில நாட்கள் நம்ம கட்டுப்பாட்டுல வச்சிருக்கப் போறோம்" என கேசவன் சொன்னதும் எல்லோரும் அதிர்ந்து போனார்கள்.

"யாரும் பயப்பட வேண்டாம். இதை நான் பார்த்துக்கிறேன். இதுக்கு முழுக்க முழுக்க நான் மட்டுமே பொறுப்பு. இதுல சின்னத் தவறு ஏற்பட்டாலும் அதுக்கும் உங்களுக்கும் எந்த சம்பந்தமும் இல்ல" என உறுதியளித்தான் கேசவன்.

"திட்டம் ரொம்பப் பிரமாதமா இருக்கு கேசவன்! எனக்கு ஓகே, நான் உன்கூட இருக்கேன் கேசவன்!" என நம்பிக்கையோயோடு சொன்னாள் மீரா. ராம்கியும் பானுவும்கூட நம்பிக்கை வந்தவர்களாக திட்டத்தை செயல்படுத்த உறுதியளித்தனர்.

மறுநாள் SUPER-X நிறுவனத்தின் வலைதளம் ஹேக் செய்யப்பட்டது. பங்கிட்டி கிராமத்தின் மூலை முடுக்குகளிலெல்லாம் ஆமூர் பால்கன்கள் வேட்டையாடப்படும் காணொளிகளும், புகைப்படங்களும் வலைதளத்தில் பதிவேற்றப்பட்டன. கூடவே SUPER-X நிறுவனம் புலம்பெயரும் பறவைகள் வேட்டையாடப்படுவதை எதிர்க்கிறது என்ற தலைப்பில் மிக நீளமான ஒரு கட்டுரை ஒன்று எழுதப்பட்டது. அடுத்த ஒரு மணிநேரத்தில் உலக ஊடகங்களில் பங்கிட்டி கிராமம் தலைப்புச் செய்தியானது. சமூக வலைதளங்களில் ஆமூர் பறவைகள் வேட்டையாடப்படும் காணொளிகளும் புகைப்படங்களும் காட்டுத்தீபோல பரவியது. உலகம் முழுக்க விரவிக்கிடக்கும் இயற்கை ஆர்வலர்களும், பறவை ஆர்வலர்களும்,

விலங்குகளை நேசிக்கும் பொதுமக்களும் கொந்தளித்தனர். செய்திகளைக்கேட்டு இந்திய அரசாங்கம் அதிர்ந்தது.

அடுத்த நாள் உலக ஊடகங்கள் பங்கிட்டி கிராமத்திற்குப் படையெடுத்தனர். அரசாங்கம் வனத்துறை அதிகாரிகளை அனுப்பி பறவைகள் வேட்டையைத் தடுக்க முயன்று மக்களின் எதிர்ப்பை எதிர்கொண்டது. மீறி வேட்டைத்தடுப்பு துரிதப்படுத்தப்பட்டபோது போராட்டம் வெடித்தது. ஒரு மாதத்தில் போராட்டம் மக்கள் வாழ்வாதாரப் போராட்டமாக அது உருப்பெற்றது. அப்போது திட்டமிட்டபடி பானுவும், ராம்கியும், சுபாராவும் போராட்டக் குழுவினரோடு கலந்து அதை ஜூம்மிங் உரிமையை கேட்கும் போராட்டமாக மடை மாற்றினர். பழங்குடிகளின் பாரம்பரிய விவசாயத்தைச் செய்யும் உரிமையைக் கொடுங்கள், வேட்டையாட மாட்டோம் என உலக ஊடகங்களில் கிராம மக்கள் கோரிக்கை விடுக்க ஆரம்பித்தனர். ஆமூர் பால்கன்கள் வேட்டையோடு சேர்த்து 'ஜூ' விவசாய முறையும் உலக அளவில் விவாதப்பொருளானது. அதே நேரத்தில் மீரா அரசாங்க உயர் அதிகாரிகளை சந்தித்து தனது ஆராய்ச்சி முடிவுகளைக் கொடுத்து ஜூம்மிங் தடையை நீக்குமாறு வலியுறுத்தினாள். கூடவே ஊடகங்களையும் சந்தித்து ஜூம்மிங் விவசாயமுறை காட்டுவளத்திற்கு எதிரானது அல்ல என்ற பரப்புரையும் மேற்கொண்டாள். நடக்கும் எல்லா நிகழ்வுகளையும் கண்காணித்து வந்த உலக நாடுகள் இந்தியாவை CMS ஒப்பந்தத்தில் கையெழுத்திடுமாறு வலியுறுத்தின. உலக அரங்கில் இது இந்தியாவின் கவுரவப் பிரச்சினையாகப் பார்க்கப்பட்டதால் போராட்டம் தொடங்கிய எட்டாவது மாதத்தில் மக்களின் கோரிக்கைக்கு அரசாங்கம் செவி சாய்த்தது. ஆராய்ச்சி முடிவுகளும் 'ஜூ' விவசாய முறைக்கு ஆதரவாக இருந்ததால் அந்தத் தடையை நீக்கியது. இறுதியாக மக்கள் போராட்டம் வென்றது. ஊடகங்கள் SUPER-X நிறுவனத்தைப் புகழ்ந்து தள்ளின. அதன் முன்னெடுப்பால்தான் மக்கள் வாழ்வாதரப் பிரச்சினை தீர்க்கப்பட்டதாகவும் பாராட்டித் தள்ளின.

ஆனால் கேசவனும் அவனது நண்பர்களும் அத்தோடு நிறுத்தவில்லை. பால்கன் பவுண்டேசன் சார்பாக பானு, ராம்கி, மீரா, கேசவன், சார்லஸ், சுபாரா என எல்லோரும்

பங்கிட்டி கிராமம் முழுக்க தொடந்து ஆமூர் பால்கன்களை பாதுகாக்க வேண்டும் என்ற பரப்புரைகளை மேற்கொண்டனர். அப்படிப் பாதுகாத்தால்தான் காடுகளின் இயற்கை சமநிலையைப் பேண முடியும் என்ற கோரிக்கைகளை முன்னெடுத்தனர். வயதானவர்கள், இளைஞர்கள், பள்ளி மாணவர்கள் என எல்லோரிடமும் இயற்கை சமநிலையைப் பேணுவதில் பறவைகளின் பங்களிப்பை பற்றி எடுத்துச் சொல்லி இனி ஒரு பறவைகூட வேட்டையாடப்படக் கூடாது என தீவிரமாக செயல்பட்டனர். ஆமூர் பால்கன்களுக்காக விழா எடுக்கப்பட்டது, மாணவர்களுக்கு ஆமூர் பால்கன் சம்பந்தமான ஓவியப் போட்டிகள், கட்டுரைப் போட்டிகள், பேச்சுப் போட்டிகள் என வைக்கப்பட்டு பறவைகளின் முக்கியத்துவத்தைப் பரப்பினர். அதன் உச்சமாக ஆமூர் பால்கன் பற்றி கேசவன் எழுதிய ஒரு கவிதைக்கு மீரா மெட்டமைக்க... அது ஆமூர் பால்கன் கீதம் என மாணவர்களுக்கு சொல்லிக் கொடுக்கப்பட்டது. பள்ளி மாணவர்களும் அதை சந்தோசமாகப் பாடித் திரிந்தனர். அதே வேளையில், பங்கிட்டி கிராம மக்கள் இனி ஆமூர் பால்கன் பறவைகளை வேட்டையாடுவதில்லை என முடிவெடுத்ததோடு நில்லாமல் வெளியாட்கள் யாரும் பறவைகளை வேட்டையாடுவதை அனுமதிக்கப்போவதுமில்லை என கச்சாரி முன்னிலையில் ஒவ்வொருவராக பூமியில் அடித்து சத்தியம் செய்துவிட்டுச் சென்றனர்.

மீண்டும் ஆமூர் பால்கன் பறவைகளின் அடுத்த பருவம் தொடங்கியது. அவை நாகா காடுகளில் சுதந்திரமாகச் சுற்றித் திரிந்தன. அந்தப் பருவம் முழுக்க நாகாலாந்துக் காடுகளில் ஒலித்த கீச்சொலி மலை முகடுகளெங்கும் எதிரொலித்தது, அதிர்ந்தது. பருவக்காலத்தின் முடிவில் ஆமூர் பால்கன்கள் பங்கிட்டி கிராமத்தைவிட்டு வெளியேறத்தொடங்கிய அதே நாளில் யாரிடமும் சொல்லிக்கொள்ளாமல் கேசவனும் வெளியேறினான்

கடல் மார்க்கமாக ஒவ்வொரு ஆண்டும் பாதை தவறாமல் பயணிக்கும் பறவைகளின் பயணம் அதிஅற்புதமானது. அதெப்படி அடுத்தடுத்த தலைமுறையைச் சார்ந்த பால்கன் பறவைகள் எவ்வளவு தடைகள் இருந்தாலும் பாதை மாறாமல் தென்னாப்பிரிக்கா வரை பயணிக்கிறது என்பது இன்னும்

மர்மமாகவே உள்ளது. கடல்வழியில் பாதை தவறாமல் பயணிப்பது என்பது அவ்வளவு எளிதல்ல. ஆனால் இந்தப் பறவைகள் ஒவ்வொரு ஆண்டும் அப்படிப் பயணிக்கின்றன. எதை ஆதாரமாக வைத்து இப்படிப் பறக்கின்றன? சூரியனின் திசையை வைத்தா? நட்சத்திரங்களின் நோக்கு நிலையை வைத்தா அல்லது ஏதாவது வாசனை அல்லது ஒலிகளின் நினைவாற்றலை வைத்தா அல்லது வேறு ஏதாவது விசித்திர வழிகாட்டி இருக்குமா என்பது இன்னும் விந்தையாகவே உள்ளது. பங்கிட்டி கிராமத்திலிருந்து இந்தப் பறவைகள் இனி தொடர்ச்சியாக 3000 கிலோமீட்டர் தூரம் எங்கும் நிற்காமல் ஏகாந்தமாய்ப் பறக்கும். ஓய்வின்றிப் பறந்து மேற்குத்தொடர்ச்சி மலை முகடுகளைத் தாண்டி இந்தியப் பெருங்கடலை இடைவிடாமல் கடக்கும். பறவைகள் இந்தியப் பெருங்கடலைக் கடக்கும் இதே பருவகாலத்தில்தான் கோடிக்கணக்கான தட்டான்பூச்சிகளும் தென்னிந்தியா மற்றும் மாலத்தீவு பகுதிகளிலிருந்து ஆப்பிரிக்காவை நோக்கிப் புலம்பெயர்வதால் ஆமூர் பால்கன்களுக்கு தட்டுப்பாடின்றி தட்டாம்பூச்சிகள் உணவாகின்றன. இந்தியப் பெருங்கடலின் மேற்பகுதியில் இடைவிடாமல் பறந்து சுமார் 60 மணிநேர பயணத்திற்குப் பிறகு கிழக்கு ஆப்பிரிக்க மண்ணில் தரையிறங்கி சோமாலியா, கென்யா நாடுகளுக்கு தனித்தனிக் குழுவாகச் சென்று, பின்னர் தென்னாப்பிரிக்காவின் சாவன்னாப் புல்வெளிகளைச் சென்றடையும்.

கேசவன் இனி பால்கன் பறவைகளைப் பின்தொடர்ந்து தென்னாப்பிரிக்கா செல்ல வேண்டும். இந்தியப் பெருங்கடலை பறவைகளைப்போல அவனால் பறந்து கடக்க இயலாது, விமானத்தில்தான் கடக்க இயலும். அதனால் அவனுக்கு அவனுடைய ராயல் என்பீல்டு புல்லட் தேவைப்படவில்லை என்பதால் அதைப் பங்கிட்டி கிராமத்திலேயே நிறுத்திவிட்டு வண்டியில் ஒரு கடிதத்தைச் சொருகிவிட்டு யாரிடமும் சொல்லாமல் ஊரை விட்டு கண்ணீர் பொங்க வெளியேறினான்.

∗

எங்கிருந்து தொடங்கியது எல்லாமும்? பரதேசிப்பட்டியின் புதர்க்காடுகளில் இருந்த லட்சக்கணக்கான மரங்கள் ஒரே நாளில் வெட்டி வீழ்த்தப்பட்டதைப் பார்த்துக் கதறி நின்றபோதா? வேடி வேப்பமரத்தை வெட்ட வேண்டாம் எனக் கட்டிப்பிடித்து கெஞ்சியபோதா? வறண்ட நிலத்தின் வெடிப்புகளுக்கிடையே விஷம் குடித்து வீழ்ந்து கிடந்த விவசாயிகளின் பிணங்களை சுற்றிக் கழுகுகள் வட்டமிட்டுக் காட்டிக்கொடுத்த காட்சிகள் கனவிலும் வந்து மிரட்டியபோதா? வாழ வழியின்றி கிராமத்தில் வாழ்ந்த மக்களெல்லாம் விவசாய நிலங்களை விட்டுவிட்டு சாரை சாரையாக நகரங்களுக்கு நகர்ந்து சென்றதை வேதனையோடு வேடிக்கைப் பார்த்தப்போதா? எங்கிருந்து தொடங்கியது எல்லாமும்? என்னைச் சுற்றி நடக்கும் அநியாயங்கள் என்னை ஒவ்வொரு நாளும் மாற்றிக்கொண்டிருந்தது. இந்தச் சமூகத்தின் மீதான கோபம் கொப்பளித்தது. ஆனால் என்ன செய்துவிட முடியும்? ஏதோ ஒரு மூலையில் இருந்துகொண்டு யார் யாரோ எனக்கான மாற்றங்களை நிகழ்த்திக்கொண்டிருக்கிறார்கள். அவர்களையெல்லாம் என்ன செய்துவிட முடியும்? கோபம் வரும், ஆத்திரம் வரும், கூடவே அழுகையும் வரும். ஆனால், எனக்கு மட்டும் ஏன் கோபம் வரவேண்டும்? யாரோ ஒருவன் எங்கோ உள்ள

மரத்தை வெட்டினால் எனக்கு ஏன் கோபம் வரவேண்டும்? யாரோ ஒருவன் எங்கோ உள்ள பறவையின் சிறகினை முறித்தால் எனக்கு ஏன் கோபம் வர வேண்டும்? யாரோ ஒருவன் யாருடைய வாழ்வாதாரத்தையோ சுரண்டினால் மற்றவர்களுக்கு வராத கோபம் எனக்கு மட்டும் ஏன் வரவேண்டும் எனக் கேள்விகளால் என்னை நானே துளைத்தபோதுதான் புரிந்தது. ஏனென்றால் இந்த ஒட்டுமொத்த உலகையும் என்னுடையதாகப் பார்க்கிறேன். இந்த உலகம் என்னுடையது, இந்த மொத்த பூமியும் அதிலுள்ள காடுகள், மலைகள், நதிகள், ஓடைகள், வீசும் காற்று, வெளிச்சம் என எல்லாவற்றையும் எனக்கானதாகப் பார்க்கிறேன். இங்கு வாழும் ஒவ்வொரு உயிர்களும் என் உறவு, சுற்றுச்சூழலின் ஒவ்வொரு அங்கமும் என் அங்கம். இதை நான்தான் காக்கவில்லையென்றால் வேறு யார்தான் காக்க முடியும்?

ஒரு கட்டத்தில் என்னைச் சுற்றி நடக்கும் அநியாயங்களை வேடிக்கை பார்ப்பதை விட்டுவிட்டு அவற்றைத் தடுக்க விடை தேட ஆரம்பித்தேன். அநீதி இழைக்கப்படுவதிலும் வெவ்வேறு அடுக்குகள் இருக்கத்தான் செய்கின்றன, அதனால் அநீதியின் ஆதி ஊற்றை தேடத் துவங்கினேன். எந்தத் திசையிலிருந்து தேடினாலும் எல்லா முடிவுகளும் அநியாயத்தின் மூலமாக அதிகார வர்க்கத்தையே கை காட்டின. தனது சுயநலத்திற்காக அதிகாரம் எப்போதும் தனது கட்டுப்பாட்டிலேயே இருக்க வேண்டும் என்பதற்காக ஆதிக்க வர்க்கத்தினர் நடத்தும் ஆணவ ஆட்டமே அநீதியின் பிறப்பிடம் எனப் புரிய வந்தது. அதிகாரம் என்ற போதையைச் சுற்றியே உலகம் சுழல்கிறது. இவ்வுலகின் மாபெரும் பேரழிவுகளெல்லாம் நிகழ்த்தப்பட்டது எதற்காக? இந்தப் பூலோகத்தின் பாதி வளங்கள் கொள்ளையடிக்கப்பட்டது எதற்காக? இவ்வுலகில் போர் மேகங்கள் சூழ்வதும், பொருளாதாரம் வீழ்வதும் எதற்காக? யாருக்காக? எல்லாமே அதிகாரத்தைக் கைப்பற்ற ஆளும் வர்க்கத்திற்குள் நடக்கும் போட்டிதான் எனப் புரியவந்தது. அவர்கள் ஒட்டுமொத்த உலகையும் கட்டுக்குள் கொண்டுவர போட்டியிடுகிறார்கள், உலக மக்களை அவர்களின் ஆணைக்கிணங்க அடிபணிய வைக்கப் போட்டியிடுகிறார்கள். இன்னும் சொல்லப்போனால், தங்களை இப்பூவுலகின் கடவுளாக அறிவித்துக்கொள்ளப்

போட்டியிடுகிறார்கள். அதிகார வர்க்கத்தைப் பொறுத்தவரை, இவ்வுலகில் காலியாக இருக்கும் ஒரே நாற்காலி, அது கடவுளின் நாற்காலிதான். அதை அடையப்போவது யார் என்பதுதான் உலக அதிகாரப் போட்டியின் மையப்புள்ளி. கடவுளின் நாற்காலியைக் கைப்பற்ற அதிகார வர்க்கத்தினர் ஏந்தி நிற்கும் ஆயுதம்தான் தொழில்நுட்பம் எனப் புரிந்தது. அவர்களைப் பொறுத்தவரை அறிவியல் என்பது ஒரு மதம், ஆனால் அதன் கடவுள் யார் என இன்னும் அறிவிக்கப்படவில்லை. அந்தக் கடவுளுக்கான இடத்தை அடையத்தான் இத்தனை போட்டியும் நடந்துகொண்டிருக்கிறது எனப் புரிய வந்தது.

எந்த ஆயுதத்தை வைத்து இவ்வுலகை ஆட்டிப்படைக்க நினைக்கிறார்களோ அதே ஆயுதத்தால் அவர்களை எதிர்கொள்ள வேண்டும், குறைந்தபட்சம் என்னைச் சுற்றி நடக்கும் அநீதிகளையாவது முறியடிக்க வேண்டுமென முடிவெடுத்து நவீன தொழில்நுட்பங்களைத் தேடித் தேடிப் பயின்றேன். குறிப்பாக கணினி மென்பொருள் துறையை அணு அணுவாகப் பிரித்தெடுத்துக் கற்றுத் தேர்ந்தேன். என்னால் இவ்வுலகின் எந்தவொரு கணினியின் தகவல்களையும் திருட முடியும், எந்த நிறுவனத்தின் ரகசியங்களையும் அறிய முடியும், எந்த வலைதளப் பக்கத்தையோ, எந்த இணைய முகவரியையோ எனதாக்கிக்கொள்ள முடியும் என்ற அளவுக்கு தொழில்நுட்பங்களைக் கற்றுத் தேர்ந்தேன். அதுதான் SUPER-X நிறுவனத்தின் இணையதளத்தை இரண்டு நாட்கள் என் கட்டுப்பாட்டில் வைத்திருக்க உதவியது.

பங்கிட்டி கிராமத்தைப் பொறுத்தவரை எல்லாமே மிக நேர்த்தியாகக் கட்டமைக்கப்பட்டிருந்தது. ஆனால் அங்கு எனக்கு உறுத்திய ஒரே பெயர் SUPER-X. உலக நாடுகளின் அரசாங்கங்களே செய்ய முடியாத சாதனைகளை விண்வெளியில் நிகழ்த்திக்கொண்டிருக்கும் ஒரு நிறுவனம்தான் SUPER-X. விண்வெளி ஆராய்ச்சியில் ஈடுபட்டுக்கொண்டிருக்கும் SUPER-X நிறுவனம் நாகாலாந்துக் காடுகளில் கால் ஊன்றியிருப்பதன் ரகசியம் என்ன என்பதைத்தான் யூகிக்க முடியாததாக இருந்தது. புதிய புதிய கிரகங்களைக் கண்டுபிடிப்பது, அதில் மனிதர்களைக் குடியமர்த்த திட்டம் தீட்டுவது, குறிப்பாக செவ்வாயில் புதிய

அதியமான் கார்த்திக் | 49

காலனிகளை அமைப்பதில் தீவிரமாக செயல்படும் ஒரு மிகப்பெரிய நிறுவனம் பங்கிட்டி மாதிரியான ஒரு சின்னஞ்சிறு கிராமத்தின்மீது ஏன் அக்கறை செலுத்தவேண்டும் என்பதுதான் எங்கோ இடித்தது. புரியாத புதிராக இருந்தது. என்னதான் அவர்களது தேவை எனத் தோண்டத் தோண்ட எந்தத் தடயமும் கிடைக்கவில்லை. ஆனாலும் ஏதோ ஒன்று தவறாக இருப்பதாக உள்மனதில் உறுத்திக்கொண்டேயிருந்தது. பிறகு உண்மையாகவே அவர்கள் சேவை மனத்தோடு கிராமத்திற்கு உதவத்தான் இருக்கிறார்கள்போல என முடிவுக்கு வந்தவனாய்தான் அவர்களின் இணையத்தைக் கைப்பற்றினேன். அப்படிக் கைப்பற்றியபோதுதான் ஓர் உண்மை தெரியவந்தது.

ஆறு ஆண்டுகளுக்கு முன்பாக சூப்பர் X நிறுவனம் குயின் ஹைட்ரோகார்பன் என்ற நிறுவனத்தின் அறுபது சதவீதப் பங்குகளை வாங்கியிருக்கிறது. தங்களது ராக்கெட்டுகளுக்கு தேவையான எரிபொருள் தேவையை பூர்த்திசெய்ய குயின் ஹைட்ரோகார்பன் நிறுவனத்தில் முதலீடு செய்ததாகவும் அச்சமயம் அறிவித்திருந்தது. பிறகு குயின் ஹைட்ரோகார்பன் பற்றிய தகவல்களை எதேச்சையாகத் தேடியபோதுதான் மேலும் ஒரு செய்தி கண்ணில் பட்டது. தென்னாப்பிரிக்காவின் கிகுயூ மலையைச் சுற்றியுள்ள பகுதிகளில் ஏராளமான மீத்தேன் இருப்பதாகவும் அங்குள்ள மீத்தேனை எடுக்க தென்னாப்பிரிக்க அரசாங்கத்துடன் குயின் ஹைட்ரோகார்பன் நிறுவனம் ஒப்பந்தம் போட்டுள்ளதாகவும் அறிய நேர்ந்தது. அவர்கள் மீத்தேன் எடுக்கத் தேர்ந்தெடுத்த கிகுயூ மலையும் அதைச் சுற்றிய விவசாய நிலப்பகுதியைப் பற்றியும் இணையதளங்களிலும், வெவ்வேறு நாளிதழ் செய்திகளிலும் தேடியபோதுதான் அடுக்கடுக்கான அதிர்ச்சிகரமான உண்மைகள் தெரிய வந்தன

இவ்வுலகில் சுமார் 300 பேர் மட்டுமே உள்ள ஆதிக்குடிகளான கிகுயூ இனப்பழங்குடிகள் வாழும் ஒரே ஒரு இடம்தான் கிகுயூ மலை. சுமார் 1300 மீட்டர் உயரம் மட்டுமே கொண்ட கிகுயூ மலை செழிப்பான தாவரங்கள் மற்றும் அரியவகை விலங்குகளைத் தன்னகத்தே கொண்ட பசுமையான உயிர்க்குவியல். அது 6 சதுர கிலோமீட்டர் வரை பரந்த அற்புதமான பல்லுயிர் உலகம். ஒரு பிரமாண்டமான தானியக்

குவியல்போல அமைந்திருக்கும் கிகுயூ மலையடிவாரத்தில் சுற்றிலும் சுமார் 12 கிலோமீட்டர் வரை உள்ள நிலப்பகுதி கிகுயூ மலையிலிருந்து உருவாகும் அருவிகளும் நீர்வீழ்ச்சிகளும் முத்தமிட்டுப்பாயும் சொர்க்க பூமி. வளமான மண்வளம் கொண்ட அந்தப் பகுதி விவசாயம் கொழிக்கும் மக்காச்சோளக் களஞ்சியமாகத் திகழ்ந்தது. ஏறக்குறைய 7000 பேர் கொண்ட அகோயா இனப்பழங்குடிகள் இப்பகுதியில் விவசாயம் செய்து மகிழ்ச்சியாக வாழ்ந்து வந்தனர். ஆறு வருடங்களுக்கு முன்பு அந்த இடத்தில் மீத்தேன் இருப்பது கண்டுபிடிக்கப்பட்டது. பின்னர் அங்குள்ள மீத்தேனை எடுப்பதற்காக தென்னாப்பிரிக்க அரசாங்கமும் குயின் ஹைட்ரோகார்பன் நிறுவனமும் ஒப்பந்தம்போட்டு அங்குள்ள மீத்தேனை எடுப்பதற்காக கிகுயூ மலையடிவாரத்திலுள்ள சுமார் 7000 அகோயா மக்களை வெளியேற்ற முடிவு செய்து மாற்று இடம் தருவதாக மக்களிடம் பேசி வெளியேறச் சொன்னது.

ஆனால் வளமான அந்த விவசாய நிலங்களை விட்டுப்போக மக்கள் மறுத்தனர். நிலங்களை ஒப்படைக்க முடியாது எனக் கடுமையாகப் போராடினர். அரசாங்கம் மக்கள் போராட்டங்களைக் கட்டுப்படுத்தத் திணறியது. அதே நேரத்தில் கிகுயூ மலையிலிருந்து வரும் அருவிகளின் தண்ணீரைத் தடுத்து மின்சார உற்பத்திக்கு எனச் சொல்லி ஒரு சிறிய அணையைக் கட்டியது அரசாங்கம். மக்கள் விவசாயம் இருப்பதால்தானே இந்த இடத்தைக் கொடுக்க மறுக்கிறார்கள். விவசாயத்திற்குத் தேவையான தண்ணீரைத் தடுத்து நிறுத்தினால், தண்ணீரை மலையடிவார கிராமங்களுக்குச் செல்ல விடாமல் வேறொரு திசைக்குத் திருப்பினால் விவசாயம் செய்ய முடியாமல் பஞ் சத்தில் தாமாகவே முன்வந்து நிலங்களை ஒப்படைப்பார்கள் என்பதுதான் அரசாங்கத்தின் திட்டம். ஆனால் அணை கட்டித் தண்ணீரைத் தடுத்து நிறுத்தி செயற்கையாக பஞ்சத்தை உருவாக்க நினைத்த அரசாங்கத்தின் எண்ணத்தைத் தவிடுபொடியாக்கினாள் இயற்கை அன்னை. அதுநாள்வரை சரிவர மழை பொழியாத அந்தக் கிராமங்களில் அணை கட்டியதிலிருந்து மிகச் சிறப்பான மழை பெய்யத் தொடங்கியதால் அணை கட்டி நீரைத் தடுத்தது அரசாங்கத்திற்குப் பயனளிக்காமல் போனது.

இன்னும் சொல்லப்போனால் நிலங்களைப் பிடுங்க முடியாமல் மக்களிடம் அரசாங்கம் தோற்றுப்போனது. இதுதான் நான் இணையதளத்திலும், பழைய நாளிதழ்களில் இருந்தும் கிகுயூ மலையாடிவாரத்தைப் பற்றித் தெரிந்துகொண்ட செய்தி. ஆனால் இந்தச் செய்திகள் மேலும் பல சந்தேகங்களைத் திறந்துவிட்டது. ஏனென்றால் நாகாலாந்திலிருந்து ஒவ்வொரு ஆண்டும் சிறகடித்துப் புறப்படும் ஆமூர் பால்கன் பறவைகள் கடைசியாகச் சென்றடையும் இடம்தான் தென்னாப்பிரிக்காவில் உள்ள இந்த கிகுயூ மலைப்பகுதி. ஆனால், நாகாலாந்தில் பறவைகள் கொல்லப்படுவதற்கும் தென்னாப்பிரிக்காவின் குக்கிராமங்களில் மீத்தேன் எடுப்பதற்கும் என்ன சம்பந்தம் இருக்கப்போகிறது? பறவைகளுக்கும் மீத்தேனுக்கும் என்ன சம்பந்தம் என மேலும் ஆராய்ந்தபோதுதான் சங்கிலிடத்தொடர்போல பல்வேறு பிரச்சினைகள் பின்னிப்பிணைந்திருப்பது அதிர்ச்சியூட்டியது

கிகுயூ மலையடிவாரத்தில் செயற்கையான பஞ்சத்தை ஏற்படுத்தி அகோயா மக்களை வெளியேற்றும் திட்டம் தோல்வியில் முடிந்ததால் குயின் ஹைட்ரோகார்பன் நிறுவனத்தின் தாய் நிறுவனமான SUPER-X நிறுவனம் நேரடியாகக் களத்தில் குதித்தது. அது எந்தவிதத்திலும் யாருக்கும் புரியாதவாறு மிக நேர்த்தியான திட்டம் ஒன்றைத் தீட்டியது. அதிகார வர்க்கத்தின் ஆஸ்தான சூத்திரமான Problem-Reaction-Solution என்ற விதிமுறையின்படி கட்டமைக்கப்பட்ட அந்தத் திட்டத்தின்படி நாகாலாந்தின் காடுகளில் உள்ள அரியவகை விலங்குகளைப் பாதுகாப்பதாய் சொல்லி அரசாங்கத்திற்கு நிதியுதவி செய்து நாகா காடுகளில் புகுந்தது. காடுகளுக்குள் புகுந்த சில நாட்களிலேயே பழங்குடிகள் காடுகளில் 'ஜூம்' விவசாயம் செய்வதால் காடுகள் அழிக்கப்படுகின்றன, காட்டுத்தீ ஏற்படுகிறது என அரசாங்கத்தை எச்சரித்தது. பின்னர் செயற்கையாக அவ்வப்போது ஆங்காங்கே காட்டுத்தீயை ஏற்படுத்தி அது 'ஜூம்' விவசாயம் செய்ததால்தான் ஏற்பட்டது என அரசாங்கத்திற்கு அறிக்கைகளை சமர்ப்பித்து கூடவே அரசாங்கத்திற்கான நிதியைக் கூட்டி வழங்கி ஜூம்மிங்கை தடை செய்ய வைத்து பிரச்சினையைத் தொடங்கிவைத்தது SUPER-X. காடுகளிலிருந்து வெளியேற்றப்பட்டு வாழ்வாதாரத்தை இழந்து நிற்கும் பழங்குடிகளிடம் சென்று பால்கன் பறவைகள்

அரியவகைப் பறவைகள், அவை விலைமதிப்பு மிக்கவை. அவற்றை ரஷ்யாவில் வேட்டையாடித் தின்கிறார்கள். அதைப்போல நீங்களும் வேட்டையாட வேண்டாம் என உளவியல்ரீதியாக மக்களை வேட்டையாடத் தூண்டியுள்ளது. அதுவரை வேட்டையாடப்படாமலிருந்த பால்கன் பறவைகள் அப்போதிருந்துதான் நாகாலாந்தில் வேட்டையாடப்பட்டுள்ளன என்ற உண்மை அப்போதுதான் எனக்கு விளங்கியது.

கிகுயூ மலையடிவாரத்தில் டிசம்பர் மற்றும் ஜனவரி மாதங்கள் மிக முக்கியமானவை. ஏனென்றால் அதுதான் அறுவடைக்காலம். இந்த அறுவடைக்காலத்தில் கண்ணுக்கெட்டிய தூரம்வரை பசுமை பொங்கப் பயிர்கள் செழித்து வளர்ந்திருக்கும். நீண்ட நெடிய பசுமைப்பரப்பினால் கவரப்பட்ட கோடிக்கணக்கான பூச்சிகள் கிகுயூ மலையிலிருந்து வயல்வெளிகளை நோக்கிப் படையெடுக்கும். இந்தப் படையெடுப்பு சாதாரணமானதாக இருக்காது. காட்டில் உள்ள செடிகொடிகளை மட்டுமே சுவைத்து வந்த பூச்சிகளுக்கு வயல்வெளிகளில் வேட்டையாடித் திண்பது மிக விருப்பமான உணவை திண்பதைப்போல. எனவே கட்டுப்படுத்த முடியாத அளவுக்கு வெட்டுக்கிளிகள், பலவகைப்பட்ட பயிருண்ணும் புழுக்கள், கரையான்கள், வெவ்வேறு வகையான வண்டுகள் என கோடிக்கணக்கான பூச்சிகள் பயிர்களைத் தாக்கி அழிக்கத் தொடங்கும். இவற்றை எந்தப் பூச்சிக்கொல்லிகளைக் கொண்டோ, பொறிகளைக்கொண்டோ, நவீன விவசாயத் தொழில்நுட்பங்களைக்கொண்டோ கூட கட்டுப்படுத்துவது சாத்தியமில்லை. ஆனால் அதே பருவத்தில் நாகாலாந்திலிருந்து கடல்தாண்டிச் சீறிவரும் லட்சக்கணக்கான ஆமூர் பால்கன்கள் பூச்சிகளைத் தாக்கி பயிர்களை சேதப்படுத்தாதவாறு வேட்டையாடி அழிக்கும். கோடிக்கணக்கான பூச்சிகளுக்கும் லட்சக்கணக்கான பறவைகளுக்கும் நடக்கும் போரில் பூச்சிகளைக் கொன்று பறவைகள் பயிர்களைக் காக்கும். கூடவே கிகுயூ மலையிலுள்ள மற்ற பறவைகளும் ஆமூர் பால்கன் பறவைகளுடன் சேர்ந்து பூச்சிகளைக் கட்டுப்படுத்தி விவசாயிகளைக் காக்கும். ஒருவேளை ஆமூர் பால்கன்கள் தென்னாப்பிரிக்கா திரும்பவில்லையென்றால் பயிர்கள் பூச்சிகளால் தாக்கப்பட்டு எதுவுமே எஞ்சியிருக்காது. அதனால்தான் SUPER-X நிறுவனம் பால்கன்களை குறிவைத்தது.

அவை நாகலாந்தைத் தாண்டிச் செல்லாதவாறு கடந்த ஆறு வருடங்களாகக் கட்டுப்படுத்தி வைத்திருந்திருக்கிறது.

கடந்த ஆறு வருடங்களாக பால்கன் பறவைகள் செல்லாத கிகுயூ மலை அடிவாரக் கிராமங்கள் தற்போது எப்படியிருக்கும்? மக்கள் இன்னும் அரசாங்கத்திற்கெதிராகப் போராடிக்கொண்டிருப்பார்களா? இல்லை, நிலங்களை ஒப்படைத்துவிட்டு வெளியேறியிருப்பார்களா? நிலங்கள் மீத்தேன் எடுப்பதற்காக தோண்டப்பட்டிருக்குமா? என்ன நடந்திருக்கும் என நினைத்தபோதே நெஞ்சம் பதறியது. ஒருவேளை மக்கள் இன்னும் அரசாங்கத்திற்கெதிராகப் போராடிக்கொண்டிருந்தால் அவர்களிடம் நாகாலாந்தில் இனி பறவைகள் கொல்லப்படாது, பால்கன்கள் கிகுயூ மலையை நோக்கி வந்துகொண்டிருக்கின்றன என்ற உண்மையைச் சொல்லி அவர்களை மகிழ்ச்சிக்கடலில் ஆழ்த்தலாம். இவற்றை எல்லாம் நான் மீராவிடமாவது சொல்லியிருக்கலாம். அவள் மட்டும்தான் என்னை முழுமையாக நம்பியவள். நான் எடுத்த எந்த முடிவையும் ஆதரித்துத் துணையாக நின்றவள். மீரா மட்டுமல்ல பானு, ராம்கி, சுபாரா, சார்லஸ் என எல்லோருமே பங்கிட்டியில்தான் இருக்க வேண்டும். இனி நாகாலாந்தில் அசம்பாவிதம் ஏற்பட்டால் அதைத் தடுக்கும் அரண்களாக அவர்கள் அங்கிருப்பதுதான் சரி. அதுமட்டுமில்லை, நான் இனி மோதப்போவது SUPER-X என்ற பேரண்டத்தை ஆளத்துடிக்கும் ஒரு வலிமை வாய்ந்த சக்தியிடம். அது அவ்வளவு சுலபமாக இருக்கப்போவதில்லை. தென்னாப்பிரிக்காவில் எனக்கு எதுவும் நடக்கலாம். இதுவரை நான் தேடிச்சென்ற SUPER-X நிறுவனம் இனி என்னைத் தேடத் தொடங்கியிருக்கும். ஏனென்றால் பெருங்கோ, தோற்பதை விரும்பாதவன். ஆனால் இந்த மொத்த உலகமும் என்னுடையது. அதை நான் காக்காமல் வேறு யார் வந்து காப்பார்கள்?

*

வெய்யிலின் வெம்மை வதைத்துக்கொண்டிருந்தது. கண்ணுக்கெட்டிய தூரம்வரை வெறும் வறண்ட புல்வெளிகள் வானம் வரை நீண்டு காட்சியளித்தது, தரிசு நிலம் முழுக்க அனலில் தகித்துக்கொண்டிருந்தது. கிகுயூ மலையைத்தவிர அங்கு பசுமை என்பது எங்கும் இல்லை. காய்ந்த புல்வெளிகளும் கறுப்பு மனிதர்களையும் தவிர வாழும் உயிர் என்று எதையும் உறுதியாகச் சொல்ல முடியாது. அங்கு அறுவடைக்காலம் என்பது பட்டினியையும் மரணங்களையும் கலவரங்களையும் அறுவடை செய்துகொண்டிருந்தது. வறட்சி, பஞ்சம், பசி பட்டினிச் சாவுகள் அகோயா மக்களை வெறி பிடித்தவர்களாக மாற்றியிருந்தது. அவர்களின் தேகங்கள் கரிய நிறம் கொண்ட கருவாடுகளைப்போல சுருங்கி காய்ந்து வயிற்றில் எலும்புகள் துருத்திக் காட்சியளித்தது. வீதிகளெங்கும் வயிறு ஒட்டிய அம்மணமான கறுப்புக் குழந்தைகள் ஓடி விளையாட சத்தற்றவர்களாக ஊர்ந்து ஊர்ந்து உணவைத் தேடிப் புல்வெளிகளில் புகுந்து அலைந்துகொண்டிருந்தனர். ஆங்காங்கே விழுந்துகிடந்த பிணங்களைக் கழுகுகளும் நரிகளும் கூட்டாகக் குதறித் தின்றுகொண்டிருந்தன. ஒரு சிறுவர் கூட்டம் ஒரு பிணத்தைச் சுற்றிக் குதறிக்கொண்டிருந்த நரிகளின்மீது கற்களை எறிந்து துரத்தினர். ஆனாலும் நரிகள் நகராமல் அந்தப் பிணத்தைச் சுற்றியே வட்டமடித்துக்கொண்டிருந்தன.

சிறிது நேரத்திற்குப்பிறகு நரிகளையும் கழுகுகளையும் பொருட்படுத்தாத சிறுவர்கள் அவற்றோடு சேர்ந்தவாறு பிணங்களைத் தின்னத் தொடங்கினர். அதே நேரத்தில் அங்கே ஓடோடி வந்த வந்த சில இளைஞர்கள் தாங்கள் வைத்திருந்த ஈட்டிகளை நரிகளை நோக்கி வீசினர். அதில் ஒரு நரி ஈட்டி தாக்கி துடித்துச் சரிந்து விழ... அதனை ஓர் இளைஞன் தர தரவென புழுதி பறக்க இழுத்துவந்து கொண்டிருக்கும்போதே ஒரு பெருந்திரளான கூட்டம் அவனை இடைமறித்து அந்த நரியின் உடலைப் பல துண்டுகளாகப் பிய்த்தெறிந்து பிரித்துத் தின்றனர். பெண்கள் உடுத்த ஆடைகளின்றி கிழிந்த அழுக்கு ஆடைகளுடன் வற்றிய மார்புகளோடு எலும்புக்கூடுகளை மட்டுமே தேகமாய்க்கொண்ட குழந்தைகளை சுமந்தவாறு கடும் வெய்யிலில் பேய்களைப்போல அந்த இடத்தை நோக்கி ஓடி வந்தனர். வயதானவர்கள் யாரையுமே அந்தக் கூட்டத்தில் பார்க்க முடியவில்லை. கண்ணுக்கெட்டிய தூரம்வரை வறண்ட புல்வெளிகளைக்கொண்ட அந்த சாவன்னா நிலம் முழுக்க இந்தக் கறுப்பு மனிதர்கள் நரியின் உடலைப் பிய்த்து தின்னும் சலசலப்புச் சத்தத்தால் அதிர்ந்து அடங்கியது.

ஆறு ஆண்டுகளுக்கும் மேலாக ஆமூர் பால்கன்களை பார்க்காத அந்த நிலப்பகுதியில் பூச்சிகளின் பேராதிக்கம் தலைதூக்கியது. கிகுயூ மலையின் தண்ணீரைத் தடுத்து அணை கட்டப்பட்டுவிட்டதால் மழையை மட்டுமே நம்பிப் பயிரிட்ட மக்களுக்கு ஏமாற்றமே எஞ்சியது. முதல் வருடம் அமோகமாக மழை பெய்து பெரும் விளைச்சல் கொடுக்க மக்காச்சோளப்பயிர்கள் அறுவடைக்குத் தயாராக இருந்த நிலையில் கோடிக்கணக்கான பூச்சிகள் படையெடுத்துப் பயிர்களை ஒரே நாளில் அழித்தன. அந்த ஆண்டிலிருந்து அங்கு தொடங்கியது உணவுப்பஞ்சம். அடுத்த ஆண்டு சுமாரான மழை, சுமாரான விளைச்சல். ஆனால் அறுவடைக்கு முன்பாகவே அவை பூச்சிகளால் மீண்டும் சூறையாடப்பட்டன. மீண்டும் உணவுப்பஞ்சம் தலைவிரித்தாடியது. அவ்வப்போது பெய்த சிறு சிறு தூறல்களை வைத்து எதை விதைத்தலும் எஞ்சியது எதுவுமில்லை. ஒரு கட்டத்தில் அவர்களிடம் விதைப்பதற்குக்கூட விதைகளின்றிப்போனது. அடுத்தடுத்த ஆண்டுகளில் மழை பொய்த்துப்போய்விட்டது, விவசாயம்

செய்ய முடியவில்லை, உணவு இல்லை, நிலத்தடி நீர்மட்டம் என்ற ஒன்றே அங்கு இல்லாமல் போனது. முதலில் அந்நிலத்தில் மக்களால் வளர்க்கப்பட்ட கால்நடைகள் ஒவ்வொன்றாகச் செத்து வீழ்ந்தன.

பிறகு அந்நிலத்தில் வாழ்ந்த சிறு சிறு விலங்குகள் வேட்டையாடப்பட்டு அவற்றின் மூலம் உணவுத்தேவையைத் தீர்த்துக்கொண்டனர். இன்னும் நாட்கள் செல்லச் செல்ல உணவுக்கு வழியின்றி கிகுயூ மலையிலிருந்து அவ்வப்போது அந்தக் கிராமங்களுக்குள் எந்தத் தடையுமின்றி வந்து செல்லும் பெரிய பெரிய காட்டு மிருகங்கள் உணவுக்காக கொன்று குவித்து இரையாக்கப்பட்டன. ஒரு கட்டத்தில் பஞ்சம் தலைவிரித்தாட மலை அடிவாரக் கிராமங்களில் விலங்குகளை ஈர்க்கும் எதுவும் இல்லாமல் போனதால். கிகுயூ மலையிலிருந்து கிராமங்களுக்கு வருவதை காட்டுவிலங்குகளும் நிறுத்திவிட்டன. உண்பதற்கு ஏதுமின்றி மக்கள் பட்டினியால் வாடினர். போதும் இந்தப் பட்டினிப் போராட்டம் என நினைத்த அகோயா மக்களின் பெரும்பகுதியினர் தங்களது நிலங்களை மீத்தேன் எடுக்க அரசாங்கத்திடம் ஒப்படைத்துவிட்டு கிடைத்த சொற்பத் தொகையுடன் தென்னாப்பிரிக்காவின் நகரங்களில் அடிமட்ட வேலைகளைச்செய்ய தஞ்சமடைந்தனர். ஆனாலும் என்ன நடந்தாலும் சரி, எங்கள் நிலங்களை விட்டுப்பிரிய மாட்டோம் என சொற்ப எண்ணிக்கையிலான அகோயாக்கள் விடாப்பிடியாக தங்கள் நிலங்களின் பஞ்சவாழ்க்கையைத் தொடர்ந்தனர். அவர்களில் வயதான அகோயாக்கள் எல்லாமே வறட்சியையும் பஞ்சத்தையும் தாக்குப் பிடிக்க முடியாமல் இறந்துபோயினர். மீதமிருப்பது இளைஞர்களும் சிறுவர்களும் மட்டுமே. ஒரு காலத்தில் நிலங்களையே நம்பி வாழ்ந்தவர்கள் தற்போது பிணங்களையும் தின்னும் பெருங்கொடுமை நடந்தேறிக்கொண்டிருக்கிறது. அவர்களுக்கு உணவு கிடைத்தால் இனி உயிரோடு வாழலாம். இல்லையென்றால் மரித்துப்போய் மண்ணோடு போகலாம். தங்கள் உயிரைப் பாதுகாத்துக்கொள்ள தற்போது எஞ்சியுள்ள அகோயாக்களுக்கு உள்ள ஒரே வழி நிலங்களை ஒப்படைத்துவிட்டு வெளியேறுவது மட்டுமே. கடும் வறட்சி, பசி, மரண பயம் ஆனாலும் தங்கள் நிலங்களை விட்டு வெளியேறக்கூடாது என்ற வைராக்கியம் மன வெறி என

எல்லாம் சேர்ந்து அகோயாக்களை அன்று ஓர் அதிர்ச்சிகரமான முடிவெடுக்கத் தூண்டியது. அது பல்லாயிரம் வருடங்களாகப் பாதுகாக்கப்பட்டு வந்த எழுதப்படாத ஓர் உடன்படிக்கையை உடைத்தது.

அங்கு வாழும் மனிதர்களைப்போலவே வானம்கூட அப்போது மேகமற்று வெறுமையாகக் காட்சியளித்தது. இலைகளை உதிர்த்துப் பட்டுப்போன ஒரு குடைவேல மரத்தடியில் அங்கு வாழும் எல்லா அகோயாக்களும் அன்று காலை பரபரப்பாகக் குழுமினர். வறண்ட புல்வெளியில் எல்லாரும் கால்களை நீட்டியபடி அமர்ந்திருக்க, சிலர் நின்றபடி விவாதித்துக்கொண்டிருக்க, சில பெண்கள் குழந்தைகளுக்கு தங்களது மார்புகளைத் திறந்து பால் கொடுத்தபடியே விவாதத்தில் தங்களையும் ஈடுபடுத்திக்கொண்டிருக்க, அந்தக் கூட்டம் பரபரப்பாக வெகுநேரம் எதையெதையோ விவாதித்துக்கொண்டிருந்தது.

“இன்னும் சிறிது நேரம் சென்றால் சூரியன் சுட்டெரிக்கத் தொடங்கிவிடும். இப்படியே பேசிக்கொண்டிருக்க முடியாது. உடனடியாக நாம் ஒரு முடிவெடுத்தாக வேண்டும்” என முழங்கினான் ஜபுலானி. தற்போது அவன்தான் அகோயாக்களின் தலைவன். அவனது தந்தைதான் கடந்த நாற்பது ஆண்டுகளாக அகோயாக்களின் தலைவராக இருந்தார். ஆனால் எழுபது வயதைத் தாண்டிய ஜபுலானியின் தந்தை மட்டுமல்ல, அவருக்கு அடுத்து தலைவராகும் நிலையிலிருந்தவர்களும் பஞ்சத்தைத் தாக்குப்பிடிக்காமல் வயது மூப்பின் காரணமாக இறந்துவிட்டதால் ஜபுலானி தன்னிச்சையாகத் தலைமையேற்றான்

ஜபுலானியின் முழக்கத்தைக்கேட்டு எல்லாரும் அமைதியானார்கள்.

“என்னிடம் ஒரு திட்டம் இருக்கிறது. அதைக் கேட்டால் இந்தப் பஞ்சத்திலிருந்து நம்மைக் காத்துக்கொள்ளலாம்” என ஜபுலானி சொன்னவுடன் எல்லாரும் ஆர்வமானவர்களாக “என்ன திட்டம்... என்ன திட்டம்?” என ஆரவாரம் செய்தனர்.

“கவனமாகக் கேளுங்கள். இது உங்களுக்கு அதிர்ச்சிகரமான தாகக்கூட இருக்கலாம். ஆனால் தற்போதைய நிலையில் நாம்

சந்தித்துக்கொண்டிருக்கும் இன்னல்களுக்கு இதைத் தவிர சிறந்த தீர்வு இருக்க முடியாது. இதோ நாம் நின்றுகொண்டிருக்கும் இடம், இதைச்சுற்றி நன்றாக உற்றுப் பாருங்கள், கண்ணுக்கெட்டிய தூரம்வரை வெறும் வறண்ட நிலம் மட்டும்தான் உள்ளது, ஆனால் அதோ அந்தக் கிகுயூ மலையைப் பாருங்கள். எவ்வளவு செழுமையாக, எவ்வளவு வளமையாகக் காட்சியளிக்கிறது” என ஜபுலானி சொன்னவுடன் அதுவரை கால்களை நீட்டி சாவகாசமாக அமர்ந்திருந்தவர்கள் எல்லோரும் அதிர்ச்சியோடு எழுந்து “வேண்டாம், வேண்டாம்” என தங்களது கைகளை ஆட்டி ஜபுலானி பேசியதற்கு எதிர்ப்புத் தெரிவித்தனர்.

“என்னை முழுதாகப் பேச விடுங்கள். நான் சொல்லி முடித்துவிடுகிறேன்” என மீண்டும் முழங்கினான் ஜபுலானி

“நாம் ஒன்றும் நம் முன்னோர்கள் கடைபிடித்த விதிகளை தகர்த்தெறியப் போவதில்லை. மாறாக கிகுயூக்களிடம் உதவி கேட்கலாம், அவர்களின் எல்லைக்குள் உணவுப்பொருட்களைச் சேகரிக்க, சிறு சிறு விலங்குகளை வேட்டையாட அனுமதி கேட்கலாம். இத்தனை ஆயிரம் வருடங்களாக கிகுயூக்களுடனான உடன்படிக்கையை மதித்து அவர்களின் எல்லைக்குள் நுழையாமல் அவர்களை பாதுகாத்துக்கொண்டுதானே இருக்கிறோம். நம்முடைய தற்போதைய சூழலில் அவர்களின் எல்லைக்குள் அவர்களுடைய அனுமதியோடு நுழைவதில் என்ன தவறு இருக்கிறது? இவ்வளவு பெரிய மலையில் நமக்கான உணவு இல்லாமலா போய்விடும்? அதை முறைப்படி கிகுயூ மக்களிடம் கேட்டுப்பெறலாம்” என்ற ஜபுலானியின் கம்பீரக்குரல் ஓங்கி ஒலிக்க... எல்லோரும் அமைதியானார்கள்.

“ஜபுலானி உங்களின் முடிவில் எனக்கு முழு உடன்பாடு, உங்கள் ஆணைக்கு நான் கட்டுப்படுகிறேன்” என ஓர் இளைஞன் கூட்டத்திலிருந்து முன்வந்தான். பிறகு “நானும் உடன்படுகிறேன்” என இன்னொருவனும் முன்வந்தான், பிறகு ஒவ்வொருவராக ஜபுலானியின் யோசனைக்கு உடன்பட்டு ஆரவாரித்தனர். தங்களுக்கு விடிவுகாலம் பிறந்ததைப்போல மகிழ்ச்சியில் மூழ்கினர்

கிகுயூ மக்களின் எல்லைக்குள் சென்று தங்களின் உணவைத் தேடும் அந்த முடிவு இதுவரை யாரும் நினைத்துக்

கூடப் பார்க்காதது. பல்லாயிரம் ஆண்டுகளாக பலநூறு வழித்தோன்றல்களாக அகோயா மக்கள் யாரும் கிகுயூ மலைக்குள் நுழையக்கூடாது, வேறு யாரையும் நுழைய விடக்கூடாது என அவர்களுக்கு சொல்லப்பட்டிருந்தது. அதேபோல கிகுயூ மக்களும் மலையைத் தாண்டி அகோயா நிலங்களுக்கு வரமாட்டார்கள். இவற்றை எந்தப் பழங்குடிகள் மீறினாலும் கடவுளின் கோபத்திற்கு ஆளாகி இரண்டு இனமும் அழிந்துவிடும் எனச் சொல்லப்பட்டு வந்ததால் இதுநாள் வரையில் எந்த அகோயாவும் அல்லது எந்தக் கிகுயூவும் இந்த விதிகளை மீறியதில்லை. இன்னும் சொல்லப்போனால் அகோயா மக்கள் கிகுயூ பழங்குடிகளைப் பாதுகாக்கும் அரணாகவே அதுவரை வாழ்ந்து வந்தனர். அதேபோல கிகுயூ பழங்குடிகளும் அந்த மலையைத் தாண்டி தங்கள் காலடிகளைப் பதித்ததேயில்லை. எந்தவிதத்திலும் அகோயாக்களுக்கு எந்தத் தீங்கும் இழைத்ததில்லை

பன்நெடுங்காலத்திற்கு முன்பு கிகுயூ மலையில் ராட்சதப் பாம்புகள் வசித்ததாகவும் அவை அவ்வப்போது புகையை கக்கிக்கொண்டு கர்ஜித்துப் பறக்கும் எனவும் நம்பப்படுகிறது. அப்படிப் பறக்கும் முன்பு ஏற்படும் இடி முழக்கமும் தொடர்ந்து பறக்கும்போதுபோது ஏற்படும் உஸ்...ஸ்...ஸ்... என்ற சத்தமும் பல மைல்களுக்கு அப்பாலுள்ள மற்ற கிராமங்களிலும் அதிர்வலைகளை உண்டாக்கும். மின்னல் வேகத்தில் பறக்கும் அந்தப் பாம்புகளைப் பார்க்கும் மக்கள் பயத்தால் நடுங்குவார்கள். அந்தப் பாம்புகள் தங்களைக் கொன்றுவிடும் எனப் பயந்து அகோயாக்கள் தங்களது குடிசைக்குள் ஒளிந்துகொள்வார்கள் என்றெல்லாம் கூட கதைகள் உண்டு. ஒரு நாள் ஒரு பறக்கும் பாம்பு அகோயா குடியிருப்புப் பகுதியில் விழுந்து அந்த இடத்தில் பெருவெடிப்பு ஏற்பட்டுப் பலரும் மாண்டு போனார்கள் இதோ இதுதான் அந்த இடம் என ஒரு குறிப்பிட்ட இடத்தைப் பார்த்து மக்கள் அவ்வப்போது பேசிக்கொள்வதும்கூட உண்டு. மக்களின் பயம் பன்மடங்காகிப் போக அந்தப் பறக்கும் நாகங்களை அகோயாக்கள் வணங்க ஆரம்பித்தார்கள், அப்போதிலிருந்து அந்தப் பாம்புகள் பறந்து தங்களை பயமுறுத்துவதை நிறுத்திவிட்டன போன்ற கதைகளெல்லாம் அகோயாக்களிடம் உண்டு.

திடீரென ஒருநாள் நேரில் தோன்றிய கடவுள் கிகுயூக்களையும் அகோயாக்களையும் அழைத்ததாகவும் அப்போது அவர்களின் எல்லையை நிர்ணயித்ததாகவும் சொல்லப்படுகிறது. அமைதியான பேச்சுவார்த்தைக்குத் தவிர வேறு எக்காரணத்திற்காகவும் எல்லை விதிகளை யாரும் மீறக்கூடாது எனவும் அப்படி மீறினால் இரண்டு இனமும் அழிந்துபோகும் எனவும் கூறி மறைந்ததாக இரண்டு பழங்குடிகளின் கதைகளிலும் உண்டு. இவையெல்லாம் பல்லாயிரம் ஆண்டுகளாக அகோயாக்களுக்கு வாய்வழியாக சொல்லப்பட்ட கதைகள் இன்றளவும் புழக்கத்தில் இருந்தன. அதனால்தான் அந்தக் கிகுயூ மலை அகோயாக்களால் பல மர்மங்கள் நிறைந்ததாகவே பார்க்கப்பட்டது. அந்த மலையைப் பற்றிய பயம் மக்களின் மரபணுக்களில் கலந்துபோனது. மக்கள் யாருக்கும் அந்த மலைக்கு அருகில் செல்லும் அளவுக்கு திராணி இல்லாமல் போனது. மீறிப் போனவர்கள் யாரும் திரும்பியதே இல்லை. அகோயாக்களால் மட்டுமல்ல, வெளியுலகத்தைப் பொருத்தவரைகூட கிகுயூ மலை பல மர்மங்கள் நிறைந்ததாகவே பலராலும் பார்க்கப்படுகிறது. அங்கு வாழும் கிகுயூ மக்கள் இவ்வுலகில் வாழ்ந்துவரும் மிகப் பழைமையான ஆதிக்குடிகளாகக் கருதப்படுகிறார்கள். இந்த ஆதிக்குடிகள் எப்போதும் தங்களது கிகுயூ மலையின் எல்லையைத் தாண்டியதேயில்லை.

அதேபோல அவர்களின் எல்லைக்குள் வேற்று மனிதர்கள் வந்தால் அவர்களை உயிரோடு திருப்பி அனுப்பியதுமில்லை. அதற்கு அரசாங்க அதிகாரிகளும் ஆராய்ச்சியாளர்களும் ஏன் ராணுவத்தினரும்கூட விதிவிலக்கல்ல. அவர்களை வெளி ஆட்கள் யாரும் சந்தித்ததேயில்லை. ஒவ்வொரு ஆண்டும் கிகுயூ மலையில் நடக்கும் சாகசப்போட்டிகளுக்கு மட்டும் அகோயா இனத்தின் முக்கியத் தலைவர்களுக்கு கிகுயூக்களால் அழைப்பு விடுக்கப்படும். அப்போது மட்டும் அகோயாக்களின் மிக மூத்த முக்கிய மூன்று தலைவர்களுக்கு கிகுயூ மலைக்குள் நுழைய அனுமதி உண்டு. அப்படி நுழையும் அகோயா தலைவர்கள் அங்கு நடப்பதையோ அல்லது அந்த மலையில் பார்ப்பதையோ மிக ரகசியமாக வைத்துக்கொள்ள வேண்டும். யாரிடமும் பகிரக்கூடாது என்பது அவர்களின் மரபு. கிகுயூ மலைக்குள் யாராவது நுழைய வேண்டுமென்றால் முதலில் அகோயா மக்களின் அனுமதி பெற வேண்டும். அனால்

அரசாங்க அதிகாரிகள், ஆராய்ச்சியாளர்கள் என அகோயா மக்களின் மரபை மதிக்காமல் அவர்களுக்குத் தெரியாமல் கிகுயூ மலைக்குள் நுழைய முனைந்தவர்கள் எல்லாரும் இதுவரை சடலங்களாகவே திரும்பியுள்ளனர்.

செயற்கைக்கோள்களிலிருந்து எடுக்கப்பட்ட சில தெளிவற்ற மங்கலான புகைப்படங்களை வைத்து கிகுயூக்கள் எப்படி இருப்பார்கள், அவர்கள் எப்படி ஆடை அணிகிறார்கள், அவர்கள் வேட்டையாடப் பயன்படுத்தும் ஆயுதம் என்ன போன்ற வெவ்வேறு வகையான யூகங்கள் மட்டுமே உலவுகிறதே தவிர அவர்களின் நிச்சயமான வாழ்க்கை முறை என்ன என்ற எந்தவொரு திட்டவட்டமான முடிவும் யாரிடமும் இல்லை. செவ்வாய்க் கிரகத்தில் தண்ணீர் இருப்பதைக் கண்டுபிடித்தாயிற்று, புளூட்டோ எப்படியிருக்கும் என இந்த உலகத்திற்கு வெளிக்காட்டியாயிற்று. விண்வெளியில் வீடுகட்ட திட்டம் தீட்டிக்கொண்டிருக்கும் இந்த அதி நவீன காலத்திலும் முடிந்தால் என்னைத் தெளிவாக ஒரு நிழற்படமாவது எடுத்துக்காட்டு என ஒட்டுமொத்த உலகிற்கும் சவால் விட்டுக்கொண்டிருந்தனர் கிகுயூ மக்கள்

ஜபுலானி தனது அடுத்தகட்ட தலைவர்களான சிகு மற்றும் முத்தங்கி என்ற இரண்டு வாலிபர்களுடன் சென்று கிகுயூ மலை நுழைவாயிலில் நின்றான். அந்த மலையைச் சுற்றிலும் உள்ள வேறு எந்தப் பகுதியிலிருந்து மலைக்குள் நுழைய முயன்றாலும் எதிரிகள் என நினைத்து கொல்லப்படுவார்கள், ஆனால் குறிப்பிட்ட இந்த நுழைவாயில் உள்ள இடம் அகோயாக்களுக்கு மட்டுமே தெரிந்தது. ஏதேனும் அவசரங்களின்போது கிகுயூக்களை தொடர்புகொள்ள வேண்டுமென்றால் அகோயாக்கள் இந்த நுழைவாயிலில் வந்து நின்று தொடர்ந்து "அகோயா, அகோயா" என சத்தமிட வேண்டும். அதேபோல கிகுயூக்களும் அகோயாக்களைத் தொடர்புகொள்ள வேண்டுமென்றால் குறிப்பிட்ட இந்த எல்லையில் உள்ள நுழைவாயில் அருகே நின்று "கிகுயூ, கிகுயூ" என சத்தமிடுவார்கள். இம்முறை ஜபுலானி அந்த எல்லைக்கோட்டருகே நின்று தனது அடிவயிற்றிலிருந்து "அகோ...யா, அகோ...யா" என தொடந்து கத்தினான். அந்தச் சத்தம் கிகுயூ மலை முழுக்க எதிரொலித்தது. சரியாக அடுத்த

ஐந்தாவது நிமிடத்தில் ஏழு ஆஜானுபாகுவான கரிய உருவங்கள் அந்த எல்லை நுழைவாயிலின் அருகே ஒன்றன்பின் ஒன்றாகத் தோன்றின.

ஒவ்வொரு உருவமும் சுமார் ஏழு அடி உயரம், இரும்பைக் காய்ச்சி ஊற்றிச் செய்ததைப்போல தேகம், தோள்களில் தவழும் நீண்ட கூந்தல், ஒவ்வொருவரின் கைகளிலும் கூர்மையான ஈட்டி என மிரட்டலாகத் தோன்றினர். அவர்களின் முகம் முழுக்க மஞ்சள் நிறச் சாயம் பூசியிருந்தனர் அந்தச் சாயம் சூரிய வெளிச்சம் பட்டு மினுமினுத்தது. அவர்களின் தலைகளில் வெவ்வேறு நிறத்திலான பறவைகளின் இறகுகளைக் கிரீடம் போலச் சூடியிருந்தனர். ஏற்கெனவே ஏழு அடி உயரம் கொண்ட அவர்களின் உயரத்தை அது இன்னும் உயர்த்திக் காட்டியது. கழுத்தில் சிவப்பு, பச்சை, மஞ்சள், நீலம், ஊதா, ஆரஞ்சு என வெவ்வேறு வண்ண விதைகளைக் கோர்த்து மாலையாக அணிந்திருந்தனர். வானவில்லில் இல்லாத வண்ணங்கள்கூட அந்த விதை மாலைகளில் ஜொலித்தன. விதை மாலைகளால் ஜொலிக்கும் அவர்களின் தேகத்திற்கு மேலாடை என்று தனியாக எதுவும் தேவைப்படவில்லை. மாறாக, வண்ணமயமாக சாயம் பூசப்பட்ட கற்றாழையால் செய்யப்பட்ட முட்டிவரை மறைக்கும் கீழாடையை மட்டுமே உடுத்தியிருந்தனர். ஈட்டியை ஒரு கையில் பிடித்தபடி தோள்களில் கூந்தல் அசைந்தாட அவர்கள் மிரட்டலாக நடந்துவரும் காட்சியைப் பார்த்து பிரமித்து நின்றான் ஜபுலானி. அவன் அதுவரை கிகுயூக்களைப் பார்த்ததே கிடையாது. அவன் மட்டுமல்ல. தற்போது உயிரோடு இருக்கும் அகோயாக்கள் யாருமே கிகுயூக்களைப் பார்த்ததில்லை. தற்போது அவர்களின் தோற்றத்தைப் பார்த்து பிரமித்து நின்றாலும் அதனை அவன் காட்டிக்கொள்ளாமல் ஒரு தலைவனுக்கே உரிய கம்பீரத்துடன், கிகுயூக்களுக்கு இணையான அதே உடல் மொழியுடன் அவர்களை எதிர்கொண்டு வணங்க... பதிலுக்கு கிகுயூக்களும் வணங்கினார்கள்.

“நான் ஜபுலானி, அகோயாக்களின் தலைவன். இவர்கள் முத்தங்கி மற்றும் சிகு. எனக்கு அடுத்தகட்டத் தலைவர்கள். நான் முன்னாள் தலைவர் சிலோனியின் மகன். எனது தந்தை மட்டுமல்ல, எங்கள் இனத்தின் மூத்த மக்கள் எல்லாரும்

இறந்துவிட்டதால் நாங்கள் மூவரும் தற்போது தலைமைப் பொறுப்பை ஏற்றுள்ளோம். நங்கள் முராயாவைச் சந்திக்க வேண்டும். முராயாவிடம் சில முக்கிய விடயங்களை விவாதிக்க வேண்டும்" எனக் கம்பீரமாக எடுத்துரைத்தான் ஜபுலானி.

"தங்களை வரவேற்பதில் மகிழ்ச்சி" எனச் சொல்லியபடியே அந்தக் கிகுயூக்கள் எழுவரும் வழிகாட்ட... ஜபுலானியும் அவனது கூட்டாளிகளும் மலையேறத் தொடங்கினர். இதுவரை தூரத்திலிருந்து மட்டுமே வேடிக்கை பார்த்து வந்தவன் தனது வாழ்நாளில் கிகுயூ மலையில் முதன்முதலாகக் காலடி எடுத்து வைத்தபோது ஜபுலானியின் உடல் சிலிர்த்தது, இனம்புரியாத ஏதோ ஓர் ஆனந்த அலை அவன் மனத்தில் மோதி நிரம்பியது. மெல்ல நடக்கத் தொடங்கினார்கள். பல வருடங்களாய் வறண்ட நிலத்தையும், வெற்றுப் புல்வெளிகளையும் மட்டுமே பார்த்துக்கொண்டிருந்த அவனுக்கு அங்குள்ள பசுமையான மரங்களையும் செடிகொடிகளையும் பார்த்தபோது கண்கள் ஒருகணம் கலங்கின. மூங்கில் கூட்டங்களில் மோதி மூச்சுக்குழாயில் நுழைந்த காற்றில் கரைந்து கொண்டே வேகமாக நடக்கத் தொடங்கினர். வழியெங்கும் வண்ண வண்ண மலர்களின் மணம், அருவிகளின் இசை, பறவைகளின் பாட்டொலி என அடுத்தடுத்து அழகழகாய் ஆனந்தத்தை அவித்துவிட்டுக் கொண்டேயிருந்தாள் இயற்கை அன்னை. பலா மரங்களில் பழங்கள் வெடித்து வீசிய வாசம் தூரத்தில் உலாவிக்கொண்டிருக்கும் யானைகளின் வாசத்தோடு கலந்து ஒருவித போதையான வாசமாக நுரையீரலில் நுழைந்து செரித்தது. கபாபி மரங்களில் தொங்கும் ஊதாப்பூக்கள், வானளாவிய மரங்களில் தாவிக் குதிக்கும் வானரங்களின் சேட்டை, இருவாச்சிகளின் சிறகொலி, வண்ண வண்டுகள் தேன்குடித்துக் கொண்டிருக்கும் காட்சிகள் எல்லாமும் ஏதோ அவனை திடீரென மாய உலகத்தில் தள்ளியதைப்போல இருந்தது ஜபுலானிக்கு.

"இவ்வளவு வளமையான ஒரு நிலப்பரப்பு இவ்வுலகில் இருக்குமா?"

"இருக்காதா பின்ன, பல்லாயிரம் ஆண்டுகளாக வேற்று இன மனிதர்களின் காலடித்தடமே படாத கடாயிற்றே"

என முத்தங்கியும் சிகுவும் குசுகுசுவெனப் பேசிக்கொண்டே நடந்தனர்.

கிகுயூ மலை பிரமாண்டமான மலை அல்ல, ஒரு சிறிய மலை. ஆனால் அதை ஏறிக் கடப்பது அவ்வளவு சுலபமல்ல. ஏனென்றால் அது ஒரு மாபெரும் தானியக் குவியல்போல குவிந்து உள்ளதால் செங்குத்தாக ஏறுவது யாரையும் சோர்வடையச் செய்யும். ஆனால் கிகுயூக்கள் அதே மலைப்பரப்பில் பிறந்து வளர்ந்தவர்கள் என்பதால் அனாயசமாக ஏறிக் கடந்தனர். ஜபுலானியும் அவனது கூட்டாளிகளும் சோர்வடைந்தாலும் அதனைக் காட்டிக்கொள்ளாமல் அவர்களை வேகமாகப் பின்தொடர... மூன்று மணிநேரத்தில் உச்சியை அடைந்தனர்

மலை உச்சியில் ஒரு பெரிய ஏரி தண்ணீரைத் தாங்கி நின்றது. ஏரியின் தண்ணீர் களங்கமற்று கண்ணாடிபோல பளிச்சென இருந்தது. அதன் ஆழத்தில் அழகழகாய் அலையும் பல நிற மீன்கள்கூட அவ்வளவு தெளிவாய்த் தெரிந்தது. அந்த ஏரியை ஒட்டியபடியாக அகில், வேங்கை, புன்னை, ஞாழல் என அதி உயரமான மரங்களால் சூழப்பட்டிருக்க... அதன் நிழல் அடியில் பல குடில்கள் அமைக்கப்பட்டிருந்தன. அந்தக் குடில்கள் மிகவும் தனித்துவமாக வடிவமைக்கப்பட்டிருந்தது ஆனால் பார்ப்பதற்கு மிக எளிதாக கோரைப்புற்களால் வேயப்பட்டிருந்தன. நண்பகல் நேரத்திலும் முன்பனிக்காலத்தின் குளிர்காற்று வருடியது. அது உடலில் புகுந்து எலும்புகளைக் கூசச் செய்து அழகாய் வலித்தது. ஏரியிலிருந்து சற்றே தள்ளி ஒரு பெரிய பாறை பள்ளத்தாக்கைப் பார்த்தபடி நீட்டியிருந்தது. ஜபுலானியும் அவனது கூட்டாளிகளும் அந்தப் பாறையின் மீது நின்று பள்ளத்தாக்கை நோக்கிப் பார்த்து பிரமித்தனர். அவ்வளவு தெளிவாக அது அகோயாக்களின் கிராமங்களில் நடக்கும் காட்சிகளை தெள்ளத் தெளிவாகக் காட்டியது.

அரசாங்கத்தால் கைப்பற்றப்பட்டு முள்வேலியால் அடைக்கப்பட்டுப் புதர் மண்டிக்கிடக்கும் தரிசு நிலங்கள், அரசாங்கத்திடம் நிலத்தைக் கொடுக்க மறுத்து பஞ்சத்தை எதிர்கொண்டு சிதிலமடைந்த குடில்களைச் சுற்றி வறண்ட புல்வெளிகளில் ஆங்காங்கே அலைந்து திரியும் அகோயா சிறுவர்கள், கிகுயூ மலையின் அருவிகளை அடைத்துக் கட்டிய

சிறிய அணைக்கட்டு, கண்ணுக்கெட்டிய தூரம்வரை வறண்ட நிலப்பரப்பு, அதில் ஆங்காங்கே பிணங்களைச் சுற்றி வட்டமிடும் கழுகுகள் என எல்லாமும் அவ்வளவு தெளிவாய் தெரிந்தது. அகோயா கிராமங்களிலிருந்தோ அல்லது வேறு இடத்திலிருந்தோ யார் எந்தத் திசையிலிருந்து கிகுயூ மலைக்குள் நுழைந்தாலும் எளிதாய் காட்டிக்கொடுக்கும் அளவுக்கு அந்தப் பாறையின் கோணம் அமைந்திருந்தது

பள்ளத்தாக்கின் காட்சிகளைப் பார்த்துப் பிரமித்துக் கொண்டிருந்தவனின் பின்புறமிருந்து அவனது தோளைத் தொட்டு "வருக அகோயாக்களே! உங்களை வரவேற்பதில் மகிழ்ச்சி" என்ற குரலைக் கேட்டு மூவரும் திரும்பினார்கள். சுமார் ஏழு அடிக்கும் மேல் உயரம்கொண்ட ஒரு வயதான முதியவர், அவரது உடல் இளைஞர்களுக்கு இணையாக இருந்தது. எல்லோரையும்போல அவரும் விதைமணிகளால் செய்யப்பட ஆபரணங்களையும் கற்றாழையில் நெய்யப்பட்ட ஆடைகளையும் உடுத்தியிருந்தார். அவரது தலைப்பாகை மற்றவர்களின் தலைப்பாகையிலிருந்து வேறுபட்டிருந்தது. மற்றவர்கள் பறவைகளின் சிறகுகளால் ஆன தலைப்பாகையை அணிந்திருக்க... இந்த முதியவர் மட்டும் பலவண்ணப் பறவைகளின் சிறகுகளோடு தங்கநிற மலர்களையும் சூடியிருந்தார். அது அவரைத் தனித்துக்காட்டி அவர்தான் அந்தக் கிகுயூ இனத்தின் தலைவர் என்பதைச் சொல்லாமல் சொன்னது

"என் பெயர் முராயா, நான்தான் கிகுயூக்களின் தலைவன்" என அறிமுகப்படுத்திக்கொண்டார் அந்த முதியவர். பதிலுக்கு ஜபுலானியும் அறிமுகப்படுத்திக்கொண்டான். "வாருங்கள் குடிலுக்குப் போகலாம்" என அவர்களுக்கு வழிகாட்டி அங்கு இருந்ததிலேயே ஒரு பெரிய குடிலுக்குள் அவர்களை அழைத்துச்சென்று குடிலுக்குள்ளிருந்த ஆசனத்தில் தனக்குச் சமமான ஆசனங்களைக்கொடுத்து அவர்களை அமர வைத்தார். வீட்டிற்குள் நுழையும்போது எப்போதுமே குழுவின் மூத்த உறுப்பினரை முதலில் உள்ளே நுழைய அனுமதிக்க வேண்டும். உணவு பரிமாறும்போது முதலில் விருந்தினருக்குப் பரிமாறிவிட்டு அடுத்து அங்குள்ள முதியவர்கள், சிறுவர்கள், பெண்கள், மற்ற ஆண்கள் என்ற வரிசை பின்பற்றப்பட வேண்டும், அங்குள்ளவர்களிலேயே மூத்தவர்தான் முதலில் சாப்பிடத்

தொடங்க வேண்டும். பிறகுதான் மற்றவர்கள் சாப்பிட வேண்டும். எக்காரணத்தைக்கொண்டும் சாப்பிடும்போது இடது கையை உபயோகிக்கக் கூடாது போன்ற விதிகளெல்லாம் இரண்டு பழங்குடிகளுக்கும் பொதுவான விதிகள்தான்.

ஆனாலும் அகோயாக்கள் பஞ்சத்தாலும் வறட்சியாலும் உண்ணவே உணவில்லாதபோது இந்த விதிகளையெல்லாம் காற்றில் பறக்கவிட்டுப் பல காலமாகிவிட்டது. ஆனாலும் தற்போது இங்கே விருந்தினர்களாக வந்திருப்பதால் பழைய விதிகளையெல்லாம் நினைவுகூர்ந்து அவற்றை கவனமாகக் கடைபிடித்து சாப்பிட்டு முடித்தனர். முதலில் காட்டுப்பன்றியின் ரத்தம் குடிப்பதற்காகக் கொடுக்கப்பட்டது. பிறகு சுட்ட இறைச்சிகள், பழங்கள் என ஒவ்வொன்றாகப் பரிமாறப்பட்டது. பல வருடங்களுக்குப் பிறகு இப்படியொரு திருப்தியான உணவை உண்டதால் விருந்தினர்களுக்கு கண்சொக்கிச் சொருகியது. “சற்று நேரம் உறங்கி ஓய்வெடுங்கள்” எனச் சொல்லிவிட்டு சுமார் ஒரு மணிநேர நேர ஓய்வுக்குப் பின்பு முராயா, ஜபுலானியைச் சந்திக்க வந்தார். அவரவர்கள் ஆசனத்தில் அமர்ந்தனர். முராயாவுடன் மேலும் நான்கு கிகுயூக்கள் அமர்ந்திருந்தனர்

“தங்கள் வந்த விடயம் என்ன?” என வினவினார் முராயா.

“நிச்சயம் தங்களுக்குத் தெரிந்திருக்கும் முராயா. கிகுயூ பாறையிலிருந்து நிச்சயம் நீங்கள் நடப்பவை எல்லாவற்றையும் கவனித்திருப்பீர்கள். நாங்கள் பேராபத்தில் இருக்கிறோம். பறவைகள் எங்கள் நிலத்திற்கு வருவதை நிறுத்திவிட்டன. அவை இல்லாமல் பூச்சிகள் எங்கள் உணவு உற்பத்தியை தடுத்து நிறுத்திவிட்டன. எங்களின் பெரும்பாலானவர்களின் நிலங்கள் பிடுங்கப்பட்டுவிட்டன, மக்கள் துரத்தப்பட்டுவிட்டார்கள், விவசாயம் செய்ய தண்ணீர் இல்லாமல் தடுக்கப்பட்டுவிட்டது, மழை பொய்த்துவிட்டது, வறட்சி எங்கள் வாழ்வை கேள்விக்குறியாக்கியுள்ளது. எங்கள் மக்கள் பட்டினியால் செத்துக்கொண்டிருக்கிறார்கள். நீங்கள்தான் உதவ வேண்டும் முராயா. எங்களை கிகுயூ மலைக்குள் வேட்டையாட அனுமதிக்க வேண்டும். உங்களின் எல்லைக்குட்பட்ட பகுதியில் பழங்கள், கனிகள் தேன் சேகரிக்க அனுமதிக்க வேண்டும்” என ஜபுலானி கோரிக்கை விடுத்தான்.

ஜபுலானியின் கோரிக்கையைக் கேட்டு முராயா திகைத்துப்போனார். அவனது கண்களுக்குள் ஆழ ஊடுருவிப் பார்த்த முராயா, தனது கணீர்க் குரலில் பேசத்தொடங்கினார்.

"ஜபுலானி, உனது தந்தையும் நானும் பல வருட நண்பர்கள். அவர் நம்முடைய மரபைப் பற்றி நிச்சயம் உனக்கும் உங்கள் இனத்திற்கும் தெளிவாக எடுத்துரைத்திருப்பார் என நம்புகிறேன். நம் இரண்டு இனத்திற்கும் இடையிலான உடன்படிக்கை உனது கோரிக்கையை செயல்படுத்த அனுமதிக்காது. அது கடவுளால் போடப்பட்ட உடன்படிக்கை. அதை எங்களாலும் மீற முடியாது. அப்படி மீறினால் அழியப்போவது நமது இரண்டு இனமும்தான். இதை நீ புரிந்துகொள்ள வேண்டும்.

எங்களது உலகம் என்பது வேறு. எங்களது வாழ்க்கைமுறை என்பது முற்றிலும் வேறு. நம் இரு இனக்கூட்டத்தாலும் ஒரே எல்லையில் ஒத்திசைந்து வாழ இயலாது. தலைமைப் பொறுப்பில் இருப்பதால் அதை நீயும் போகப்போகத் புரிந்துகொள்வாய். அதைவிட முக்கியமாய் அகோயாக்களின் எண்ணிக்கை மிகப் பெரியது. தற்போது மலையடிவாரத்தில் வசிக்கும் மக்களின் எண்ணிக்கை மட்டும் தொள்ளாயிரத்தைத் தாண்டும். எங்கள் கிகுயூ இனத்தில் ஏற்கெனவே முன்னூறு பேர் இருக்கிறோம். உனக்கு ஒரு உண்மையை சொல்கிறேன். முன்னூறு பேர் வரை வேட்டையாடுவதுதான் இந்த மலையின் தாங்கும் சக்தி. அதனால்தான் எங்கள் இனத்தின் மக்கள் தொகையை முன்னூறுக்கும்மேல் தாண்டாமல் பல்லாயிரம் வருடங்களாகப் பாதுகாத்து வருகிறோம். ஆனால் மேலும் தொள்ளாயிரம் பேர் மலைக்குள் நுழைந்து வேட்டையாடினால் இந்த மொத்த மலையுமே சிதைந்து போய்விடும். பிறகு அது நமது இரண்டு இனத்தையும் அழிவில்தான் கொண்டு நிறுத்தும். நன்றாக யோசித்துப்பார் ஜபுலானி!" என முராயா அவனுக்கு தெளிவுபடுத்தினார்.

முராயாவின் பதிலால் தோன்றிய ஜபுலானியின் அதிருப்தி அவனது கண்களில் எதிரொளித்ததைக் கவனித்த முராயா,

"ஜபுலானி உங்கள் நிலைமை எங்களுக்குப் புரிகிறது. அதற்காக எல்லைக்குள் வேட்டையாடும் கோரிக்கையை

ஆதரிக்க முடியாது. அதற்கு அர்த்தம் உங்களுக்கு உதவவே முடியாது என்பதில்லை. எல்லை உடன்படிக்கையை மீறாமல் உங்களுக்கு உதவத் தயாராக இருக்கிறோம்."

"மன்னிக்கவும் முராயா! நாங்கள் உங்களைவிடவும் வளமானவர்களாக இருந்தோம். உங்களிடம் இருப்பதைவிட பல மடங்கு அதிக நிலம் எங்களிடம் இருந்தது. உங்களைவிடவும் அதிக மக்கள்தொகையும் எங்களிடம் இருந்தது. ஆனால் இன்று எங்களின் முன்னோர்கள் சேர்த்துவைத்த எங்களின் வளங்களைத் தொலைத்துவிட்டு உங்களின் உதவியை நாடி வந்திருக்கிறோம். ஆனால் ஒன்றை மட்டும் உறுதியாகச் சொல்லிக்கொள்கிறேன். தற்போது இந்நிலத்திலிருக்கும் தொள்ளாயிரம் அகோயாக்களும் எவ்வளவு இன்னல்கள் வந்தாலும் எங்கள் நிலங்களை அரசாங்கத்திடம் ஒப்படைக்க மாட்டோம். கடைசி மூச்சுள்ளவரை இந்நிலத்தில்தான் வசிப்போம். இதுவரை நிலங்களை ஒப்படைத்துவிட்டு நகரங்களுக்கு ஓடிப்போன அகோயாக்களைப்போல எங்கும் ஓடி ஒழிந்துவிடமாட்டோம். எங்கள் முன்னோர்களிடம் இருந்த வளங்களை நாங்கள் மீட்டெடுப்போம். அதற்கு சிறிது கால அவகாசம் தேவைப்படுகிறது. அந்தக் குறிப்பிட்ட கால அவகாசம்வரை மட்டுமே உங்களின் உதவியை எதிர்பார்க்கிறோம். நீங்களோ பத்தாயிரம் வருடங்களுக்கு முன்பு போடப்பட்ட உடன்படிக்கையைக் காரணம் காட்டி எங்களை உங்கள் எல்லைக்குள் வேட்டையாட அனுமதிக்க முடியாது என்கிறீர்கள். எல்லைக்குள் எங்களை அனுமதிக்காமல் உங்களால் எங்களுக்கு எப்படி உதவ முடியும் எனப் புரியவில்லை" என வினவினான் ஜபுலானி.

"ஜபுலானி, கவலை வேண்டாம். உங்களுக்கும் தேவையான உணவுப்பொருட்களைச் சேகரித்து அடுத்த ஆறு மாதங்களுக்கு தினமும் எல்லையில் வைக்கிறோம். நீங்கள் அதைப் பகிர்ந்து கொள்ளலாம். ஆனால் எங்களால் இந்த உணவுப்பொருட்களை ஆறு மாதங்களுக்கு மட்டும்தான் கொடுக்க இயலும். அதற்குமேல் தொடர இயலாது. இடைப்பட்ட இந்த ஆறு மாதங்களுக்குள் உங்கள் பிரச்சினைகளுக்கு நீங்கள் தீர்வு கண்டுகொள்ளுங்கள்" என ஆறுதலாய் பேசினார் முராயா.

ஜபுலானிக்கு முராயாவின் இந்த ஆறு மாத காலக்கெடுவில் முழுவதுமாக உடன்பாடு இல்லையென்றாலும். தங்கள் மக்களின் பசி பட்டினியை நினைத்துப்பார்த்து தாற்காலிகமாக உதவி கிடைக்கிறதே என அகமகிழ்ந்தான். முராயாவின் உதவிகளை ஏற்றுக்கொள்வதாக அவரின் கைகளைப் பிடித்து நன்றி கூறினான். பிறகு முராயாவிடமிருந்தும் மற்ற கிகுயூக்களிடமிருந்தும் விடைபெற்றுக்கொண்டு ஜபுலானியும் அவனது கூட்டாளிகளும் மலையிலிருந்து இறங்கத் தொடங்கினர். மீண்டும் அந்த ஏழு கிகுயூக்கள் அவர்களை வழிகாட்டி அழைத்துவந்து எல்லையில் விட்டுவிட்டு மறைந்துப்போயினர்

ஜபுலானி, முராயாவை சந்தித்த அடுத்த நாளிலிருந்தது ஒவ்வொரு நாளும் தவறாமல் எல்லையில் உணவுப்பொருட்களை வைத்துவிட்டுச் சென்றனர் கிகுயூக்கள். கூடைகள் நிறைய காட்டுப்பலா, மருலா, வாழை, அத்தி, ஆரஞ்சு, நெல்லி, தேன், காளான்கள் இவற்றோடு சேர்த்து அவ்வப்போது வேட்டையாடப் பட்ட காட்டுப்பன்றிகளையும் காட்டெருமைகளையும் அகோயாக்களுக்கு விட்டுவிட்டுப் போவார்கள். ஒவ்வொரு நாளும் எல்லையில் காத்திருக்கும் அகோயா கண்காணிப்பாளர்கள் உணவுப்பொருட்களை கிராமத்திற்குக் கொண்டுவந்து மக்களுக்குப் பிரித்துக்கொடுப்பார்கள். இப்படியே மூன்று மாதங்கள் ஓடினது. அகோயாக்கள் முன்பு இருந்ததைவிட சற்றே மகிழ்ச்சியாக வாழ்ந்து வந்தனர். என்னதான் உணவு கிடைத்தாலும் அவை ஆறு மாதங்களுக்குத்தான் கிடைக்கும் என்பதையும் உணர்ந்திருந்தனர் என்பதால் அவர்கள் அவ்வப்போது தூறும் சிறு சிறு தூறல்களை வைத்து விவசாயம் செய்யும் முயற்சியையும் கைவிடவில்லை.

*

கிகுயூக்கள் செய்யும் உதவி அரசாங்க அதிகாரிகளின் காதுகளுக்கு எட்டியது. பதறியடித்துக்கொண்டு தென்னாப்பிரிக்க அரசாங்க அதிகாரிகளும் குயின் ஹைட்ரோகார்பன் நிறுவனத்தின் அதிகாரிகளும் கூட்டாக அகோயாக்களைச் சந்திக்க வந்திருந்தனர். அவர்கள் அவ்வப்போது மக்களைச் சந்தித்து நிலங்களைக் கொடுக்கச்சொல்லி வற்புறுத்த வருவதுண்டு. அப்படி அவர்கள் வரும்போதெல்லாம் அம்மக்களுக்குத் தேவையான துணிமணிகளையும் உணவுப்பொருட்களையும் விநியோகித்து தங்களை அன்பானவர்கள்போல காட்டிக்கொண்டுதான் பேச்சுவார்த்தையைத் தொடங்குவார்கள். அப்படி பொருட்களை விநியோகிப்பது மக்களை ஓரிடத்தில் கூட்டுவதற்கான உத்தி. அன்றும் அப்படித்தான் விதவிதமான ஆடைகள், உணவுப்பொருட்கள் என வழக்கமாகக் கொடுப்பதைவிட அதிகமாகவே விநியோகித்தனர். கிழிந்த ஆடைகளுடன் திரிந்த மக்கள் போட்டி போட்டுக்கொண்டு முந்தியடித்து தங்களுக்குப் பிடித்த ஆடைகளையும் உணவுகளையும் பெரும் சலசலப்புக்கிடையில் வாங்கிக் குவித்தனர். பொருட்களின் விநியோகம் முடிந்தபின்பு ஓர் அதிகாரி பேசத் தொடங்கினர்...

"உங்களையெல்லாம் இந்த நிலைமையில் பார்ப்பதற்கு ரொம்பக் கஷ்டமா இருக்கு. ஏன் இங்க இருந்து இப்படி கஷ்டப்படுறீங்க? இன்னும் எத்தனை

நாள்தான் இப்படி பட்டினியில சாகப்போறீங்க. உங்களை மாதிரி வீறாப்பா இருந்தவங்கதான் மத்த அகோயாக்களும், ஏறக்குறைய ஆறாயிரம் பேர் அவங்க நிலங்களை அரசாங்கத்துக்கிட்ட கொடுத்துட்டு கை நிறைய பணத்தோட எவ்வளவு சந்தோசமா நகரங்கள்ல வாழுறாங்க தெரியுமா? நீங்க மட்டும் ஏன் இப்படி அடம்பிடிச்சிட்டு இருக்கீங்க? அரசாங்கம் செய்யிறது எல்லாம் உங்க நன்மைக்குதானே. நாளைக்கே இங்க பெரிய தொழிற்சாலை வந்தா உங்க எல்லாருக்கும் வேலை கிடைக்கும். தொழிற்சாலையைச் சுத்தி பள்ளிக்கூடம் வரும், மருத்துவமனை வரும், பல்பொருள் அங்காடி வரும். எல்லாம் யாருக்காக, உங்களுக்காகத்தானே?" என பேசிக்கொண்டேயிருக்கும் குரல் தூரத்தில் சன்னமாக ஒலிக்க... சில மீட்டர் தூரத்தில் அதிகாரிகளைப் பார்க்க விருப்பமில்லாமல் தனது கூட்டாளிகளோடு குடிலில் அமர்ந்திருந்த ஜபுலானியைப் பார்க்க ஒரு மூத்த அதிகாரியும் இன்னும் சில அதிகாரிகளும் வந்து வாசலில் நின்றனர். குடிலுக்கே வெளியேயே மர இருக்கைகள் போடப்பட்டன. பின்னர் ஜபுலானியும் அவனது கூட்டாளிகளும் ஒருபுறமும் அரசு அதிகாரிகளும் குயின் நிறுவன அதிகாரிகளும் அவர்களுக்கு எதிர்புறமாகவும் அமர்ந்தார்கள்.

"ரொம்பக் கஷ்டமா இருக்கு ஜபுலானி! அப்பா தவறிட்டதா கேள்விப்பட்டேன். என்னுடைய ஆழ்ந்த அனுதாபங்கள்" என ஆரம்பித்தார் ராபின்சன். அவர்தான் நிலங்களைக் கையகப்படுத்துவதற்காக அரசாங்கத்தால் நியமிக்கப்பட்ட தலைமை அதிகாரி.

"அவரைக் கொன்றதே நீங்களும் உங்கள் அரசாங்கமும் தானே. அனுதாபமெல்லாம் தெரிவித்து நீலிக்கண்ணீர் வடிக்காதீர்கள். உங்கள் பாச வார்த்தைகளை நம்புவதற்கு இங்குள்ள அகோயாக்கள் யாரும் தயாரில்லை" என விரைப்பாகப் பேசினான் ஜபுலானி.

"உங்க அப்பா இருந்தவரைக்கும் இந்த அப்பாவி மக்களை தவறா வழிநடத்தினார். இப்போ நீயும் அதையே தொடர்ந்தா எப்படி? ஏன் இந்த வீறாப்பு? நான் சொல்வதைக் கேள் ஜபுலானி, உங்களுக்கு இங்கிருந்து சில கிலோமீட்டர் தூரத்திலேயே அருமையான இடம் ஒதுக்கித் தருகிறோம். இங்கு மீத்தேன் எடுக்க தொழிற்சாலை அமைக்கப்பட்டவுடன் எல்லா வசதிகளும் வரப்போகிறது. உங்களுக்கு வேலை,

குழந்தைகளுக்கு பள்ளி, மருத்துவ வசதி, அப்புறம் சினிமா, வணிக வளாகம்னு பெரிய பெரிய திட்டமெல்லாம் இருக்கு. எல்லாமே உங்க முன்னேற்றத்துக்காகத்தான். நீங்க முரண்டுபிடிக்காம நிலங்களைக் கொடுங்க. உங்களுக்கு சந்தோசமான வாழ்க்கையை நாங்க கொடுக்குறோம்" என தந்திரமாகப் பேசினார் ராபின்சன்

ஜபுலானியின் பார்வையில் தீப்பொறி பறந்தது.

"என்னது, நீங்கள் வேலைவாய்ப்பு கொடுக்கப்போகிறீர்களா? நாங்களெல்லாம் வேலையில்லாமல்தான் இருந்தோமா? சில வருடங்களுக்கு முன்புவரை மக்காச்சோளக் களஞ்சியம் இது. மொத்த நாட்டிற்கே உணவளித்த பூமி. அதை இப்படிப் பாலைவனமாக்கிவிட்டு மக்களைப் பசி பட்டினியில் சாக விட்டுவிட்டு மீத்தேன் எடுத்து எங்களை வாழ வைக்கப்போகிறீர்களா? என்ன வேடிக்கையாக உள்ளது. உங்களுக்கு உண்மையாவே எங்கள்மீது அக்கறையிருந்தால் அதோ அங்கு அணைகட்டி தடுத்து வைத்திருக்கிறீர்களே தண்ணீர், அதனை எங்கள் கிராமங்களுக்குத் திறந்துவிடுங்கள்" என கர்ஜித்தான் ஜபுலானி.

அதைக்கேட்டு பலமாகச் சிரித்தார் ராபின்சன். பின்பு சிரிப்பை அடக்கிக்கொண்டு ஜபுலானியை உற்றுப்பார்த்து, "தண்ணீரைத் திறந்துவிட்டால் மட்டும் விவசாயம் செய்துவிடுவீர்களா? இந்த கிகுயூ மலையிலுள்ள பூச்சிகளை மீறி உங்களால் ஒரு பசுமையான துரும்பைக்கூட உற்பத்தி செய்ய முடியாது. எல்லாரும் புரிஞ்சிக்கோங்க, கால மாற்றத்துல இங்கு வரும் பறவைகள் எல்லாம் அழிஞ்சிருச்சி. இப்போது இந்த நிலம் விவசாயம் செய்ய ஏதுவான நிலம் இல்லை. இதை வைத்துக்கொண்டு உங்களால் ஒன்றும் உருப்படியாக செய்ய முடியாது. இன்னும் எத்தனை நாளைக்கு அந்தக் கிகுயூக்கள் உங்களுக்கு உணவு கொடுப்பார்கள் என்று பார்க்கத்தானே போகிறோம். காலம் முழுவதும் அந்தக் கிகுயூக்களிடம் பிச்சையெடுத்தே வாழப்போகிறீர்களா?" என சற்றே காட்டமாகப் பேசினார் ராபின்சன்.

பிச்சை என்ற வார்த்தையைக் கேட்டதும் ஜபுலானிக்கு கோபம் தலைக்கேறியது. ஆத்திரத்தில் தனது ஈட்டியை உருவி ராபின்சனின் தொண்டைக்குழியில் நிறுத்தினான். அருகிலிருந்தவர்கள் எல்லோரும் அரண்டுபோனார்கள்

ஆனால் ராபின்சன் சற்றும் அசராமல் அருகிலிருந்த தனது கூலிங்கிளாஸை எடுத்து ஸ்டைலாக மாட்டினார். “என்ன ஜபுலானி, கொன்று விடுவாயா? என்னைக் கொன்றுவிட்டு எல்லோரும் இங்கு நிம்மதியாக வாழ்ந்துவிட முடியுமா? அப்படி ஒரு சம்பவம் நடந்தால் ராணுவம் வரும், உங்கள் மொத்த மக்களும் நாயைப்போல சுட்டுக்கொல்லப்படுவார்கள். அதுதான் உனக்கு வேண்டுமா?” எனச் சொல்லியபடியே ஈட்டியை அனாயசமாகத் தட்டி விட்டார் ராபின்சன். ஜபுலானியின் இறுகிய பிடியை இழந்திருந்த ஈட்டி பொத்தெனத் தரையில் விழுந்து கிலிங்கியது

“அப்புறம் இல்லையா பின்ன? நீங்க கிகுயூக்களிடம் வாங்கி உண்பது பிச்சையில்லையா? உங்களால் அவர்களின் எல்லையைக் கூட தாண்ட முடியாமல்தானே இப்படி வாழ்கிறீர்கள். உங்கள் வீரத்தையெல்லாம் அரசாங்கத்திடம்தான் காட்டுவீர்கள். கிகுயூக்களிடம் வாலாட்ட முடியாது. ஒண்ணு மட்டும் எல்லாரும் தெரிஞ்சிக்கோங்க... கிகுயூக்கள் வாழுற பகுதியில நுழையிறதுக்கு வெளியிலிருந்து வரும் மக்கள் யாருக்கும்தான் அனுமதியில்லை. ஆனா, இங்கேயே பிறந்து வளர்ந்து பல்லாயிரம் ஆண்டுகாலம் வசிக்கிற அகோயாக்களுக்கு அனுமதியிருக்கு. ஆனாலும் கிகுயூக்களுக்குப் பயந்துதானே வாழுறீங்க” என ஜபுலானியின் கோபத்தை மேலும் மேலும் தூண்டினார் ராபின்சன்

“உன்னுடைய அநாகரிகமான வசைச்சொற்களை நிறுத்து. எங்கள் தந்தையும் அவரது சகாக்களும் உங்களிடம் மென்மையான போக்கைக் கடைபிடித்தனர், ஆனால் நாங்கள் அப்படியல்ல. ராணுவத்தை எதிர்கொள்ளவும் தயாராக இருக்கிறோம். அசம்பாவிதம் எதுவும் நடப்பதற்கு முன்பாக நீங்களே இங்கிருந்து வெளியே சென்றுவிடுங்கள். உடனே வெளியேறுங்கள்” என ஆத்திரத்தின் உச்சியில் எச்சரித்தான் ஜபுலானி. கூடவே அங்கிருந்த மற்ற அகோயாக்களும் தங்களது ஈட்டியை பிடித்துக்கொண்டு ஜபுலானியின் பின்பாக அதிகாரிகளைப் பார்த்து கோபத்தோடு நின்றனர்

சூழ்நிலையை உணர்ந்த ராபின்சன் அவர்களை ஏளனமாகப் பார்த்து சிரித்துக்கொண்டே தனது அதிகாரிகளுடன் அவ்விடத்தைவிட்டு வெளியேறினார்.

*

ராபின்சன் வந்துபோன அன்றைய இரவு ஜபுலானி, முத்தங்கி, சிகு மூவரும் நிலவைப் பார்த்தபடி புல்வெளியில் படுத்துக்கொண்டிருந்தனர். ஜபுலானி மிகவும் கலக்கத்தில் இருந்தான். ராபின்சன் அன்று சொன்ன வார்த்தைகள் ஒவ்வொன்றும் அவனையும் அவனது மொத்த இனத்தையும் இழிவுபடுத்தியதாக இருந்ததை எண்ணி வருத்தத்தில் சிகுவும், முத்தங்கியும்கூடக் கலங்கினர்

"ராபின்சன் சொன்னது உண்மைதானே. இந்தக் கிகுயூக்கள் வெறும் காட்டுவாசிகள். அவர்களுக்கு வேட்டையைத்தவிர வேறென்ன தெரியும். விவசாயம் செய்து நாகரிகமான வாழ்க்கை வாழ்ந்த நமக்கு அவர்கள் எந்த விதத்திலும் சமமானவர்கள் கிடையாது. ஆனால் நாம் இப்போது அவர்களிடம் கையேந்திதானே வாழ்ந்துகொண்டிருக்கிறோம்" எனச் சொல்லியவாறே கண்கலங்கினான் சிகு.

சிகு அப்படிச் சொன்னது அதிர்ச்சியாக இருந்தாலும் அவனை ஆறுதலாக தட்டிக்கொடுத்தான் ஜபுலானி

"அப்படி எடுத்துக்கொள்ளக்கூடாது சிகு! இது உதவி இல்லை. இத்தனை ஆயிரம் வருடங்களாக கிகுயூ மலைக்குள் யாரையும் நுழைய விடாமல் நாம் பாதுகாத்து வந்ததற்காக அவர்கள் நமக்குச் செய்யும் கைமாறு"

“இதுதான் கைமாறு செய்யும் முறையா? ஆயிரமாயிரம் ஆண்டுகள் அவர்களுக்கு உதவியதற்கு ஆறு மாதங்களுக்கு மட்டும்தான் உணவளிப்போம் என சொல்வதுதான் கைமாறு செய்யும் முறையா?”

“முராயா சொல்வதிலும் நியாயம் இருக்கிறது சிகு. ஆறு மாதங்களுக்கு மட்டும் அதீதமாக வேட்டையாடினால் பிரச்சினை இருக்காது. மலையின் தாங்கும் சக்தியைத் தாண்டி நாம் தொள்ளாயிரம் பேரும் நுழைந்து நீண்ட நாட்களுக்கு வேட்டையாடினால் மொத்த மலையும் அதன் வளத்தை இழந்துவிடும். இந்த ஒரே காரணத்துக்காக தங்கள் மக்கள் தொகையைக்கூட பெருக்காமல் எவ்வளவு கட்டுக்கோப்பாக வாழ்ந்து வருகிறார்கள் இந்த கிகுயூக்கள். இயற்கையைப் பாதுகாக்க இவ்வளவு கட்டுக்கோப்போடு வாழ்ந்துவரும் அவர்களை நாம் மதிக்க வேண்டும். அவர்களை வெறும் காட்டுவாசிகள், நாகரிகமற்றவர்கள் என நாம் குறைத்து மதிப்பிட்டுவிட முடியாது சிகு. கிகுயூக்கள் நம் சகோதரர்கள். எக்காரணத்தைக் கொண்டும் நாம் அவர்களின் நிலங்களை ஆக்கிரமிக்க நினைப்பது அறம் அல்ல. மீறி அவர்களது நிலங்களை ஆக்கிரமித்தால் அது மிகப்பெரிய இன யுத்தத்தில் முடியும். ஏதாவது ஒரு இனம் அழியும்” எனப் பொறுமையாக எடுத்துரைத்தான் ஜபுலானி

“பசி பட்டினியில் செத்துக்கொண்டிருக்கும்போது அறத்தைப்பற்றி நாம் ஏன் கவலைப்பட வேண்டும்? நாம் ஏன் கிகுயூ நிலங்களை கைப்பற்றுவதற்குப் பயப்பட வேண்டும். நமது மக்கள்தொகை கிகுயூக்களைவிட மூன்று மடங்கு அதிகம். சண்டை என வந்தால் அவர்களை எளிதில் கொன்று குவித்து மலையை ஆக்கிரமித்துக்கொள்ளலாம்” என மீண்டும் சிகு வாக்குவாதத்தில் இறங்கியதைப் பார்த்து ஜபுலானி சற்றே எரிச்சலடைந்தான்

“நமது எதிரிகள் நம் நிலங்களைப் பிடுங்க நினைப்பவர்கள்தானே தவிர, கிகுயூக்கள் கிடையாது. நமது நோக்கம் நமது நிலங்களை மீட்டெடுப்பதுதானே தவிர, கிகுயூ நிலங்களை ஆக்கிரமிப்பது கிடையாது. புரிகிறதா?” என அதட்டும் தொனியில் எச்சரிக்கை விடுத்தான்.

ஜபுலானியின் அந்த எச்சரிக்கையை மீறிப் பேச முடியாத வனாய் கடும் அதிருப்தியில் கோபமாய் அந்த இடத்தைவிட்டு வெளியேறினான் சிகு.

"அவனை விடு ஜபுலானி! ஏதோ அந்த ராபின்சன் பேசியதை மனதில் வைத்துக்கொண்டு குழம்பியவனாய் உளறிவிட்டுப்போகிறான். காலையில் சரியாகிவிடுவான்" என ஜபுலானியை சமாதானப்படுத்தினான் முத்தங்கி.

அன்று நள்ளிரவில் நன்றாக உறங்கிக்கொண்டிருந்தபோது இரண்டு உருவங்கள் ஜபுலானியின் கைகளையும் கால்களையும் வாயையும் கட்டி அவன் துடிதுடிக்க ஒரு நீண்ட கொம்பின் இடையில் சொருகி பன்றியைத் தூக்கிப்போவதைப்போல கிகுயூ மலையின் எல்லை அருகே கொண்டுசென்று அப்படியே தரையில் பொத்தென வீசினர். வலியில் கத்தக்கூட முடியாமல் துடித்தபடியே யார் தன்னைத் தூக்கி வந்தது என பார்த்தபோது பவுர்ணமி நிலவொளியில் தெளிவாகத் தெரிந்த இரண்டு உருவங்களைப் பார்த்து அதிர்ச்சியுற்று உறைந்துபோனான். அந்த இரண்டு உருவங்களும் சிகுவும் முத்தங்கியும்தான். சிகு தன்னிடமிருந்த கத்தியை எடுத்து ஜபுலானியின் நெஞ்சில் இறக்கினான். குருதி பீறிட்டு அவன் முகத்தில் தெறித்தது. பின்னர் முத்தங்கி, ஜபுலானியைத் திருப்பிப்போட்டு அவனது முதுகில் கத்தியை விட்டுக் குத்திக் கிழித்தான். துரோகத்தின் வலி ஜபுலானியின் ஒவ்வொரு அணுவையும் சிதைத்து உயிரைக் கரைத்துக்கொண்டிருந்தது. உயிருக்கு நிகராக நினைத்த நண்பர்களின் இந்தத் துரோகத்தை துளியும் எதிர்பார்க்காமல் அழுது துடித்தான். கத்த முயன்று தோற்றுப்போனான். எப்படியாவது கட்டை அவிழ்த்துவிட முயற்சித்துப் போராடினான். தரையில் விழுந்து புரண்டான். அவனின் அந்தப் போராட்டத்தில் புழுதி பறந்தது. எப்படியோ தட்டுத் தடுமாறி எழுந்து நின்றவனை சிகு மீண்டும் முதுகில் குத்த... ஜபுலானியின் உடல் சரிந்து விழுந்து துடித்தது. அவனது கண்களில் வஞ்சத்தின் வலியும் சீற்றமும் அழுகையாகப் பொங்கியது. அதே நேரத்தில் கிகுயூ மலையிலிருந்து சில அம்புகள் சிகுவையும் முத்தங்கியையும் நோக்கித் தெறிக்க... அதை சற்றும் எதிர்பார்க்காமல் பதட்டமடைந்த இருவரும் புல்வெளியில்

ஓட்டமெடுத்தனர். நிலவொளியில் அவர்கள் பன்றிகளைப்போல பயந்து தெறித்து ஓடினர். அப்படி ஓடும்போது ஓர் அம்பு முத்தங்கியைத் தாக்கி, அங்கேயே சுருண்டு விழுந்தான். அதைப் பற்றிக் கவலைப்படாத சிகு மின்னல் வேகத்தில் மூச்சிரைக்க ஓடி மறைந்தான்.

மறுநாள் காலை இரண்டு உடல்கள் கிகுயூ மலை எல்லையருகே இருப்பதைப்பார்த்து அகோயா மக்கள் ஓடிவந்து கதறி அழுதனர். ஜபுலானி போன்ற ஒரு மாவீரனின் இழப்பை ஏற்றுக்கொள்ள முடியாதவர்களாக நெஞ்சில் அடித்துக்கொண்டு அழுதனர். அருகே முத்தங்கியின் உடலில் அம்பு தைக்கப்பட்டு இறந்து கிடந்தான். அந்த அம்பைப் பிடுங்கி எடுத்தவனாய் இங்கே பாருங்கள் “இது கிகுயூக்களின் அம்பு. கிகுயூக்கள்தான் ஜபுலானியையும் முத்தங்கியையும் கொன்றுவிட்டனர் என உரக்க அழுது நாடகக் கண்ணீர் வடித்தான் சிகு. மக்கள் கொந்தளித்தனர். அழுது புலம்பினர், ஆத்திரத்தில் கிகுயூ மலை எல்லையைத் தாண்டி உள்ளே நுழைந்தனர். எல்லையில் பாதுகாப்புக்காக நின்ற சில கிகுயூக்கள் அவர்களைத் தடுத்து “தாங்கள் ஜபுலானியைக் கொல்லவில்லை, வேறு யாரோ இருவர்தான் அவனைக் கொன்றனர். தாங்கள் ஜபுலானியை காப்பாற்றத்தான் நினைத்தோம்” எனச் சொல்லிக்கொண்டிருக்கும்போதே அந்தக் கிகுயூவை தனது ஈட்டியால் குத்திக் கிழித்தான் சிகு. இந்தத் தாக்குதலை சற்றும் எதிர்பார்க்காத கிகுயூக்கள் திருப்பித் தாக்கத் தொடங்கினர். பெரும் எண்ணிக்கையிலான அகோயாக்கள் இருந்தனர். ஆனால் அங்கு எல்லைக் காவலுக்கு பத்து கிகுயூக்கள் வரை மட்டுமேயிருந்தனர். காவலில் இருந்த சிறு எண்ணிக்கையிலான கிகுயூக்களைக் கொல்ல பெருந்திரளான அகோயாக்கள் ஆயுதங்களுடன் அவர்களை நோக்கி வர... கிகுயூக்கள் அசராமல் அம்புகளைச் செலுத்தி பெரும்பாலான அகோயாக்களைக் கொன்று குவித்தனர். விஷம் தடவப்பட்ட அம்பு எதிரிகளின் மார்பில் பாய்ந்தவுடன் உயிரை உடனே குடித்தது. நீண்ட நேரப் போராட்டத்திற்குப் பிறகு அம்புகள் தீர்ந்துபோக பத்து கிகுயூக்களும் பெருந்திரளான மக்களைச் சமாளிக்க முடியாமல் செத்து விழுந்தனர். அவர்களைச் சுற்றி எழுபதுக்கும் மேற்பட்ட அகோயாக்களின் சடலங்கள் சிதறிக் கிடந்தன. அதுவரை அமைதியை மட்டுமே தாங்கி நின்ற அந்தக்

கிகுயூ மலை அன்று பிணக்குவியல்களைச் சுற்றி மக்கள் கதறும் அந்த ஓலச் சத்தத்தால் அதிர்ந்து நின்றது.

முன்பு ராபின்சன், ஜபுலானியை சந்தித்து விட்டுச்சென்ற மாலையே சிகுவையும் முத்தங்கியியையும் தனியாக அழைத்துச் சந்தித்திருந்தான். அவர்களிடம் ஆசை வார்த்தை பேசி அவர்கள் கனவிலும் எதிர்பார்க்காத தொகையைத் தருவதாக உறுதியளித்ததோடு அல்லாமல் கிகுயூ நிலங்களைக் கைப்பற்றிக்கொள்ளுமாறு தூண்டினான். ராபின்சனின் தந்திர வலையில் இருவரும் விழுந்தனர். ஆனால் இவையெல்லாம் ஜபுலானியை மீறி ஒருபோதும் நடக்காது. ஜபுலானிக்குத் தெரியவந்தால் பெரும் தடையாக இருப்பான் என்பதோடு தங்களைக் கொன்றுவிடுவான் என்பதையும் அறிந்திருந்தனர். பசி, பட்டினி, வறுமை, பேராசை, சுயநலம் முன்பாக நண்பன், அறம் என்ற வார்த்தைகள் தோற்றுப்போயின. ஜபுலானி ஈவு இரக்கமின்றி கொல்லப்பட்டான். அகோயாக்களை கிகுயூ மக்களை நோக்கி திசைதிருப்பி இனக்கலவரத்தை நடத்தும் ராபின்சனின் திட்டம் வெறும் இருபத்து நான்கு மணிநேரத்தில் நிறைவேறியது.

*

அன்று டர்பன் விமான நிலையத்தில் வந்திறங்கினான் கேசவன். வானூர்தி நிலையத்தில் இயங்கிக்கொண்டிருக்கும் பரபரப்பான கூட்டத்தைத் தாண்டி வெளியே வந்தவனைச் சூழ்ந்துகொண்டு பல வாடகை கார் ஓட்டுநர்களும் "எங்கே செல்லவேண்டும் சார்? சொல்லுங்க போலாம்" என அவனது பயணச் சாமான்கள், முதுகுப்பை என எல்லாவற்றையும் ஒவ்வொருவரும் வலிய வந்து வாங்கிக்கொண்டு ஆரவாரமாய் வரவேற்புக் கொடுத்தனர். அதிலிருந்த ஓர் ஓட்டுநரிடம் "தான் கிகுயூ மலைக்குப் போக வேண்டும், எவ்வளவு பயணத் தொகை?" எனக் கேட்டதும் அவனைச் சுற்றிக் குழுமியிருந்த அத்தனை ஓட்டுநர்களும் மிரண்டுபோயினர். "சார்! விளையாடாதீங்க, உண்மையாவே கிகுயூ மலைக்குத்தான் போகவேண்டுமா?" என சந்தேகத்துடன் கேட்டனர். கேசவன் உறுதியாக "ஆம், கிகுயூ மலைக்குத்தான். இதில் விளையாட என்ன இருக்கிறது?" என அப்பாவியாகக் கேட்க... அவனைச் சுற்றிச் சூழ்ந்திருந்த எல்லா ஓட்டுநர்களும் ஒருவரையொருவர் மாற்றி மாற்றிப் புதிராகப் பார்த்துக்கொண்டனர். கேசவனுக்கு ஒன்றும் புரியவில்லை. அவனது பயணப்பை, முதுகுப்பை என வலிய வந்து வாங்கிய பொருட்களை அவனிடமே கொடுத்துவிட்டு "ஆள விடுங்க சார்!" எனச் சொல்லாமல் சொல்வதைப்போன்ற உடல்மொழியில் ஒவ்வொருவராக அடுத்தடுத்த

பயணிகளை நோக்கி நகர்ந்தனர். “ஏன் எல்லாரும் போறீங்க? என்ன பிரச்சினை?” என அவன் கேட்க, யாரும் அதைக் கண்டுகொள்ளவேயில்லை. அருகே நிறுத்தி வைக்கப்பட்டிருந்த சில கார்களை அணுகி அதில் அமர்ந்திருந்த ஓட்டுநர்களிடம் “தான் கிகுயூ மலைக்குப் போகவேண்டும்” எனச் சொல்ல... ஒவ்வொருவராக வர மறுத்தனர். ஓர் ஓட்டுநரிடம் “ஏன் எல்லாரும் வர மறுக்கிறீர்கள்? என்ன பிரச்சினை? பணம் அதிகமாக வேண்டுமென்றாலும் தருகிறேன் வாங்க...” எனக் கேட்க... அந்த ஓட்டுநர் சற்றே பயந்தவனாய் “இதுக்கு முன்னாடி அங்க போயிருக்கிங்களா சார்?” எனக் கேட்டான். கேசவன் “இல்லை” எனச் சொன்னதும் “அதான் உங்களுக்குத் தெரியல, அது ரொம்ப மோசமான இடம் சார்! அங்க போனா உயிரோட திரும்ப முடியாது. கடந்த ஒரு வருசத்துல சொல்லச் சொல்ல கேக்காம போன பல பேர் திரும்பல. அங்க பெரிய சண்டை நடந்துட்டு இருக்கு சார். நீங்களும் போகாதீங்க, உயிரோட விளையாடாதீங்க” என எச்சரித்தான் அந்த ஓட்டுநர். “சண்டையா? இல்லையே, அது நல்ல விவசாய பூமி ஆச்சே. அங்கிருக்குற மக்கள் எல்லாரும் சாதுவானவங்கன்னு கேள்விப்பட்டேனே” என கேசவன் கேட்க, “அதெல்லாம் ஆறு வருஷத்துக்கு முன்ன. இப்போ அங்க காலடி எடுத்து வச்சாலே மரணம்தான். பேசாம வேற எங்கயாச்சும் போயிடுங்க சார்!” என மீண்டும் எச்சரித்தான் அந்த ஓட்டுனர். கேசவனுக்கு என்ன செய்வதென்று தெரியவில்லை. சரி, அருகிலிருக்கும் ஒரு காபிக் கடையில் அமர்ந்து யோசிக்கலாம் என இருக்கையில் அமர்ந்து தீவிரமாக யோசித்தபடியே காபியைக் குடித்துக்கொண்டிருந்தான்.

மணிக்கணக்காக ஒரே ஒரு காபியை வைத்துக்கொண்டு யோசித்துக் கொண்டேயிருந்தான். ‘யாரும் வரவில்லையென்றால் என்ன செய்வது? டர்பனிலிருந்து கிகுயூ மலை சுமார் முந்நூற்று ஐம்பது கிலோமீட்டர் தூரம் இருக்கும். நடந்தே சென்றால் எப்படியும் பத்து நாட்களுக்குள் சென்றுவிடலாம், இல்லையில்லை, ஏதாவது இருசக்கர வண்டி வாடகைக்குக் கிடைத்தால் எடுத்துக்கொண்டு சென்றுவிடலாமா? ஆனால் பாதுகாப்பு இல்லை எனப் பயமுறுத்துகிறார்களே... அதனால் என்ன, நாம் அவர்களுக்கு ஆமூர் பால்கன் பறவைகள் வருகின்றன, இனி சந்தோசமாக விவசாயம் செய்யலாம் என நல்ல செய்தியைச் சொல்லத்தானே செல்கிறோம். நிச்சயம் அவர்கள்

சந்தோஷப்படுவார்கள், நம்மை எதுவும் செய்ய மாட்டார்கள். ஒருவழியாக கிகுயூ மலைக்குப் போனாலும் எங்கு தங்குவது?' அங்கு அருகில் ஏதாவது விடுதிகள் இருக்குமா? இல்லையென்றால் என்ன, யாராவது உதவாமலா போய்விடுவார்கள்?' எனப் பல்வேறு கற்பனைகள் அவனுக்குள் அலையடித்ததே தவிர, ஒரு கணம் கூடத் திரும்பிப் போகவேண்டும் என்ற எண்ணம் மட்டும் அவனுக்குத் தோன்றவே இல்லை.

நீண்டநேரமாக யோசித்துக்கொண்டிருந்தவனை நோக்கி நன்கு உயரமான ஒல்லியான தேகம் கொண்ட ஓர் ஆசாமி சிநேகமாகச் சிரித்துக்கொண்டே அணுகினான். "சார், நீங்கதானே கிகுயூ மலைக்குப் போகணும்னு கேட்டது?" என கேசவனின் காதருகே குனிந்து ரகசியமாகக் கேட்டான். "ஆமாம், நீங்க?" என கேசவன் கேட்க "என் பேரு பத்ரு, நானும் ஒரு ஓட்டுநர்தான் சார்! நான் உங்ககூட வரத் தயார். ஆனால் ஐந்தாயிரம் ரேண்ட் பணம் வேண்டும்" எனக் கேட்டான். ஐந்தாயிரம் ரேண்ட் என்பது இரண்டு மடங்குப் பணம்தான். ஆனாலும் அவன் உடன் வருகிறேன் எனச் சொன்னதே கேசவனுக்கு பேரானந்ததைக் கொடுத்தது. சற்றும் யோசிக்காமல் "சரி, உடனே போகலாம்" என கேசவன் சம்மதிக்க... இருவரும் விறுவிறுவெனக் கிளம்பினார்கள்.

டர்பன் நகரைத்தாண்டி வேகமெடுத்தது வண்டி. பத்ரு மிக நேர்த்தியாக துரிதமான வேகத்தில் வண்டியை இயக்கினான். அவனது முகத்தில் எப்போதும் புன்னகை தவழ்ந்தபடியே இருந்தது. சிலரைப் பார்த்தவுடனே சட்டென நம்பத்தோன்றுமே, அப்படியொரு வசீகரமான முகம் அவனுக்கு. மிகவும் வெகுளியாக இயல்பாக பேசிக்கொண்டே வண்டியை இயக்கினான். அவனது பேச்சில் அக்கறையும் அன்பும் அடக்கமும் வெளிப்பட்டது. கேசவன் உண்மையாகவே பத்ருவுடன் இருப்பதை மகிழ்ச்சியாக உணர்ந்தான்.

"ரொம்ப நன்றி பத்ரு! நீ என்கூட வந்ததுல சந்தோஷம்" என தனது இதயத்தின் அடியாழத்திலிலிருந்து நன்றி சொன்னான் கேசவன்.

"பரவால்ல சார்! நான்தான் உங்களுக்கு நன்றி சொல்லணும். எனக்கு நீங்கதான் பிசினஸ் கொடுத்திருக்கீங்க. அஞ்சாயிரம் ரேண்ட் சம்பாதிக்கணும்னா நான் ஒருவாரம் வண்டி ஓட்டணும்.

கடவுள் மாதிரி அதை நீங்க ஒரே நாள்ல தரீங்க" என பத்ரு ஆத்மார்த்தமாகக் கூறினான்.

"ஆமாம், யாருமே கிருயூ மலைக்கு வரலன்னு சொன்னாங்க. நீ மட்டும் எப்படி தைரியமா ஒத்துக்கிட்ட?" என கேசவன் கேட்டதும்.

"கிருயூ மலையில பிரச்சினை பிரச்சினைன்னு சொல்லுறாங்க. ஆனா, என்கிட்டே என்ன இருக்கு? என்னையெல்லாம் ஏதும் செய்ய மாட்டாங்கன்னு ஒரு நம்பிக்கைதான் சார்! அதுவுமில்லாம எனக்குப் பணம் தேவைப்படுது சார்! வீட்ல ரொம்பக் கஷ்டம்" என சாதாரணமாகச் சொன்னான்.

"அவ்வளவு பணத்தேவையா உனக்கு?" என கேசவன் மீண்டும் கேட்க,

"ஆமாம் சார்! ஒருகாலத்துல எனக்குப் பணமெல்லாம் தேவைப்படல. ஆனா இப்போ நிலைமையே மாறிடுச்சு. என்னை மாதிரி ஆளுங்களெல்லாம் டர்பன்ல வாழுறது ரொம்பக் கஷ்டம் சார்! ஆமா, நீங்க ஏன் சார் கிருயூ மலைக்குப் போறீங்க? அந்த மீத்தேன் கம்பனி ஆளா நீங்க?" எனக் கேட்டான் பத்ரு.

"இல்ல பத்ரு, நான் அங்க இருக்குற மக்களைப் பார்க்கணும். அவங்களுக்கு ஒரு மகிழ்ச்சியான செய்தி சொல்லணும். நாம போய் இறங்கினதும் அது என்னன்னு நீயே தெரிஞ்சிப்ப" எனச் சொன்னான் கேசவன். அது பத்ருவின் ஆர்வத்தைத் தூண்டினாலும் மரியாதை கருதி மேலும் கேட்கவில்லை.

"ஆமா, நாம போய்ச்சேர இன்னும் எவ்வளவு நேரமாகும்?" எனக் கேட்டான் கேசவன்.

"தோராயமா இன்னும் அஞ்சு மணிநேரம் ஆகும் சார். நீங்க ரொம்பக் களைப்பா இருப்பீங்க. நல்லா தூங்குங்க. நான் பார்த்துக்கிறேன்" என பத்ரு சொல்லிக்கொண்டிருக்கும்போதே கேசவனின் மெல்லிய குறட்டை ஒலியைக் கேட்டு அமைதியாகி வண்டியை மின்னல் வேகத்தில் செலுத்தினான் பத்ரு.

நீண்டநேரப் பயணத்திற்குப் பிறகு மின்னல் வேகத்தில் சென்றுகொண்டிருந்த அவர்களின் வாகனம் சடாரென நிறுத்தப்பட... அதன் அதிர்வுகள் கேசவனின் தூக்கத்தைக் கலைத்தது. அதுவொரு மண்சாலை என்பதால் புழுதி மண்ணின்

தூசுப்படலம் எதிரில் என்ன இருக்கிறது என்பதை மறைத்தது. சில வினாடிகளில் தூசுப்படலம் கலைந்து மறைந்து எதிரில் என்ன இருக்கிறது எனப் பார்த்தபோது அவன் கண்ட காட்சி அவனை உலுக்கியது. ஏழு கறுப்புச் சிறுவர்கள், எல்லோருக்குமே ஐந்து வயதிற்குள்தான் இருக்கும். அத்தனை பேரும் ஆடைகளின்றி அம்மணமாக ஒருவரின் கைகளை ஒருவர் கோர்த்தவாறு வரிசையாக சாலையில் மண்டியிட்டு வாகனத்தை மறித்தவாறு அமர்ந்திருந்தனர். வண்டி அவர்களுக்கு ஓர் அடிதூரத்தில்தான் நிறுத்தப்பட்டிருக்கிறது. இன்னும் சில அடிகள் வண்டி நகர்ந்திருந்தால் அந்தச் சிறுவர்கள் நசுங்கிச் சிதைந்திருப்பார்கள். அந்தச் சிறுவர்கள் தற்போது கோர்த்திருந்த கைகளை விடுவித்துவிட்டு மண்டியிட்டவாறே தங்களது ஒட்டிய வயிற்றைத் தட்டி "எங்களுக்கு ஏதாவது கொடுத்துவிட்டுச் செல்லுங்கள்" எனப் பரிதாபமாகக் கெஞ்சினர்.

இந்தக் காட்சி கேசவனை மிகவும் தொந்தரவு செய்தது. பால்கூட மறக்காத பச்சிளம் சிறுவர்கள் தங்களின் உயிரைப் பணயம் வைத்து ஒட்டிய வயிற்றைத் தட்டி பிச்சை கேட்பது அவனது இதயத்தை நொறுக்கியது. ஒருநொடி ஆடிப்போனவன் கீழே இறங்கி அந்தச் சிறுவர்களைக் கட்டியணைத்தான். தன்னிடமிருந்த சில ரொட்டித் துண்டுகளையும் பிஸ்கெட் பொட்டலங்களையும் அவர்களுக்குக் கொடுத்து கூடவே, தான் வைத்திருந்த தண்ணீரையும் அவர்களுக்கு ஊட்டிவிட்டான். சில நிமிடங்களுக்குப் பிறகு கனத்த இதயத்தோடு அவர்களிடமிருந்து விடைபெற்று மீண்டும் பயணத்தைத் தொடங்கினர். அந்தச் சாலை அடிக்கடி வாகனங்கள் வந்துபோகும் சாலைபோலத் தெரியவில்லை. கண்ணுக்கெட்டிய தூரம்வரை வெறும் வறண்ட புல்வெளிகள் வானத்தை நோக்கி நீள்வதை மட்டுமே பார்க்க முடிந்தது. ஆங்காங்கே பட்டுப்போன மரங்களும், வானத்தில் வட்டமிடும் கழுகுகளும் மட்டும் தென்பட்டன. தூரத்தில் ஒரு மலை பசுமையாகத் தெரிந்தது. அதுதான் கிகுயூ மலை என யூகித்தான் கேசவன். "நாம கிகுயூ மலைக்குப் பக்கத்துல வந்துட்டமா பத்ரு?" எனக் கேட்டவாறே பத்ருவைப் பார்த்தான் அவனது கண்களிலிருந்து தாரை தரையாகக் கண்ணீர் வடிந்து கொண்டிருந்தது. மௌனமாக அடக்க முடியாத அழுகையை அடக்கிக்கொண்டே அவன் வண்டியைச் செலுத்திக்கொண்டிருந்தான். கேசவன் அவனிடம் மேலும் எதுவும்

கேட்கவில்லை. 'அந்தச் சிறுவர்களைப் பார்த்து யாருக்குத்தான் இதயம் நொறுங்காது?' என தனக்குள் நினைத்துக்கொண்டே புல்வெளிகளை வெறித்துப் பார்த்தபடியே பயணத்தைத் தொடர்ந்தான். இன்னும் சில நூறு மீட்டர் தூரத்தைத் தாண்டியதும் மீண்டும் அவர்களது வாகனம் நிறுத்தப்பட்டது. இம்முறை சிறுவர்கள் அல்ல, முரட்டுத்தனமான ஏழெட்டு இளைஞர்கள் பயங்கரமான ஆயுதங்களுடன் வண்டியை இடைமறிக்க... வண்டியை நிறுத்தாமல் சென்றான் பத்ரு. மண் சாலை என்பதால் பத்ருவால் வண்டியை வேகமாக இயக்க முடியவில்லை. வெறித்தனமாக வண்டியைத் துரத்தியபடியே அந்த வண்டிக்குச் சமமாக வேகமாக ஓடிவந்த இளைஞர்கள் வண்டியின் கண்ணாடியை உடைத்து கேசவனைப் பிடித்து கீழே வீசினர். ஓடும் வண்டியிலிருந்து கதறியபடியே கீழே விழுந்தான் கேசவன்.

"அவனை விடாதீர்கள், அவனது சட்டைப்பையில் என்ன இருக்கிறது பாருங்கள், அவனிடமுள்ள எதையும் விட்டுவைக்காதீர்கள்" எனக் கத்தியபடியே பயங்கர ஆயுதங்களுடன் ஓடிப் பாய்ந்து வந்தவர்கள் கேசவனைப் பிடித்து நிறுத்தி அவனைத் தாக்கியபடியே அவனது சட்டைப்பை, கால்சட்டைப்பை என எல்லாவற்றையும் படபடவெனப் பரிசோதித்து இருந்தவை எல்லாவற்றையும் எடுத்து, கேசவனை வெட்டத் தயாரானார்கள். அதே நேரத்தில் சில அடி தூரத்தில் திடீரென நின்ற வண்டியிலிருந்து பத்ரு இறங்கினான். பத்ருவைப் பார்த்ததும் எல்லா இளைஞர்களும் ஒருநொடி அப்படியே நிறுத்தினர். பின்னர் தங்களது ஆயுதங்களை கீழே இறக்கி,

"டேய்! பத்ருடா இது. இவன் பத்ரு கூடத்தான் வந்திருக்கான், அவனை விடுங்கடா!" என கேசவனிடமிருந்துப் பிடியைத் தளர்த்தினர். பத்ரு அந்த இளைஞர்களை நெருங்கி வந்தான். அதில் ஒருவனைப் பிடித்து ஓங்கி அறைந்தான்.

"என்னடா இது? என்ன வேலை பார்த்துட்டு இருக்கீங்க? இதுதான் நீங்க இங்க வாழ்ந்துகொண்டிருக்கிற லட்சணமா?" என மீண்டும் இன்னொரு இளைஞனைப் பிடித்து அறைந்தவன் அப்படியே கீழே அமர்ந்து ஒருநொடி சுற்றிலும் இருந்த வறண்ட நிலத்தையும் சுற்றி நின்றிருந்த மக்களையும் பார்த்துவிட்டு மண்ணை வாரித் தனது முகத்தில் அடித்துக்கொண்டே

'ஓவென' அழ ஆரம்பித்தான். அந்த அழுகை பார்ப்பவர்களின் எலும்புகளுக்குள் ஊடுருவி இதயத்தை நொறுக்கியது. "எப்படி வாழ்ந்த மக்கள்டா நாம, ஏண்டா இப்படி மாறிட்டீங்க? கடவுளே!" என அழுதவனைப் பார்த்து சுற்றி நின்ற இளைஞர்கள் உறைந்துபோய் நின்றனர். கேசவனுக்கு ஒன்றும் விளங்கவில்லை. பிறகு மெதுவாக எழுந்த பத்ரு அழுதுகொண்டே அந்த இளைஞர்களைப் பார்த்து "டேய், ச்சீ... சீ... போங்கடா!" என கோபமாகச் சொல்லிவிட்டு "நீங்க வாங்க சார், போலாம்" என கேசவனையும் பிடித்து வண்டியில் ஏற்றி அவனும் வண்டியில் ஏறினான்.

கேசவனுக்குப் பத்ருவைப் பார்க்க பிரமிப்பாக இருந்தது. ஆரம்பத்தில் பார்த்த சிரித்த முகமான பத்ரு இல்லாமல் இவன் வேறொரு பத்ருவாக மாறிப்போயிருந்தான்.

"அவங்க எல்லோரும் யாரு பத்ரு? நீ யாரு பத்ரு?" என ஆச்சரியமாகக் கேட்டான் கேசவன்

"நானும் ஒரு அகோயா பழங்குடிதான் சார். நான் பிறந்து வளர்ந்தது எல்லாமே இங்கதான். இதோ இப்போ வறண்ட நிலமா இருக்கே, ஒருகாலத்துல இங்க இருந்த வயல்வெளிகள்ல சுத்தித் திரிஞ்சிருக்கேன். கண்ணுக்கெட்டிய தூரம்வரை பசுமையை மட்டுமே பார்த்து வளர்ந்திருக்கேன். இங்க வாழ்ந்த ஒட்டகச் சிவிங்கிகள்கூடவும் வரிக்குதிரைகள்கூடவும் ஓடிப்புடிச்சி விளையாண்டிருக்கேன். இந்தக் கிராமங்கள்ல வாழ்ந்த எல்லா இளைஞர்களும் அப்போ வில்வித்தையில இருந்து, ஈட்டி எறியிற வரைக்கும் என்கிட்டதான் கத்துக்க வருவாங்க. ரொம்ப சந்தோசமா வாழ்ந்துட்டு இருந்தோம். ஆனா நாலு வருசத்துக்கு முன்னாடி வந்த பஞ்சத்தை தாக்குப்பிடிக்க முடியாம பல குடும்பங்கள் தங்களோட எல்லா விவசாய நிலங்களையும் மீத்தேன் எடுக்க ஒப்படைச்சிட்டு வெளியேறிட்டாங்க. அதுல எங்க குடும்பமும் ஒண்ணு. நிலங்களை கொடுத்த பிறகு எங்க அப்பா எங்களை எல்லாரையும் கூட்டிட்டு டர்பன் போயிட்டாரு. ஆனாலும் எனக்கு இந்த மண்ணோட வாசம் விட்டுப்போகலை. மனசளவுல நான் இன்னும் இங்கதான் வாழ்ந்துட்டு இருக்கேன். எப்படா வாய்ப்புக் கிடைக்கும் எப்போ இங்க வரலாம்னு தோணும். ஆனாலும் ஏதோ வைராக்கியத்துல இத்தனை நாள் வராம இருந்துட்டேன். ஆனா, இன்னைக்கு

நீங்க வந்து கேட்டதும் எனக்குத் திடீர்னு இங்க வரணும்னு தோணுச்சு. நீங்க அஞ்சாயிரம் ரேண்ட் கொடுக்குறீங்கன்னு உங்ககூட வரல சார். என்னோட மண்ணைப் பார்த்து இந்தக் காத்த சுவாசிக்கணும்னுதான் சார் வந்தேன். இங்க சண்டை நடக்கிறதா கேள்விப்படும்போதெல்லாம் மனசு வலிக்கும். ஆனா இங்க வந்து மக்கள் இருக்குற நிலைய நேர்ல பார்க்கும்போது மனசு சல்லி சல்லியா நொறுங்கிடுச்சி சார்!" வருத்தத்தோடு சொல்லி முடித்தான் பத்ரு.

ஜபுலானி கொல்லப்பட்ட பிறகு அகோயாக்களின் தலைவனாகி இருந்தான் சிகு. அவனது தலைமையில் அவ்வப்போது கிகுயூ மலைக்குள் அகோயாக்கள் கூட்டமாகச் செல்வதும் அங்கு வாழும் விலங்குகளைக் கண்மூடித்தனமாக வேட்டையாடுவதையும் வாடிக்கையாகக் கொண்டிருந்தனர். ஆனாலும் கிகுயூக்கள் சீரான இடைவெளியில் தக்க பதிலடி கொடுத்து அவர்களை எல்லையைவிட்டுத் துரத்திக்கொண்டே இருந்தனர். குளிர்காலத்தின் ஆறு மாதங்களில் அகோயாக்களின் கை ஓங்கியிருக்கும். ஏனெனில் அந்தக் காலங்களில் கிகுயூக்களின் நடமாட்டம் இருக்காது. அவர்கள் எங்கு இருக்கிறார்கள் என்பதுகூட மர்மமாகவே இருக்கும். எல்லைக்காவலுக்கு இருக்கும் சொற்ப எண்ணிக்கையிலான கிகுயூக்களைத்தவிர வேறு யாரும் இருக்க மாட்டார்கள்.

அந்த சந்தர்ப்பத்தைப் பயன்படுத்தி அகோயாக்கள் நுழையும் போதெல்லாம் கிகுயூ எல்லைக்காவலர்கள் எத்தனை பேர் வந்தாலும் மறைந்திருந்து தாக்கி அவர்களைச் சமாளிப்பார்கள். முடியாதபட்சத்தில் ஏராளமானவர்களைக் கொன்றுவிட்டு தாங்களும் மடிவர். குளிர்காலம் முடிந்த பிறகு அடுத்த ஆறு மாதங்களில் மொத்த கிகுயூக்களும் முழு பலத்துடன் வந்து அகோயாக்களை எல்லையைவிட்டுத் துரத்துவார்கள். இப்படியான ஒவ்வொரு மோதலின்போதும் அகோயா மக்களில் ஏராளமானவர்கள் இறந்துபோவார்கள். கிகுயூக்களின் இறப்பு என்பது அரிதினும் அரிதாகவே இருக்கும். கிகுயூக்கள் குறைந்த எண்ணிக்கையில் இருந்தாலும் மிகவும் வலிமையானவர்களாக இருந்தார்கள். அவர்களுக்கு கிகுயூ மலையின் நிலப்பரப்பு அங்குலம் அங்குலமாக அத்துபடியாக தெரிந்திருந்தது. ஒரு புதிய சத்தத்தை வைத்துக்கூட எதிரிகளின் வருகையை அறியும் நுட்பமான அறிவைப் பெற்றிருந்தனர். மேலும்

எதிரியைவிட உயரமான பகுதியிலிருந்து தாக்குவது அவர்களுக்கு சாதகமான நிலையைக் கொடுத்தது. கூடவே மறைந்திருந்து தாக்கும் யுத்தியோடு சேர்த்து துல்லியமாக அம்பு எய்தும் திறனும், ஈட்டி எறியும் திறனும் எதிரிகளை எளிதாக வீழ்த்த உதவியது. ஆயுதம் எதுவும் இல்லாமலேயேகூட ஒவ்வொரு கிகுயூவும் பத்து அகோயாக்களைக் கொல்லும் ஆற்றலோடு திடகாத்திரமாக இருந்தனர். இவ்வளவு சாதகமான அம்சங்கள் அவர்களுக்கு இருந்தாலும் அவர்கள் தற்காப்புக்காக மட்டுமே சண்டையிட்டனர். அவர்கள் ஒருபோதும் கிகுயூ மலையின் எல்லையைத் தாண்டிச்சென்று எந்த அகோயாக்களையும் தாக்கியதே இல்லை. மாறாக, அகோயாக்கள் மட்டுமே அவ்வப்போது கிகுயூ மலைக்குள் ஊடுருவிக்கொண்டிருந்தனர்.

கிகுயூ மலைக்குள் ஊடுருவ முடியாத நாட்களில் மொத்த அகோயாக்களும் உணவுக்கு வழியின்றி பக்கத்துப் பக்கத்து ஊர்களில் சென்று திருடுவது, வழிப்பறிக் கொள்ளை, ஆயுதம் ஏந்திக் கொலை செய்வது என வெறி பிடித்த மிருகங்களாக மாறியிருந்தனர். அகோயாக்களின் தலைவனான சிகு, ராபின்சன் அறிவுரையின்படி மொத்த அகோயாக்களையும் தவறான திசையில் வழிநடத்திக் கொண்டிருந்தான். மக்களும் சிகுவை கண்மூடித்தனமாக நம்பத் தொடங்கியிருந்தனர். கிகுயூ மலையைச் சுற்றியுள்ள அகோயா நிலப்பரப்புக்குள் யார் நுழைந்தாலும் உயிரோடு செல்ல முடியாது என்ற நிலையை உருவாக்கி வைத்திருந்தான். ராபின்சன் இங்கு நடக்கும் எந்தச் செயலிலும் அரசாங்கம் தலையிடாதபடி நேர்த்தியாகக் கையாண்டான். அகோயாக்கள் மொத்த கிகுயூக்களையும் கொன்றுவிட்டு கிகுயூ மலையை முழுதாக ஆக்கிரமித்துக்கொள்ளும்வரை மீத்தேனுக்காக நிலங்களை கேட்கப்போவதில்லை எனவும் சிகுவிற்கு உறுதியளித்திருந்தான். ஆனால், எவ்வளவு முயன்றாலும் கிகுயூக்களுடன் நேருக்கு நேர் மோதி அவர்களை மொத்தமாக அழித்து கிகுயூ மலையைக் கைப்பற்ற முடியாது என்பதை உணர்ந்திருந்த சிகு, சரியான சந்தர்ப்பத்திற்காக வஞ்சத்தோடு காத்திருந்தான்.

*

கிகுயூக்களின் தலைவரான முராயா ரத்த வெள்ளத்தில் துடித்துக்கொண்டிருந்தார். அவரைச் சுற்றிலும் சுமார் பத்து கிகுயூக்களின் உயிரற்ற உடல்கள் சிதறிக் கிடந்தன. சாகும் நிலையில் போராடிக்கொண்டிருந்த இரண்டு கிகுயூக்கள் வலியால் துடித்தபடியே முராயாவைப் பார்த்து அவரை எப்படியாவது காப்பற்றிவிட வேண்டும் என்ற நோக்கத்தில் எழ முயற்சித்துத் தோற்று விழுந்தனர். அதே நேரத்தில் இரண்டு உருவங்கள் அந்த இடத்திற்கு வந்து அங்கிருந்த உடல்களை மிரட்சியோடு பார்ப்பதைப் பார்த்த அந்தக் கிகுயூக்களுக்கு ஆச்சரியம். அந்த உருவங்கள் எதிரிகளைப்போல இல்லை. நாகரிக மனிதர்களாக இருந்தனர். அந்த உருவங்கள் ஒவ்வொருவராக தட்டித் தட்டி உயிர் இருக்கிறதா எனப் பதட்டத்தோடு பார்த்துக்கொண்டிருந்ததால் அவன் எதிரி இல்லை என்பதை குறிப்பால் உணர்ந்த இரண்டு கிகுயூக்களும் உயிர் போகும் நிலையிலும் ஒரு சலசலப்புச் சத்தத்தை ஏற்படுத்தி அந்த உருவங்கள் தங்களைப் பார்க்குமாறு செய்தனர். "அதோ அவனுக்கு உயிர் இருக்கிறது" என நெருங்கிப்போன அந்த உருவங்களைப் பார்த்து,

"ஹேய், அவர்தான் எங்கள் இனத்தலைவர் முராயா!" என முராயாவை நோக்கிக் கைகளை

நீட்டிக் காட்டியபடியே "அவரை எப்படியாவது காப்பாற்றி விடுங்கள், எப்டியாவது காப்பாற்றிவிடுங்கள்" என வலுவிழந்தவனாய் தனது மெல்லிய குரலில் சொன்னதையே திரும்பத் திரும்பச் சொல்லி இறந்துபோனான் ஒரு கிகுயூ. இன்னொரு கிகுயூ அவர்களை அழைத்து முராயாவின் தலையில் எப்போதும் சூடியிருக்கும் தங்கநிற மலர்களைக்காட்டி "அதைப் பிழிந்து சாறாக்கி அவரது காயத்தில் விடுங்கள். பிறகு சில துளிச் சாற்றை அவருக்குக் குடிக்கவும் கொடுங்கள். அது அவரின் உயிர் போகாமல் சில மணிநேரங்கள் காக்கும். பிறகு எவ்வளவு சீக்கிரம் முடியுமோ அவ்வளவு சீக்கிரம் மேலே கொண்டுசெல்லுங்கள். பாதி வழியில் ஒரு நீர்வீழ்ச்சி இருக்கும். அங்கிருந்து முராயா என நீங்கள் குரல் கொடுத்தால் கிகுயூக்கள் வந்து அவரைக் காப்பாற்றிக் கொள்வார்கள். தயவு செய்து இதைச் செய்யுங்கள், ஒருநொடிக்கூடத் தாமதிக்காதீர்கள்" என திக்கித் திணறிச் சொல்லியபடியே "வீச்ச..." என்ற மெல்லிய ஓசை எழுப்பி அவனும் இறந்துபோனான்.

பத்ருவும் கேசவனும் அகோயா கிராமத்தில் வந்திறங்கினர். காய்ந்த வறண்ட நிலங்களுக்கு மத்தியில் ஆங்காங்கே சிதறிக்கிடக்கும் சிறு சிறு குடில்கள்தான் அந்தக் கிராமம். அரசு வண்டி, குயின் நிறுவனத்தின் வண்டிகளைத்தவிர வேறு எந்த வாகனங்களும் வராத அந்தக் கிராமத்திற்குப் புதிதாக ஒரு வண்டி வருவதை ஆங்காங்கே புல்வெளிகளில் சிதறிக்கிடந்த மக்கள் உன்னிப்பாகப் பார்த்தனர். பத்ரு முதலில் வெளியே வர... கூடவே கேசவனும் இறங்க... மக்களெல்லாம் ஓடிவந்து பத்ருவைப் பார்த்து நலம் விசாரித்தனர். பின்னர் மக்களிடம் கேசவனை அறிமுகப்படுத்தி, "இவர் உங்களைப் பார்க்கத்தான் வந்திருக்கிறார். உங்களிடம் ஏதோ மகிழ்ச்சியான செய்தி சொல்ல வேண்டுமாம். எல்லோரையும் கூப்பிட முடியுமா?" என பத்ரு சொல்ல,

"பத்ரு, எதுவாக இருந்தாலும் முதலில் சிகுவிடம் சொல்லட்டும். வெளியாள் ஒருவர் எங்களிடம் நேரடியாகப் பேசுவது முறையல்ல" என எடுத்தியம்பினார் ஒரு நடுத்தர வயதுள்ள பெண்மணி.

"சிகுவா ஏன் ஜபுலானி இல்லையா? "என பத்ரு அதிர்ச்சியோடு கேட்க,

“ஜபுலானிய இந்தக் கிகுயூங்க கொன்னுட்டாங்க பத்ரு! முதுகுல குத்திக் கிழிச்சி, நெஞ்சிய சிதைச்சி, உடம்பெல்லாம் ஒரே ரணகளமா பார்க்கவே ரொம்பக் கோரமா இருந்துச்சி. ரொம்பக் கொடுமைப்படுத்தி கொன்னு இருக்காங்க பத்ரு!” என வருத்தத்தோடு சொன்னார் அந்தப் பெண்மணி. கூடவே அந்தக் கொலைக்குப்பிறகு ஆரம்பித்த கிகுயூக்களுடனான மோதல்களையும் உயிர்ப் பலிகளையும் விரிவாக எடுத்துரைத்தார் அந்தப் பெண்மணி. நடந்த சம்பவங்களைக் கேள்விப்பட்ட பத்ருவும் கேசவனும் அதிர்ந்துபோய் நின்றனர்.

சிகு பத்ருவின் சித்தப்பா பையன்தான், இருவரும் ஒரே வயதை ஒத்த சகோதரர்கள். ஆனால் அவன் தலைவனாகியதைவிட ஜபுலானி கொல்லப்பட்டதுதான் பத்ருவுக்குப் பேரதிர்ச்சியாய் இருந்தது. இருந்தாலும் தன்னைக் கட்டுப்படுத்திக்கொண்டு கேசவனைக் கூட்டிக்கொண்டு சிகுவின் குடிலை நோக்கி நகர்ந்தான்.

பத்ருவுக்கு சிகு உற்சாகமான வரவேற்புக் கொடுத்தான். அது நிஜமா, நாடகமா எனப் பிரித்தறிய முடியாத அளவுக்கு ஒரு சகோதரனை எப்படி வரவேற்க வேண்டுமோ அப்படிக் கட்டித் தழுவி அடித்து விளையாடி வரவேற்று அவனது குடிலுக்கு உள்ளே அழைத்துச் சென்றான். சிகுவின் கண்ணசைவைக் கவனித்து அந்தக் குடிலுக்குள் ஏற்கெனவேயிருந்த சிகுவின் கூட்டாளிகள் வெளியே சென்று குடிலுக்கு வெளியே காவலுக்கு நின்றனர். பிறகு சிகுவும் பத்ருவும் உற்சாகமாக உரையாடினர். உரையாடலின்போது பஞ்சத்திற்குப் பயந்து இந்நிலத்தை விட்டு ஓடிப்போன தனது பெரியப்பாவையும் பத்ருவையும் எண்ணி நொந்துகொண்டான் சிகு. பிறகு, கேசவனை “தனது நண்பர்” என அறிமுகப்படுத்தி வைத்தான் பத்ரு. சில நிமிடங்களுக்குப் பிறகு வந்த விடயத்தைப் பற்றிப் பேச்சு திரும்பியது. கேசவன் பேசத் தொடங்கினான்.

தான் ஒரு சாதாரண பயணி எனவும். ஆமூர் பால்கன் பறவைகளைத் தேடி அதன் வழித்தடத்தில் பயணிப்பவன் எனவும். அப்படியான அவனது பயணத்தின்போது நாகாலாந்தில் ஆமூர் பால்கன் பறவைகள் கொன்று குவிக்கப்பட்டதையும் அதனால்தான் அவைகளால் இத்தனை நாட்களாக

தென்னாப்பிரிக்கா வர முடியவில்லை. அதன் தொடர்ச்சியாகவே பூச்சிகளின் தாக்குதலும் விவசாயம் செய்ய முடியாமலும் போனது என எல்லாவற்றையும் எடுத்துரைத்துவிட்டு. கடைசியாக இனி “ஆமூர் பால்கன்கள் நாகாலாந்தில் கொல்லப்படாது. அவை மீண்டும் கிகுயூ மலையை நோக்கி வந்துகொண்டிருக்கின்றன. இனி இங்கு பெய்யும் சிறிதளவு மழையை வைத்தே உணவுப்பஞ் சமற்ற ஓரளவுக்கு சிறப்பான விவசாயம் செய்ய முடியும்” என சிகுவிற்குத் தெளிவாக எல்லாவற்றையும் எடுத்துரைத்தான்.

சிகு, கேசவனைப் பேயறைந்தவன்போலப் பார்த்தான். அவனிடமிருந்து எந்தவொரு மகிழ்ச்சியும் தென்படவில்லை. மாறாக, இறுக்கமாக முகத்தை வைத்துக்கொண்டு,

“இதை இங்கு வேறு யாரிடமாவது சொன்னாயா?” என கேசவனை முறைத்தவாறே கேட்டான்.

“இல்லை, முதலில் தலைவரிடம் சொல்லிவிட்டு பிறகு எல்லோருக்கும் தெரிவிக்கலாம் என்றுதான் உங்களைப் பார்க்க இங்கே வந்தேன்” என்றான் கேசவன்.

“இந்தச் செய்தியை மறந்துவிடு. யாரிடமும் இதைப் பற்றி நீ பேசக்கூடாது. இனி அந்தப் பறவைகள் வந்தாலும் பயனில்லை. நிலைமை கைமீறிப் போய்விட்டது. ஒருவேளை இரண்டு வருடங்களுக்கு முன்பு இச்சம்பவம் நிகழ்ந்திருந்தால் அது எங்களுக்கு மகிழ்ச்சியான செய்தியாக இருந்திருக்கும். ஆனால் தற்போது நாங்கள் ஒன்றும் அந்தப் பறவைகளுக்காக காத்திருக்கவில்லை. இனி எங்களுக்கு இந்நிலத்தில் விவசாயம் செய்யும் எண்ணமும் இல்லை. அதோ, எங்கள் எதிரிகளான கிகுயூக்கள் வெகு விரைவில் எங்கள் கைகளில் அழிந்துபோவார்கள். அதற்குப் பின்பு மொத்த மலையும் எங்களுடையதாகிவிடும். பிறகு அந்தப் பறவைகள் வருவதைப் பற்றி நாங்கள் ஏன் பொருட்படுத்த வேண்டும்.”

“இல்லை சிகு, நீங்கள் அந்தத் தவறைச் செய்ய வேண்டாம்.. கிகுயூக்களை நீங்கள் கொல்லத் தேவையில்லை. நீங்கள் உங்கள் நிலங்களை அரசாங்கத்திற்குக் கொடுக்காமல் இருந்தாலே போதும்” என கேசவன் பதட்டத்தோடு சொல்ல...

“போதும் நிறுத்து. எது சரி, எது தவறு என்ற உன் அறிவுரை தேவையில்லை. இப்படி எதையாவது எங்கள் மக்களிடம் சொல்லி அவர்களின் மனதைக் கெடுத்துவிடாதே. உன்னை மீண்டும் எச்சரிக்கிறேன். இதைப் பற்றி யாரிடமும் பேசாதே. பத்ரு உனக்கும்தான் சொல்கிறேன். இவன் கலகத்தை ஏற்படுத்தி விடுவான். இவனை உடனே கூட்டிக்கொண்டு வெளியேறிவிடு” என எச்சரித்தான் சிகு.

எல்லாவற்றையும் கேட்டுக்கொண்டிருந்த பத்ருவுக்கு சிகுவின் பேச்சும் உடல்மொழியும் அதிர்ச்சியாக இருந்தாலும் எதையும் காட்டிக்கொள்ளாமல் பொறுமையாக அந்தக் குடிலைச் சுற்றியே வேடிக்கை பார்த்துக்கொண்டிருந்தான். புதிதாக ஓர் அட்டைப்பெட்டியும் அதில் குயின் நிறுவனத்தின் லோகோ இருப்பதையும் மௌனமாகக் கவனித்தான். உடனே சடாரென சுதாரித்தவனாய் “ஆமாம் ஆமாம், சிகு சொல்வது சரிதான். கண்டதையும் சொல்லி அவர்களின் நோக்கத்தை நீங்கள் கெடுத்துவிடாதீர்கள். இங்கு எல்லாம் சரியாகத்தான் போய்க்கொண்டிருக்கிறது. நாம் இங்கிருந்து வெளியேறுவதுதான் சரி” என கேசவனைப் பார்த்து சிகு சொன்னதை ஆமோதித்தான் பத்ரு.

“நீ என் சகோதரன் பத்ரு! என்னைப் புரிந்துகொண்டதற்கு நன்றி!” எனச் சொல்லியபடியே கேசவனைப் பார்த்த சிகு,

“நீ அதிர்ஷ்டசாலி என்பதை நினைவில் கொள். பத்ருவோடு வந்திருக்கிற ஒரே காரணத்திற்காகத்தான் நீ தற்போது உயிரோடு எனக்கு சமமாக அமர்ந்து பேசிக்கொண்டிருக்கிறாய். இதுவே தனியாக வந்திருந்தால் நீ இருந்திருக்க மாட்டாய்” என சிரித்தபடியே சொன்னான்

“சிகு, இப்போதே இருட்டிவிட்டது. இன்று இரவு மட்டும் நாங்கள் இங்கேயே தங்கிவிட்டுச் செல்லவா? தற்போது விவாதித்த விடயத்தை யாரிடமும் சொல்ல மாட்டோம். அத்தை வீட்டில் தங்கிக்கொள்கிறோம். அனுமதிப்பாயா?” எனக் கேட்டான் பத்ரு.

“என்ன பத்ரு என்னிடம்போய் அனுமதி கேட்டுக்கொண்டு... நீ எப்போது வேண்டுமானாலும் வரலாம் தங்கலாம்.

பெரியப்பாவையும், குடும்பத்தையும்கூடக் கூட்டிக்கொண்டுவந்து நிரந்தரமாகத் குடியேறி எனக்குத் தளபதியாகச் செயல்படலாம், அதற்கான எல்லா உரிமையும் தகுதியும் உனக்குண்டு. தடையெல்லாம் இவனைப் போன்ற வெளியாட்களுக்குத்தான். ஆனால், இன்று இரவு மட்டும்தானே, இவனும் உன்னோடு தங்கிக்கொள்ளட்டும்” என அனுமதியளித்தான் சிகு

இருவரும் பத்ருவின் அத்தையின் குடிலில் அன்று இரவு தங்கினர். அவர்கள் இருவருக்கு மட்டும் குடிலைக் கொடுத்துவிட்டு மற்றவர்கள் எல்லாரும் வெளியே உறங்கிக்கொண்டிருந்தனர். அறைக்குள் தீப்பந்தம் விம்மி விம்மி ஒளிர்ந்துகொண்டிருக்க கேசவனுக்குள் பல கேள்விகள் அலையடித்தன. சிகுவின் அன்றையப் பேச்சு பல சந்தேகங்களைத் துளிர்க்கவிட்டது.

‘என்னதான் நடக்கிறது இங்கு? எல்லாமே தவறாக இருக்கிறது? SUPER-X நிறுவனத்தின் இலக்கு மீத்தேன் எடுப்பதாக மட்டும் இருந்தால் அவர்களுக்கு இங்கிருக்கும் சில நூறு அகோயாக்களை வெளியேற்றுவது மட்டும்தான் குறிக்கோளாக இருக்க முடியும். மாறாக, இங்கு பழங்குடிகளுக்கிடையே போர் நடைபெற்றுக்கொண்டிருக்கிறது. அகோயா தலைவன் சிகு பால்கன் பறவைகள் திரும்பி வருவதை யாரிடமும் சொல்லக்கூடாது என மிரட்டுகிறான், தமது நிலங்களைக் காத்துக்கொள்வதைப்பற்றிக் கவலை கொள்ளாமல் கிகுயூக்களை அழித்து அவர்களின் நிலங்களைக் கைப்பற்ற நினைக்கிறான். எதற்காக? இத்தனை ஆயிரம் ஆண்டுகளாக தங்களது எல்லையைத் தாண்டாத அகோயாக்கள் சிகு தலைமையேற்ற பிறகுதான் எல்லையை மீறிச்சென்று வன்முறைகளை நிகழ்த்திக்கொண்டிருக்கின்றனர். இவையெல்லாமே சிகுவின்மீது சந்தேகத்தை ஏற்படுத்துகிறது.

ஒருவேளை சிகு SUPER-X நிறுவனத்தின் கைப்பாவையாக மாறியிருப்பானோ? அப்படி மாறியிருக்கிறான் என்றால், கிகுயூக்களை அழிக்க தூண்டப்படுகிறான் என்றால் SUPER-X நிறுவனத்தின் தேவை அகோயாக்களின் நிலங்கள் அல்ல, அவற்றிலிருந்து மீத்தேன் எடுப்பதுமல்ல. இவையெல்லாம் உலகை ஏமாற்ற வெறும் கண்துடைப்புக்காக நடத்தப்படும் நாடகம். அவர்களின் உண்மையான தேவையெல்லாம் கிகுயூக்களை

அழிப்பது. ஆனால் பல்லாயிரம் வருடங்களாக இந்த மலையைக் கூடத் தாண்டாத வெளியுலகையே அறியாத இந்த அற்ப காட்டுவாசிகளை ஏன் அழிக்க வேண்டும்?அப்படியென்ன இருக்கிறது இந்தக் கிகுயூக்களிடம்? SUPER-X போன்ற பேரண்டத்தையே ஆளத்துடிக்கும் ஒரு பெரு நிறுவனம் இவ்வளவு உறுதியாக கிகுயூக்களை அழிக்க நினைப்பது ஏன்? அப்படியென்ன இருக்கிறது இந்தக் கிகுயூ மலையில்? என ஆயிரம் கேள்விகள் அவனுள் பூகம்பமாக வெடித்துக்கொண்டிருந்தது.

இவற்றையெல்லாம் பத்ருவிடம் சொல்லலாம் என நினைத்தபோது அவனது உள்மனம் ஏனோ தடுத்தது. 'அவனும் கூட ஒரு அகோயாதானே, அதுவுமில்லாமல் சிகு அவனது சகோதரனும்கூட. சிகுவுடன் சேர்ந்துகொண்டு இவனும்தானே என்னை வெளியேறச் சொன்னான். இவனை நம்பலாமா, கூடாதா? இவன் நல்லவனா, கெட்டவனா? இவன் யாராக இருந்தாலும் இவர்கள் சொல்லியபடி நான் எக்காரணத்தைக் கொண்டும் இவ்விடத்தைவிட்டு வெளியேறிவிடக் கூடாது. இங்கு நடக்கப்போகும் பேரழிவை எப்படியாவது தடுத்துவிடவேண்டும். அதற்கு மேற்கொண்டும் நான் இங்கேயே சில நாட்கள் தங்கியாக வேண்டும். குறைந்தது பால்கன் பறவைகள் இந்நிலத்திற்கு வரும்வரையாவது தங்கினால் இவர்களை எப்படியாவது மீண்டும் விவசாயிகளாக்கி கிகுயூக்களை அழிவிலிருந்து காக்கலாம். மேற்கொண்டு இங்கு தங்குவதற்கு என்ன செய்யலாம்' என தீவிர சிந்தனையில் மூழ்கியிருந்தான் கேசவன்

கேசவனைப்போலவே தீவிர சிந்தனையில் மூழ்கிப்போயிருந்த பத்ருவும் எதையெதையோ சிந்தித்துவிட்டு கேசவனைப் பார்த்தான். மெல்லிய குரலில் ரகசியமாகப் பேசத் தொடங்கினான்...

"சார், இங்க எல்லாமே தப்பா இருக்குது சார்! இதை எப்படியாவது தடுத்து நிறுத்தணும்" என்றான்.

"புரியல பத்ரு!" என ஒன்றும் தெரியாததுபோல கேட்டான் கேசவன்.

"நீங்க எவ்வளுவு முக்கியமான செய்தியோட வந்திருக்கீங்க. ஆனால் சிகு, அதை எதையுமே பொருட்படுத்தல. நீங்க

அவன்கூட பேசினப்போ அவன் முகத்துல பயத்தை மட்டும்தான் நான் பார்த்தேன். கூடவே அவனோட குடில் முழுக்க நோட்டமிட்டதுல ஒரு புது அட்டைப்பெட்டி என் கண்ணுல பட்டது. அதுல குயின் நிறுவனத்தோட லோகோ இருந்தது. அதெப்படி அவன் வீட்டுல எதிரிகளோட பொருள் இருக்கும்? எனக்கென்னவோ இந்த சிகு மேலதான் சார் சந்தேகமா இருக்கு" என சற்றே நிறுத்தியவன் மேலும் தொடர்ந்தான்...

"ஜபுலானி எவ்வளவு பெரிய மாவீரன் தெரியுமா சார்! அவனை நேருக்கு நேர் நின்று கொல்வதெல்லாம் அவ்வளவு எளிதல்ல. நாம இங்க வந்து இறங்கினப்போ அந்தப் பெண்மணி சொன்ன சில விடயங்களை நல்லா யோசிச்சிப் பார்த்தா நிறைய குழப்பங்கள் ஏற்படுது.

முதல்ல ஜபுலானிய கிகுயூக்கள் கொன்னுட்டதா சொன்னாங்க. ஜபுலானிக்கு காயம் முதுகுல இருந்ததாகவும் சொல்லுறாங்க. இங்கதான் சார் எனக்கு சந்தேகமே வருது. கிகுயூக்களைப் பத்தி எங்க தாத்தா, கொள்ளுத் தாத்தா எல்லாரும் நிறைய சொல்லிக்கொடுத்திருக்காங்க. வயசானவங்க யாரும் இப்போ உயிரோட இல்லாததால இங்க இருக்கற மக்களுக்கு வேணும்னா அது தெரியாம இருக்கலாம். ஆனால் கிகுயூ மலைக்குள்ள போயிட்டு அடிக்கடி கிகுயூக்களைச் சந்திச்ச அனுபவம் இருந்த என் தாத்தா சொன்னது பொய்யா இருக்காது சார்! நான் சின்ன வயசா இருக்கும்போது எங்க தாத்தா அடிக்கடி என்கிட்ட சொல்லுவார்... 'எப்பவாவது தெரியாம கிகுயூ எல்லைக்குள்ள நீ போயிட்டா, அப்போ எதிரிகள் உன்னப் பார்த்துட்டா திரும்பிப் பார்க்காம ஓடிவா? எக்காரணத்தைக் கொண்டும் திரும்பிப் பார்த்துடாத'ன்னு சொல்லுவார்.' கிகுயூக்கள் எப்போதுமே தற்காப்புக்காக மட்டுமே சண்டை போடுறவங்க. எந்தச் சூழ்நிலையிலும் அவங்க முதுகுல தாக்க மாட்டாங்க. எதிரி பயந்து ஓடும்போது எக்காரணத்தைக் கொண்டும் திரும்பிப் பார்க்காம ஓடணும், அவங்களோட முதுகைக் காட்டிட்டே ஓடணும். அப்போதான் கிகுயூக்கள் அவங்களைத் தாக்க மாட்டாங்க. ஓடும்போது தவறிக்கூட திரும்பிப்பார்த்துட்டா அவங்களோட அம்பு நெஞ்சை கிழிச்சிடும்'னு சொல்லுவார்.

ஜபுலானி முதுகுல காயம் இருந்திருக்கே தவிர, கிகுயூக்களோட அம்பு எதுவும் இல்ல. அப்படின்னா, நிச்சயம் கிகுயூக்கள் ஜபுலானியக் கொல்லலை சார்! ஆனா, ஜபுலானி யோட சடலத்துக்கிட்ட இருந்து ஏறக்குறைய இருபது அடி தூரத்துல இருந்த முத்தங்கியோட சடலத்தோட நெஞ்சில அம்பு இருந்திருக்கு. அப்படின்னா... முத்தங்கி, ஜபுலானி கொல்லப்பட்ட இடத்துல இருந்து ஓடும்போது திரும்பிப் பார்த்து இருக்கணும். சிகு மட்டும் திரும்பிப் பார்க்காம ஓடியிருக்கணும். என்னோட கணிப்பு சரியா இருந்தா இந்த சிகுவும், முத்தங்கியும்தான் ஜபுலானியக் கொன்னு இருக்கணும்" என பத்ரு அவனது மனதில் தோன்றியதையெல்லாம் கொட்டித் தீர்த்தபோதுதான் கேசவனுக்குப் பத்ரு மீது பெரும் நம்பிக்கை ஏற்பட்டது.

கேசவனும் பத்ரு சொன்ன எல்லா கணிப்புகளையும் அலசி ஆராய்ந்தபோது அவன் சொன்னது எல்லாமே கட்சிதமாகப் பொருந்தியது.

"சபாஷ் பத்ரு, நீ இப்போ சொன்னது மிக முக்கியமான தடயம். எனக்கும் சிகு மேல சந்தேகம் இருந்தது. ஆனா, உன்னோட தகவல்களை எல்லாம் அலசிப் பார்க்கும்போது தீர்க்கமா சிகுதான் சதிகாரன்னு உறுதியாகுது. நாம எப்படியாவது இங்க நடக்கப்போற பேரழிவைத் தடுக்கணும் பத்ரு! பால்கன் பறவைகள் வந்த பிறகு இங்க இருக்கற மக்களை பழையபடி அமைதியான விவசாயிகளா மாத்தணும். என்ன செய்யலாம்?" என யோசித்தபடியே,

"ஆமாம், சிகு வீட்டுல நீ பார்த்த அட்டைப்பெட்டியில என்ன இருக்கும்?" எனக் கேட்டான் கேசவன். சரியாக அதே நொடியில் தூரத்தில் திடீரெனத் துப்பாக்கிச் சத்தம் வெடித்தது.

இதுவரை தங்களது வாழ்நாளில் துப்பாக்கிச் சத்தத்தையே கேட்டிராத அகோயா கிராம மக்கள் தூக்கத்திலிருந்து திடுக்கிட்டு விழித்தனர். ஆனாலும் பலருக்கும் அது என்ன சத்தம் என்பதுகூடத் தெரியாததால் அதனைப் பொருட்படுத்தாமல் மீண்டும் உறங்கினர். ஆனால் அந்தத் துப்பாக்கிச் சத்தம் கேட்டவுடன் கேசவனும் பத்ருவும் ஒருவரையொருவர் நடுக்கத்தோடு பார்த்துக்கொண்டனர்.

'அப்படியானால் அந்தப் பெட்டியில் இருந்தது துப்பாக்கிகள் தானா? சத்தம் கிகுயூ மலைப் பக்கமா இருந்துதான் வருது, அப்படின்னா, கிகுயூக்களைத்தான் சுட்டுட்டு இருக்காங்களா?" என யூகித்தபடியே விழிவிரிய பத்ருவைப் பார்த்தான் கேசவன்.

பத்ருவுக்கும் அதேதான் தோன்றியது. "வெளிய போய் என்ன நடக்குதுன்னு பார்க்கலாமா சார்?" என கேட்டான் பத்ரு.

அடுத்தநொடியில் இருவரும் மெதுவாகக் கதவைத் திறந்து, மெல்ல மெல்ல ஊர்ந்துகொண்டே புற்களை ஒதுக்கியபடியே துப்பாக்கிச் சத்தம் கேட்ட திசையை நோக்கி நகர்ந்தனர். புல்வெளி நிலப்பரப்பைப் பொருத்தவரை புற்கள் சுமார் மூன்றடிக்கும் மேல் வளர்ந்திருந்தாலும் நீண்டதூரத்திலிருக்கும் மனிதர்களின் நடமாட்டத்தைக் கண்டுபிடிப்பது மிக எளிது. அதனால் கேசவனும் பத்ருவும் தரையில் குனிந்தபடியே புற்களில் தங்கள் உடலை மறைத்தபடியே ஒவ்வொரு அடியையும் சலசலப்புச் சத்தம் ஏற்படாதவாறு மிகக் கவனமாக எடுத்துவைத்து முன்னேறினர். சிறிது தூரம் சென்றபிறகு கிகுயூ மலை எல்லையருகே சுமார் ஏழெட்டு நிழல் உருவங்களின் நடமாட்டம் தென்பட்டது. அந்த உருவங்கள் உலாவும் இடத்தில்தான் ஏதோ அசம்பாவிதம் நடந்திருக்க வேண்டும் என்பதைக் கணித்து சரியாக அந்த இடத்திற்கு அருகே சென்று புல்வெளியில் தங்களை மறைத்தவாறே என்ன நடக்கிறது என நோட்டமிட்டனர்.

அந்த உருவங்களில் ஓர் உருவம் மற்றவர்களை வழிநடத்துகிறது. வழிநடத்தும் உருவத்தின் கையசைவுகளைப் பின்பற்றி மற்ற உருவங்களும் வருவதைப் பார்த்தால் அப்போதுதான் அவர்கள் எல்லோரும் கிகுயூ மலைக்குள்ளிருந்து வெளியே வரவேண்டும் எனத் தோன்றியது. அவர்களின் கைகளில் நீளமான துப்பாக்கிகளை நீட்டியபடியே ஒன்றன்பின் ஒருவராக நடந்து, பின்பு எல்லாரும் ஒன்றுகூடியபடியே சரியாக கேசவனும் பத்ருவும் ஒளிந்திருக்கும் அதே திசையை நோக்கி நடக்கத் தொடங்கினர். மறைந்திருந்த இருவருக்கும் இதயம் படபடத்தது, அவர்கள் அருகில் நெருங்கிக்கொண்டிருந்தனர். அப்போதுதான் அவர்களின் உருவங்கள் சன்னமான

நிலவொளியில் தெளிவாகத் தெரிந்தது. அவர்கள் சிகுவும் அவனது கூட்டாளிகளும்தான். தற்போது சிறு சலசலப்புச் சத்தம் ஏற்பட்டால் கூடத் தங்களைக் கண்டுபிடித்துவிடுவார்கள் என்பதால் அப்படியே உயிரைக் கையில் பிடித்தபடியே தரையில் படுத்து தங்களை மறைத்திருந்தனர். மிக அருகில் அவர்கள் நெருங்கிக்கொண்டிருக்கும்போது சரசரவென ஒரு சத்தம் மறைந்திருந்தவர்களுக்கு வலது திசையில் கேட்க... அதை நோக்கிப் பரபரவென ஓடிய அந்தக் கூட்டம் ஒரு முயல்குட்டியைப் பிடித்தபடியே பாதை மாறி நடக்கத் தொடங்கினர்.

அவர்கள் வேறு திசையில் போவதைப் பார்த்து பெருமூச்சுவிட்டு எழுந்த கேசவனும் பத்ருவும் துப்பாக்கிச் சத்தம் கேட்ட இடத்திற்குச் சென்றனர். சரியாக அந்த இடம் கிகுயூ மலையின் எல்லைப்பகுதியாக இருந்தது. அங்கிருந்து உள்ளே மலைக்குள் பார்த்தால் ஒரே இருட்டு. கேசவன் தனது அலைபேசியின் மூலம் டார்ச் வெளிச்சத்தை உண்டாக்கி அதனை மலைக்குள் செலுத்தியபோதுதான் தெரிந்தது. பல கிகுயூக்கள் துப்பாக்கி குண்டடிபட்டுச் சிதறிக்கிடப்பது. பதறியடித்துக்கொண்டு எல்லையைத் தாண்டி கேசவன் உள்ளே செல்ல... தயங்கியபடியே நின்றான் பத்ரு. “ஆபத்துக்குப் பாவமில்லை பத்ரு, உன் கடவுள் இதற்காக உன்னை நிச்சயம் ஆசிர்வதிப்பார். உள்ளே வா” என பத்ருவையும் இழுத்துக்கொண்டு உள்ளே சென்றவன், விழுந்துகிடந்த ஒவ்வொரு கிகுயூக்களாகப் பார்த்து உயிர் இருக்கிறதா எனத் தட்டிப் பார்த்துக்கொண்டிருந்தனர். அதற்குப் பிறகுதான் முராயா துடித்துக்கொண்டிருந்ததும் பிறகு அவரைக் காப்பாற்றச் சொல்லிவிட்டு இரண்டு கிகுயூக்கள் இறந்த சம்பவமும் நிகழ்ந்தது

கிகுயூக்கள் வலிமையானவர்கள் என்றாலும். அவர்கள் துப்பாக்கிகளை இதுவரை எதிர்கொண்டவர்கள் இல்லை என்பதால் அன்று எளிதில் வீழ்ந்தனர். எல்லைப் பாதுகாப்பு மேற்பார்வைக்காக வந்திருந்த முராயா அந்தத் தாக்குதலில் சிக்கியது துரதிர்ஷ்டம் என்றாலும் குண்டடிபட்டு விழுந்து கிடப்பவர்களில் ஒருவர் கிகுயூக்களின் தலைவரான முராயா என்பதை எதிரிகள் கவனிக்காமல் சென்றதை அதிர்ஷ்டம் என்றே சொல்ல வேண்டும்.

கிகுயூக்களின் தலைவரைக் காப்பாற்ற தனக்கு வாய்ப்புக் கிடைத்திருக்கிறது என்பதை உணர்ந்த கேசவன். பத்ருவிடம் தனது அலைபேசியைக் கொடுத்து வெளிச்சம் காட்டச் சொல்லி, முராயாவின் தலையத் தூக்கித் தன் மடியில் வைத்தான். ரத்த வெள்ளத்தில் மிதந்து கிடந்தாலும் முராயாவிற்கு சுய நினைவு இருந்தது. அந்த விளக்கு வெளிச்சத்தில் கேசவனின் முகத்தை நன்றாக உற்றுப் பார்த்தார். சற்றும் தாமதிக்காத கேசவன், முராயாவின் தலையிலிருந்த தங்கநிறப் பூக்களைக் கசக்கிச் சாறாக்கி ரத்தம் வழிந்துகொண்டிருந்த பகுதியில் சொட்டுச் சொட்டாகவிட... உடனடியாக ரத்தம் உறைந்தது. பின்னர் மேலும் சில துளிச் சாற்றினை முராயாவிற்கு வாய்வழியே கொடுக்க... தனது தொண்டையை நனைத்தபடியே மயங்கினார் முராயா.

“பத்ரு, இவரை எப்படியாவது நீர்வீழ்ச்சிக்கு கொண்டு போகணும். ஆனா, எப்படிப் போறதுன்னு வழி தெரியல. உனக்கு ஏதாவது தெரியுமா?” எனக் கேட்க,

“சார், நான் இந்த மலைக்குள்ள வந்ததில்லை. ஆனா, என்னோட கணிப்புப்படி, கிகுயூ மலையருவிய ஒட்டியே மேலே ஏறினா நீர்வீச்சிக்குப் போயிடலாம். நேரம் ரொம்பக் குறைவா இருக்கு, தூக்குங்க சார்! போலாம்” என இருவரும் முராயாவைச் சுமந்துகொண்டு அருவியை ஒட்டியே ஏறத்தொடங்கினர். பத்ரு டார்ச் வெளிச்சம் தங்கள் பாதையில் அடிக்குமாறு சட்டைப்பையில் சொருகியபடியே முன்னாள் தூக்கிக்கொள்ள, பின்னால் கேசவன் முராயாவின் கால் பகுதியைத் தூக்கிக்கொண்டிருக்க... இருவரும் அருவியைத் தொடர்ந்து சென்று மலையில் ஏறினர். கிகுயூ மலையில் தனி நபராக ஏறுவதே அவ்வளவு எளிதல்ல. ஆனால் இருவர் சேர்ந்து ஒருவரைச் சுமந்துகொண்டு ஏறுவது மிகக் கடினமாக இருந்தது. வழிநெடுக அருவியின் சலசலப்பின் துணையோடு, மின்மினிப்பூச்சிகளின் வழிகாட்டுதலோடு தங்களது முழு உடல்பலத்தையும் கொடுத்து மலையேறினர். சுமார் இரண்டு மணிநேரத்திற்கும் மேலாகியிருக்கும். இரவு மெல்ல மெல்ல தனது கரிய ஆடையை அவிழ்த்துக்கொண்டிருந்தது. இருள் மெல்ல விலகி பாதையைத் தெளிவாகக் காட்டிக்கொண்டிருந்தது.

மிக அருகில் ஒரு நீர்வீழ்ச்சி தென்பட்டபோது இந்த மொத்த உலகையும் வெற்றிகொண்டதைப்போல இருவரும் பூரிப்படைந்தனர்.

“பத்ரு, இந்த நிமிசத்துல, இந்த உலகத்தில எல்லாத்தையும் விட அதிகமா நான் உன்னை நம்புறேன். உன்னோட மண்ணையும், உங்க மக்களையும் நீ நேசிக்கிறது உண்மைன்னா, இந்தக் கிகுயூக்களைக் காக்க, உங்க நிலங்களை மீட்க, நீ நிச்சயம் இதைச் செய்யணும். நீ இங்கிருந்து உடனே கிளம்பு. இனி நான் பார்த்துக்கிறேன். முழுசா விடியறதுக்குள்ள நீ கிராமத்துல இரு. அப்போதான் யாருக்கும் எந்த சந்தேகமும் வராம இருக்கும். நாம இங்க நடக்கப்போற ஒரு பெரிய பேரழிவைத் தடுக்கணும் பத்ரு! அதுக்கு நீ சிகு கூடஇருக்கணும். அவனுக்கு நம்பிக்கைக்குரிய தளபதியா சிகு கூடஇருந்து அவனை தடுக்கப் பாரு. நான் கிகுயூக்கள் கூடஇருந்து என்ன செய்ய முடியும்னு பார்க்குறேன். நான் எங்கேனு யாராவது கேட்டா, அதிகாலையிலேயே ஊர விட்டுப்போயிட்டதா சொல்லு. என்னோட உடைமைகளை எல்லாம் உன்னோட கார்ல மறைச்சி வச்சிடு. உடனே கிளம்பு பத்ரு!” என கேசவன் தன் திட்டத்தைச் சொல்ல... “எல்லாவற்றிற்கும் ஆமோதித்தவனாய் அந்த இடத்தைவிட்டுப் பரபரவென கீழிறங்கினான் பத்ரு.

பத்ரு, அருவியின் பாதையில் சரிந்து சரிந்து அவ்விடத்தை விட்டு உடனே வெளியேற, அந்தப் பிரமாண்டமான நீர்வீழ்ச்சியின் சாரல் தெறிக்கும் ஒரு பெரியப் பறையின்மீது ஏறி நின்று ‘முராயா... முராயா!’ என தனது அடி வயிற்றிலிருந்து குரலெழுப்பி கிகுயூக்களை அழைத்தான் கேசவன். அந்தச் சத்தம் மலையெங்கும் எதிரொலித்த அதே நேரத்தில் தூரத்திலிருந்து ஓர் அம்பு அவனது காலில் தாக்க... நிலைகுலைந்தவனாய் அந்தப் பெரிய பாறையிலிருந்து நீர்வீழ்ச்சியோடு சேர்ந்து விழுந்தான் கேசவன்.

*

நான் எனதுக் கனவில் ஒரு கூட்டுப்புழுவாக அடைபட்டுக் கிடக்கிறேன். எனது ஏகாந்தப் பெருவெளியெங்கும் இருள் சூழ்ந்திருந்தது. எனது உலகத்தின் திரவத்தில் மூழ்கியபடியே நான் மட்டுமே தனியாக அசைவுகளின்றி, நினைவுகளின்றி என்னைப்பற்றிய எந்தவொரு முன்முடிவுகளுமின்றி எதைப் பற்றியும் கவலைகொள்ளாமல் பல நூறு ஆண்டுகளாக உறங்கிக் கொண்டிருக்கின்றேன். திடீரென ஒருநாள் இரு கரங்கள் என்னைத் தீண்டுகின்றன. அந்தக் கரங்களின் தொடுகை ஒரு மின்னல் தாக்கியதைப்போல எனது உடலுக்குள் ஏதோ ஆனந்த அலைகளைப் பரவச் செய்கிறது. மெல்ல என் இமைகள் திறக்கின்றன, மெதுவாக உடல் அசைகிறது, உணர்கொம்புகள் நீள்கின்றன அது என்னைச் சுற்றியிருக்கும் திரவத்தின் வாசனையை, சப்த அலைவரிசைகளை கொஞ்சம் கொஞ்சமாக உணர்கிறது. அப்போதுதான் முதன்முறையாக நான் ஓர் உயிர் என எனக்குத் தோன்றுகிறது. எனது உடலைப் பார்த்தேன், நான் ஒரு வண்ணத்துப்பூச்சியாக மாறியிருந்தேன். அந்த நொடியில் எனது உலகம் எனக்குச் சிறிதாகத் தெரிந்தது.

நான் ஏன் இந்தச் சின்னஞ்சிறிய உலகின் இருளில் அடைபட்டுக் கிடக்கவேண்டும் எனக் கேள்விகள் எழுகின்றன. என்னைச் சுற்றிலும்

சூழ்ந்திருந்த இருளிலிருந்து விடுபட நினைக்கிறேன். என்னை மூடியிருந்த கூட்டை எனது பலத்தைக்கொண்டு உடைத்துக் கிழிக்க முயல்கிறேன். ஆனால் வலிகள் மட்டுமே எஞ்சியது. மீண்டும் மீண்டும் முழு பலத்தையும் பிரயோகப்படுத்திக் கூட்டை பலமாகத் தாக்கும்போது அது உடைபடுகிறது. விரிசல் விட்டிருந்த கூட்டைக் கிழித்துக்கொண்டு வெளியே வருகிறேன். பளிச்சென வெளிச்சம் என்னைத் தழுவிக் கண்களைக் கூசச் செய்கிறது. மெல்ல மெல்ல இமைகளைத் திறந்து திறந்து பயிற்சியெடுத்து வெளிச்சத்திற்குப் பழகிக்கொள்கிறேன். தற்போது இமைகளை நன்றாகத் திறந்து பார்க்கும்போது சுற்றியிருப்பவையெல்லாம் தெளிவாகத் தெரிகிறது. நான் தற்போது வந்திருக்கும் உலகம் மிகப் பிரமாண்டமாக இருந்தது. எனக்கு அழகிய வண்ணச் சிறகுகள் முளைத்திருப்பதைப் பார்க்கிறேன், என்னால் பறக்க முடியும் என்பதை உணர்கிறேன். பல வண்ணங்களைக் கொண்ட எனது அழகிய சிறகுகள் விரிகின்றன. அவற்றை முன்னும் பின்னும் அடித்துக்கொண்டே காற்றில் மிதந்து காடுகள் முழுக்கப் பறந்து திரிகிறேன். எனதுச் சிறகுகள் அசைவதைப்போலவே எனக்கு முன்பாகச் சிலரின் கைகளும் அசைகின்றன. அந்த அசைவுகள் எனது கனவைக் கலைத்ததால் நிஜ உலகத்தில் விழிக்கிறேன்

கேசவன் அன்று கிகுயூக்கள் எய்திய அம்பு தாக்கி அந்த நீர்வீழ்ச்சியியோடு சேர்ந்து கீழே விழுந்த அடுத்த பத்தாவது நிமிடத்தில் முராயா கண்விழித்திருந்தார். பல கிகுயூக்கள் அவரைச் சூழ்ந்துகொண்டு நின்றதைப் பார்த்து அவர்களிடம் தன்னைக் காப்பாற்றிய அந்த நவநாகரிக ஆடை அணிந்த வாலிபனைப்பற்றிக் கேட்கும்போதுதான் அவர்களுக்குப் புரிந்தது தாங்கள் தவறாக எதிரி என நினைத்து அவன்மீது அம்பை எய்தி நீர்வீழ்ச்சியில் வீழச் செய்தது. “அவனை எப்படியாவது காப்பாற்றுங்கள்!” எனக் கட்டளையிட்டார் முராயா. உடனே நான்கைந்து கிகுயூக்கள் அந்தப் பாறையின் மீதிருந்து நீர்வீழ்ச்சியில் தாவினர். நீண்டதூரம் அடித்துச் செல்லப்பட்டிருந்த கேசவனைக் கண்டுபிடித்து முதலுதவி செய்து மலை உச்சிக்குக் கொண்டுவந்து அவனை ஒரு வித்தியாசமான செடியின் பெரிய மலர்மீது படுக்க வைத்து சிகிச்சையளித்தனர். சரியாக மூன்று நாட்களுக்குப் பிறகு அப்போதுதான் அவன் கண்விழித்தான். அவனைச் சுற்றிலும் கிகுயூக்கள் சூழ்ந்திருந்தனர்.

கூடவே முராயாவும் நின்றிருந்தார். அவரின் வெற்றுமார்பில் இறங்கியிருந்த துப்பாக்கிக் குண்டை நீக்கிய பிறகு அது பாய்ந்த இடத்தில் சில இலை தழைகளை வைத்து மெல்லிய கற்றாழை இழைகளால் கட்டுப்போடப்பட்டிருந்தாலும் மிகவும் ஆரோக்கியமாக நின்றிருந்தார். அவனிடம் ஏதோ அவரது மொழியில் பேசினார். அது அவனுக்குப் புரியவில்லை. ஆனால் அவர் நன்றி சொல்கிறார் என்பதை மட்டும் அவனால் புரிந்துகொள்ள முடிந்தது. அகோயாக்கள் ஏதோ ஓரளவுக்கு உடைந்த ஆங்கிலத்தில் பேசியதால் அவனுக்கு அதுநாள்வரை மொழி என்பதுத் தடையாக இல்லை. அகோயாக்களுக்கு கிகுயூ மொழியும் ஓரளவுக்குப் பரிட்சயம் என்பதால் பத்ரு இருந்தவரை எல்லாவற்றையும் மொழிபெயர்த்துச் சொன்னான். ஆனால், தற்போது தனியாக இருப்பதால் கிகுயூக்களின் மொழியை அவனால் புரிந்துகொள்ள முடியவில்லை. ஆனாலும் அவர்களது உதட்டு அசைவுகளை வைத்தும் உடல்மொழியை வைத்தும் என்ன சொல்ல வருகிறார்கள் என்பதை அவனால் யூகிக்க முடிந்தது. மெதுவாக எழுந்து அமர்ந்தான். நடக்க முயற்சித்தான். ஆனால், அவனது வலது கணுக்காலில் விஷம் தடவிய அம்பு தாக்கிய காயம் இன்னும் ஆறாமல் இருந்ததால் ஓர் அடி கூட எடுத்துவைக்க முடியவில்லை. ஆனாலும் உள்ளுக்குள் அவனுக்கு ஒரு சந்தோஷம் துளிர்விட்டது. எப்படியாவது இந்தக் கிகுயூக்களைச் சந்தித்து இவர்களிடம் அப்படியென்ன இருக்கிறது என்பதைத் தெரிந்துகொள்ள நினைத்திருந்த அவனது எண்ணத்திற்கு விதியின் விளையாட்டு காட்டிய வழியாக நினைத்து அந்த வலியைத் தாங்கிக்கொண்டான்.

சுற்றிலும் பார்த்தான்... மிக அழகான குடில்கள், வானுயர்ந்த மரங்கள், மிகப் பெரிய ஏரி, அதில் மீன் பிடித்து விளையாடும் பறவைகள் என ஓர் அற்புதமான உலகமாக இருந்தது. மேலாடை உடுத்தாமல் விதைமணிகளைச் சூடியிருந்த திறந்த மார்பகங்களைக் கொண்ட அழகிய பெண்கள், ஆங்காங்கே விளையாடும் சிறுவர்கள், வில்லம்புகளையும் ஈட்டிகளையும் சுமந்தபடி நிற்கும் திடகாத்திரமான அழகிய இளைஞர்கள், தெளிந்த வானம் என அவனைச் சுற்றியிருந்த எல்லாமும் எழில்மிக்கதாய் காட்சியளித்தது. மூச்சுக்காற்றை உள்ளிழுத்தான். அது அவனது நாசித்துவாரங்களில் நுழைந்து நுரையீரலில் கலந்து அவனுள் அழகாய்க் கரைந்து இனித்தது. இரண்டு வருடங்களுக்கு

முன்பு இப்படியொரு வாழ்க்கையை அவன் கற்பனையில்கூட நினைத்தது இல்லை. ஒரு பெரிய மூட்டை பின்புறமாக சேர்த்துக் கட்டப்பட்ட ராயல் என்பீல்டு 500 சிசி வாகனத்தில் வங்காள விரிகுடாவின் கரைகளையொட்டி காற்றின் எதிர் திசையில் பயணப்பட்டது, மழைச்சாரல்கள் அவன் முகத்தை முத்தமிட, கைகளை விரித்தபடியே மெதுவாக நகர்ந்தது. இருவாச்சிப் பறவைகளின் சிறகசைப்பைப் பார்த்தபடியே நாகாலாந்தின் பசுமைமாறாக் காடுகளில் நுழைந்தது, இரவாடிகளின் சத்தத்தில் இதயம் தொலைத்தது. ஆமூர் பால்கன்களோடு சேர்ந்து ஆகாயத்தில் பறந்தது, அவற்றின் சிறகுகள் முறிக்கப்பட்டபோது சீற்றம் கொண்டது என எல்லாமும் அவனுள் ஒரு திடீர் வெளிச்சம்போலக் கண்முன்னால் வந்துசென்றது. அவனது ஊருக்குள் நுழைந்ததிலிருந்து, பால்கன் பறவைகளைத் தேடி நாகலாந்து சென்றதிலிருந்து பிறகு தென்னாப்பிரிக்கா, அகோயாக்கள், கிகுயூக்கள், கிகுயூ மலையின் இந்த பேரெழிற் காட்சிகள் எல்லாமும் அவனுக்கு கனவுபோல இருந்தது. 'நிஜ வாழ்க்கைதான் எவ்வளவு சுவாரஸ்யமானதாக இருக்கிறது என எல்லாவற்றையும் அசைபோட்டேன். வாழ்க்கையை அதன்போக்கில் விட்டு வாழ்ந்து பார்த்தால் எவ்வளவு திருப்பங்களும் வியப்புகளும் நிகழ்கின்றன' என்பதை எண்ணி அதிசயித்தான். 'இந்த உலகின் மிக விந்தையான சம்பவங்கள் அடங்கிய பொக்கிஷம் என்பது திரைப்படங்கள் அல்ல, கதைகள் அல்ல, நாளை என்ற நாளே' என அவனுக்குள் சொல்லியபடியே தூங்கிப்போனான்.

மீண்டும் அவன் கண்விழித்தபோது மாலையாகியிருந்தது. ஆதவனின் அந்திக்கதிர்கள் கிகுயூ ஏரியின் நீரில் பாய்ந்து மாயாஜாலத்தை நிகழ்த்திக்கொண்டிருந்தது. கிகுயூக்கள் அவரவர் குடில்களுக்கு வெளியே அவரவர் வேட்டையாடிய விலங்குகளை நெருப்பில் வாட்டிக்கொண்டிருந்த வாசம் அந்த இடம் முழுக்க விரவிப் பரவியிருந்தது. ஒரு பதின்ம வயதுச் சிறுவன் ஒரு குடுவையில் கேசவனுக்கு காட்டுப்பன்றியின் ரத்தத்தை கொண்டுவந்து பருகக் கொடுத்தான். ஆரம்பத்தில் அதைப் பார்க்கும்போது கேசவனுக்குப் புதிதாக இருந்தாலும் பிறகு தயக்கமில்லாமல் குடித்தான். அந்தச் சிறுவன், கேசவனை வித்தியாசமாகப் பார்த்துச் சிரித்தான். அவன் வாழ்நாளில் வேற்று மனிதர்களைப் பார்த்ததேயில்லை என்பதால் கேசவனின் ஒவ்வொரு அசைவும் அவனுக்கு வேடிக்கையாகத் தெரிந்தது.

அந்தச் சிறுவன் அவனிடம் சிரித்துக்கொண்டே ஏதோ பேசினான். கேசவனுக்குப் புரியவில்லை என்றாலும் அவன் சொன்ன "உபாகா" என்ற பெயர் மட்டும் அவனுக்குப் புரிந்தது. அந்தச் சிறுவன் அவன் பெயர் உபாகா என அறிமுகப்படுத்திக்கொள்கிறான் என்பதை உள்வாங்கிக்கொண்ட கேசவன் "என்னுடைய பெயர் கேசவன்!" என சிரித்தபடியே தமிழில் பேசினான். அந்தச் சிறுவனுக்கும் கேசவன் என்பது அவனுடைய பெயர் எனப் புரிந்தது. கேசவனை நன்றாக உற்றுப்பார்த்தான் உபாகா. கேசவன் அவனது மேலாடையின்றி வெற்று உடலோடு இருந்தான். உடனே குடுகுடுவென ஓடிய உபாகா கீழே சிதறிக்கிடந்த சில பறவைகளின் சிறகுகளைப் பொறுக்கினான். அவற்றை வைத்து கிகுயூக்கள் அணிந்து கொண்டிருப்பதைப்போலவே ஒரு தலைப்பாகை செய்தான். பிறகு கேசவனிடம் அருகில் வந்து அந்தத் தலைப்பாகையை அவனுக்குச் சூடிவிட்டான். அந்த நொடியில் ஏதோ ஓர் இனம்புரியாத ஒரு பாசம் அந்தச் சிறுவன் மீது துளிர்த்தது. அந்தச் சிறுவன் அதோடு நிற்காமல் தனது கழுத்தில் மாட்டியிருந்த சில விதை மாலைகளையும் அவனுக்கு அணிவித்துவிட்டு. "இப்போதுதான் அழகாக இருக்கிறீர்கள்" என அவனது மொழியில் சொல்லிவிட்டு பரபரவென ஓடி ஓடி கேசவனுக்கு சில உணவுகளையும் கொண்டுவந்து கொடுத்தான். அவற்றை எல்லாம் உண்ட களைப்பில் மீண்டும் உறங்கிப்போனான்

கேசவனைத் தாக்கிய அம்பின் விஷத்தன்மையை முறிக்கவும் அதன் காயத்தை குணப்படுத்தவும் வெளியில் மருந்து என்பதே இருக்காது என்பதை உணர்ந்திருந்தனர் கிகுயூக்கள். ஒருவேளை அவன் முழுதாக குணமாகாமல் இந்த இடத்தை விட்டு வெளியேற்றப்பட்டால் அவனது கால் அழுகிவிடும் என்பதையும் புரிந்திருந்த அந்த ஆதிக்குடிகள் அவன் முழுதாக குணமாகி நன்றாக நடக்கும்வரை அவனை அங்கேயே வைத்து குணப்படுத்துவது என முடிவெடுத்திருந்தனர். வெளி ஆள் ஒருவனை கிகுயூ மலை என்றும் அனுமதித்ததேயில்லை. ஆனால், கேசவன் அவர்களின் தலைவரின் உயிரைக் காப்பாற்றியிருக்கிறான் என்பதால் அவனுக்கு உரிய சிகிச்சை அளித்து முழுதாக குணப்படுத்துவதை அவர்களின் கடமையாக எண்ணினர். அதைவிட முக்கியமாய் அவர்கள் எல்லோருக்கும் ஏனோ கேசவனைப் பிடித்துப்போயிருந்தது. அவன் ஓர் இயற்கையின் தவப்புதல்வன், அவன் உலகின் உயிர்களை நேசிப்பவன்,

அவனால் தங்களுக்கு எந்த ஆபத்தும் ஏற்படாது என்பதையும் கிகுயூக்கள் தங்களது ஆழ்மனத்திலிருந்து நம்பினார்கள். ஆரம்பத்தில் வெளியுலகிலிருந்து ஓர் ஆள் மயங்கிய நிலையில் கொண்டுவரப்பட்டு சிகிச்சையளிக்கப்படுவதை அங்குள்ள சிறுவர்களும், பெண்களும் அதிசயமாகப் பார்த்தனர். கேசவன் மயக்கநிலையில் தூங்கிக்கொண்டிருக்கும் அவனது முகத்தைத் தொட்டுப் பார்த்தும், தலை முடியைத் தடவிப் பார்த்தும், கழட்டி வைக்கப்பட்டிருந்த அவனது காலுறைக்குள் தங்களது கால்களை விட்டுப்பார்த்தும் என தங்களுக்குள் சிரித்து விளையாடிக்கொள்வார்கள். அவன் விழித்திருக்கும்போது கூட்டமாக கிகுயூ பெண்கள் அவனுக்கு உணவு கொடுக்கும்போது அவன் ஏதாவது அவர்களிடம் பேசினால் மொழி புரியாமல் பெண்கள் வெட்கப்பட்டுக்கொண்டே அந்த இடத்தைவிட்டு ஓடி மறைவார்கள். அவ்வப்போது சிறுவர்களும் சிறுமிகளும் அவனிடம் வந்து அழகாக அமர்ந்து ஏதேதோ பேசுவார்கள். ஆனால் எதுவுமே புரியாமல் அவர்களது உடல்மொழியையும், முக பாவனைகளையும் ரசித்துக்கொண்டிருப்பான் கேசவன். அவனால் எழுந்து நடக்க முடியவில்லையென்றாலும் அவனது வாழ்க்கை முன்பு எப்போது இருந்ததை விடவும் மிக அழகாக நகர்ந்தது.

ஒருவிதமான ஆனந்த போதை அவனது மனத்தில் அலையடித்தபடியே அந்த மந்திரச் சூழலில் மயக்கமாகவே நாட்கள் நகர்ந்தன. அவன் அங்கு கொண்டுவரப்பட்டு ஏழு நாட்கள் ஆகியிருந்தன. அவனால் தற்போது நன்றாக எழுந்து உட்காருவது மட்டுமில்லாமல், சில அடி தூரங்கள் உபாகாவின் தோளைப் பிடித்தவாறே நொண்டிக்கொண்டே நடக்கவும் முடிந்தது. மூன்று நாட்கள் கழித்து இன்னும் நன்றாக சில மீட்டர் தூரங்கள் நொண்டியபடியே கிகுயூ பாறை வரை நடந்து சென்று அங்கிருந்து மலை அடிவாரத்தின் காட்சிகளை காட்சிதமாகப் பார்த்து ரசிக்க முடிந்தது. அங்குள்ள கிகுயூ சிறுவர்கள் எல்லோரும் தற்போது அவனுக்கு நண்பர்களாகியிருந்தனர். ஆனால், பெண்கள் மட்டும் அவனைப் பார்த்து வெட்கப்படுவதை நிறுத்தவேயில்லை. இரவு நேரங்களில் சிறுவர்கள் சூழ... கிகுயூ பாறையிலிருந்து நட்சத்திரங்களைப் பார்த்து ரசித்தபடியே அந்தச் சிறுவர்களிடமிருந்து கிகுயூ மொழியின் சில பல வார்த்தைகளையும் அவற்றை எப்படி எழுதுவது என்பதையும்கூட கொஞ்சம் கொஞ்சமாகக் கற்றுவந்தான்.

அதுநாள்வரை கிகுயூக்களிடம் பழகி வந்ததில் ஒரு முக்கிய விடயத்தைக் கவனித்தான் கேசவன். அது அவன் வந்த நாளிலிருந்து எந்தக் கிகுயூவும் தூங்குவதைப் பார்த்ததேயில்லை. ஆண் பெண் பேதமின்றி எல்லா கிகுயூக்களும் பகல் நேரங்களில் வேட்டையாடுவது, மாலையில் அவற்றைச் சுட்டுத் தின்பது, இதற்கு இடைப்பட்ட நேரத்தில் கிகுயூ ஏரியில் குதித்து விளையாடுவது, மீன்பிடிப்பது, சிறுவர்கள் குரங்குகளோடு போட்டி போட்டுக்கொண்டு மரம் ஏறுவது எனக் கழிக்கிறார்கள். அதேபோல இரவு நேரங்களில் நிலவொளியில் நெருப்பை மூட்டியபடி அதைச் சுற்றி அவர்களது பாரம்பரிய ஆட்டம், பாட்டம், கொண்டாட்டம் என்றுதான் கழிக்கிறார்களே தவிர, அவர்கள் தூங்குவதை ஒருபோதும் கேசவன் பார்த்ததேயில்லை. 'அதெப்படி ஓய்வேயில்லாமல் இப்படி இருக்கிறார்கள்? ஒருவேளை, தான் தூங்கும் நேரத்தில்தான் அவர்களும் தூங்குகிறார்களா? அதனால்தான் தன்னால் அவர்கள் யாரும் தூங்குவதைப் பார்க்கவே முடியவில்லையா?' என யோசித்தபடியே 'இன்று தனது சந்தேகத்தைத் தீர்த்துக்கொள்ளவேண்டும்' என நினைத்தபடியே அன்று இரவு முழுக்க விழித்திருந்து அவர்களைக் கவனித்தான். கேசவனுக்காக ஒதுக்கப்பட்டிருந்த இடம் ஒரு திறந்த குடில். சுற்றிலும் நான்கு புறமும் நடப்பதைப் பார்க்க முடியும். எதிரில் திறந்த வெளியும் சில அடி தூரத்தில் மற்றவர்களின் குடில்களும் இருக்கும். அந்தத் திறந்த வெளியில்தான் கிகுயூக்கள் தங்கள் இரவுகளைக் கழிக்கிறார்கள். அதனால், கிகுயூக்களை எளிதில் கவனித்து நோட்டமிட முடியும். அவ்வாறே அன்று தூங்காமல் அவர்களைக் கவனிக்கத் தொடங்கினான். அன்றைய இரவு முழுக்க ஆடல், பாடல், விளையாட்டு, சிரிப்புச் சத்தம் எனக் கழிந்ததே தவிர அவர்கள் யாரும் குடிலுக்குள் செல்லவேயில்லை. அடுத்த நாள் பகலில் சிறிது நேரம் தூங்கிவிட்டு மீண்டும் அன்று இரவும் தூங்காமல் விழித்திருந்து அவர்களை நோட்டமிட்டான். அந்த நாளும் கிகுயூக்களின் வாழ்க்கை தூங்காமல்தான் கழிந்தது. அப்படியானால் கிகுயூக்கள் யாரும் தூங்குவதேயில்லை என்பதை உறுதிப்படுத்திக்கொண்டு அதிர்ந்துபோனான்.

*

அப்போதுதான் மழை பெய்து அடங்கியிருந்தது. ஈராமான புல்வெளியில் கார்மேகம் சிந்திய நீர்த்துளிகள் ஆங்காங்கே புற்களுடன் உறவாடிக்கொண்டிருந்தன. ஒரு தங்கநிற தவளை துள்ளிக் குதித்ததில் நீர்த்திவலைகள் தெறித்து கதிரவனின் கதிர்களால் ஏழு வண்ணங்களைக் காட்டியபின் எங்கோ போனது. அந்த சின்னஞ் சிறிய தங்கநிற தவளை மிக அழகானது. புதிதாகப் பார்க்கும் யாருமே அதன் அழகை ரசிக்காமல் இருக்க முடியாது. கண்ணிமைக்கும் நேரத்தில் கூர்தீட்டிய ஈட்டியொன்று அந்த அழகிய தவளையின் உடலை பதம் பார்த்தது. தவளை இறந்து போன மறுவினாடியே முராயா மிகக் கவனமாக அதன் உடலில் ஒவ்வொரு அம்பாக எடுத்து உரசி எடுத்துக்கொண்டார். இந்த எல்லா காட்சிகளையும் வேடிக்கை பார்த்துக்கொண்டிருந்த அவரது பேரன் உபாகாவிற்குத் தெரியும், அந்தத் தவளையின் உடலில் உள்ள விஷம் எவ்வளவு கொடியது என்று. ஒரு தவளையின் உடலில் உள்ள விஷத்தால் இருபது மனிதர்களைக் கொல்ல முடியும். ஓடிவந்த உபாகா தனது பங்கிற்குத் தன்னிடமிருந்த ஈட்டியிலும் அம்புகளிலும் தவளையின் தோலை உரசி அதன் மீது சுரந்திருந்த விஷத்தைத் தேய்த்துக்கொண்டான்.

இயற்கையாகவே கிகுயூக்களின் தேகம் மிகக் கடினமானது. அதிலும் உபாகாவின் பதின்ம

வயதுத் தேகம் முறுக்கேறி இரும்புக்கு ஈடாக இருந்தது. உபாகா படுசுட்டியாக இருந்தான். அவனது சிந்தனைகள் மற்றவர்களிடமிருந்து வேறுபட்டிருந்தன. வேட்டையாடுவதற்குப் பதிலாக அவனுக்கு மட்டுமே தெரிந்த ஒரு குகையில் முயல்களை வளர்த்து வந்தான். நான்கு முயல்களில் தொடங்கி முப்பது முயல்களாகிவிட்டன. வேட்டைக்குச் செல்வதாக சொல்லிவிட்டு அவ்வப்போது குகைக்குள் வந்து முயல்களை பிடித்துச் செல்வான். அந்தக் குகை ஒரு மலை முகட்டில் மிகப் பெரிய பாறைக்கு அடியில் அமைந்துள்ளது. தரையிலிருந்து பார்த்தால் அங்கு கவனம் ஈர்க்கும் அளவுக்கு எதுவும் கிடையாது. அகோயாவின் வசிப்பிடத்திலிருந்து அந்தக் குகைக்குச் செல்லும் பாதையே மிகக் கடினமானது. போதாக்குறைக்கு காட்டுமிருகங்களின் அச்சுறுத்தலையும் சமாளிக்க வேண்டும். எனவே, உபாகாவிற்கு அந்தத் தவளை விஷம் தடவிய ஈட்டி இன்றியமையாதது.

சில வருடங்களுக்கு முன்புதான் அகோயாவிற்கு அந்தக் குகை பரிச்சயமானது. முழுக்க முழுக்க கருங்கற்களால் ஆன அந்தக் குகை மிகக் கட்சிதமாக திட்டமிட்டு கட்டப்பட்டதைப் போன்ற தோற்றத்தை அளித்தது. வெளியிலிருந்து பார்த்தால் ஓர் ஆள் மட்டுமே உள்ளே நுழையும் அளவுக்கு இருக்கும் அந்தப் பாறை இடுக்கில் நுழைந்து உள்ளே சென்றால் சுமார் 5 மைல் தூரம் வரை நீள்கிறது அந்தக் குகை. அவனுக்கு அந்தக் குகையில் பிடித்ததே அதன் சுவரில் வரையப்பட்ட அந்த ஓவியங்கள்தான். பெரும்பாலான ஓவியங்கள் பாம்புகளை மையப்படுத்தியே இருந்தன. பாம்புகள் நெருப்பைக் கக்குவது போலவும், வளைந்து வளைந்து பறந்து செல்வது போலவும் நிலவை நோக்கிச் செல்லும் ஒரு பாம்பைப் பார்த்து ஒரு கூட்டம் ஆர்ப்பரிப்பதைப் போலவும் ஏராளமான ஓவியங்கள் சுமார் ஒரு மைல் தூரம் வரை நீண்டுகொண்டே செல்லும். அதற்கு அப்புறம் உள்ள மீதி நான்கு மைல் தூரமும் ஏதேதோ எழுத்துகள். அதிலெல்லாம் அவனுக்கு ஆர்வம் இல்லை. அந்த ஓவியங்களில் ஏதோ ஒரு புதிர் மறைந்திருப்பதாகவே அவனுக்குப்பட்டது அதைக் கண்டுபிடிக்கும் முயற்ச்சியில் இறங்கியதால் அந்த குகையைப் பற்றி யாரிடமும் சொல்லாமல் ரகசியம் காத்தான் அவ்வப்போது வந்து ஓவியங்களைப் பார்ப்பான். அதில் உள்ள ஓர் ஓவியத்தில்தான் முயல் வளர்ப்பது பற்றியும் இருந்தது.

அதைத்தான் அவன் நடைமுறைப்படுத்தி அதன் பலனையும் அனுபவித்து வருகிறான்.

அந்தி மாலையில் சூரியன் அஸ்தமித்துக் கொண்டிருந்தது. எப்பொழுதும்போல அன்றும் அந்தக் குகைக்கு வந்த உபாகா ஒரு முயல்குட்டியை கையில் பிடித்துக்கொண்டு இருட்டும் முன்பாக அவன் வசிப்பிடம் செல்ல நினைத்தான். அவசரமாகச் செல்லும்போது திடீரென அந்த ஓவியத்தை உற்று நோக்கினான். இதற்கு முன்பு குறைந்தது ஆயிரம் முறையாவது அந்த ஓவியத்தை ஆழ்ந்து பார்த்திருப்பான். ஆனால் இன்று அவனுக்கு ஏதோ புரிந்ததுபோல இருந்தது. அந்த ஓவியத்தில் மூன்று நட்சத்திரங்கள் ஒரே நேர்கோட்டில் அமைந்திருந்தன. உபாகா குகையைவிட்டு பரபரப்பாக வெளியே வந்தான். லேசாக இருட்டத் தொடங்கியிருந்தது. வந்த வேகத்தில் வானத்தைப் பார்த்தான். மூன்று நட்சத்திரங்கள் ஒரே நேர்கோட்டில் இருந்தது. அந்தக் காட்சி அவன் சற்றுமுன் பார்த்த அந்த ஓவியத்தை ஒத்து இருந்ததை எண்ணி வியந்தான். சில நொடிகள் அந்த நட்சத்திரங்களையே உற்றுப் பார்த்தான். திடீரென உஷ்...ஸ்...ஸ்... என ஒரு சத்தம் காதை பிளந்தது, வானத்திலிருந்து ஓர் எரி நட்சத்திரம் நெருப்பைக் கக்கியபடியே கிகுயூ மலைக்கு அப்பால் விழுந்தது. அதைப் பார்த்துப் பதறியடித்தவனாய் உபாகா ஒரு கையில் ஒரு முயல்குட்டியைப் பிடித்தபடியே குடிலுக்கு ஓடி வந்தான். அங்கே மரத்தடியில் மற்ற கிகுயூக்களோடு சேர்ந்து அமர்ந்திருந்த முராயாவிடம் வானத்திலிருந்து ஏதோ பயங்கரச் சத்தத்துடன் விழுந்ததை மூச்சு வாங்கியபடியே சொன்னான். அங்கிருந்தவர்கள் எல்லோருமே அந்த எரிகல்லை கவனித்திருந்ததால் "பயப்படும்படி ஒன்றும் அல்ல. அது ஒரு சாதாரணமான வானியல் நிகழ்வுதான்" என அவனைச் சமாதானப்படுத்தி அனுப்பி வைத்தார்கள்.

ஒன்றும் புரியாதவனாய் கிகுயூ பாறையில் பள்ளத்தாக்கை நோக்கிக் கால்களை தொங்கவிட்டபடி அமர்ந்து வானத்தைப் பார்த்தான். வானில் லட்சக்கணக்கான நட்சத்திரங்கள் விம்மி விம்மி ஒளிவீசிக்கொண்டிருந்தன. 'எவ்வளவு விந்தையானது இந்த வானம்! இதில்தான் எத்தனை நட்சத்திரங்கள்!' என அதிசயமாகப் பார்த்துக்கொண்டிருந்தான்.

தனியாக அமர்ந்து எதையோ யோசித்துக்கொண்டிருந்த உபாகாவைக் கவனித்த கேசவன் மெல்ல எழுந்து மெதுவாக நொண்டியப்படியே நடந்து, கிகுயூ பாறைக்குச் சென்று உபாகாவின் அருகே அமர்ந்தான். அதுவரை அவன் கற்றிருந்த கிகுயூ மொழியில் “என்ன ஆனது?” என உடைந்த வார்த்தையோடு கேட்டான். பதிலுக்கு உபாகாவும் வானத்தைக் காட்டி “அதிலிருந்து ஒரு எரிகல் விழுந்தது” என கிகுயூ மொழியில் சொல்ல... அதைப் புரிந்துகொண்டவனாய் “ஆமாம். நானும்தான் பார்த்தேன். அது சாதாரண நிகழ்வுதான். அடிக்கடி இப்படி வானத்திலிருந்து விண்கற்கள் விழும். ஏனெனில், இந்த வானம் மிகப் பெரியது. அதில் கற்பனைக்கே எட்டாத ரகசியங்கள் ஏராளம் அடங்கியுள்ளது” எனச் சொல்லியபடியே உபாகாவின் கையில் ஒரு பொருளைக் கவனித்தான். அது கேசவனின் அலைபேசி. “இது எப்படி உன் கையில் கிடைத்தது?” எனக் கேட்டபோது, தான் எரிகல் விழுவதைப் பார்த்து ஓடி வந்தபோது ஓரிடத்தில் தவறி விழுந்ததாகவும் அங்கு அது இருந்ததாகவும் சொன்னான் உபாகா. கேசவனுக்கு அந்த அலைபேசி மீண்டும் கிடைத்ததில் மகிழ்ச்சி. அங்கு எந்த அலைபேசிக் கோபுரங்களும் இல்லாததால் அதைப் பேசுவதற்குப் பயன்படுத்த முடியாது என்றாலும் கிகுயூக்களின் மொழியையும் அவர்களது உரையாடலையும் பதிவு செய்யவும் காணொளிக் காட்சிப்படுத்தவும் உதவும் என்பதால் அதை உபாகவிடமிருந்து வாங்கி பத்திரப்படுத்திக்கொண்டான்.

அலைபேசி என்ற ஒன்றையே அறியாத உபாகா “அது என்ன? எதற்குப் பயன்படுத்துவது?” எனக் கேட்டான். அதற்கு கேசவன் “இதுதான் அலைபேசி, இதனை வைத்துக்கொண்டு தூரத்திலிருப்பவர்களுடன் பேச முடியும்” என்றான்.

உபாகா ஆச்சரியமாகப் பார்த்தான். “அதோ, அங்கே இருக்கிறாரே எங்கள் முராயா, அவரிடம் இங்கிருந்தே பேச முடியுமா?” என சில மீட்டர் தூரத்தில் தனது சகாக்களோடு அமர்ந்திருந்த முராயாவைப் பார்த்து கை நீட்டியபடியே கேட்டான்.

“அவருடன் மட்டுமல்ல, இன்னும் வெகு தூரத்தில் இருப்பவர்களிடம்கூடப் பேச முடியும்”. கிகுயூ பாறையிலிருந்து

கை நீட்டிக்காட்டி "இங்கிருந்து கண்ணுக்குத் தெரியும் தூரம் மாதிரி எவ்வளவு தூரமிருந்தாலும் இந்த உலகத்தில் எங்கிருப்பவர்களுடனும் இதை வைத்துக்கொண்டு பேச முடியும். ஆனால், நம்மிடம் பேசுபவர்களிடமும் இதே மாதிரி ஒரு கருவி இருக்க வேண்டும்" என கேசவன் சொன்னதும் அந்த அலைபேசியை விழி விரியப் பார்த்தவன்,

"அட, இதற்கு எதற்குக் கருவியெல்லாம், நீங்கள் சொன்னதைவிட வெகுதூரத்தில் இருப்பவர்களுடன்கூட இப்படி எந்தக் கருவியும் இல்லாமலே எங்களால் பேச முடியுமே?" என மிகச் சாதாரணமாகச் சொன்னான் உபாகா.

"அப்படியா? எப்படி யாருடன் பேசுவீர்கள்?" என வேடிக்கையாகக் கேட்டான் கேசவன்.

"எங்கள் கடவுள் 'முருங்கு'வுடன்தான். அவர் வெகுதூரத்தில் வானத்தில் ஒரு நட்சத்திரத்தில் இருக்கிறார். அவருடன்தான் நாங்கள் எல்லோரும் பேசுவோம். நங்கள் பேசும்போது இப்படியெல்லாம் ஒரு கருவி தேவைப்படவேயில்லையே" என வெள்ளந்தியாக உபாகா சொன்னதும் கேசவனுக்கு சிரிப்பை அடக்க முடியவில்லை என்றாலும் ஓர் ஆதிவாசிச் சிறுவனின் அறியாமையை ஏளனம் செய்யக்கூடாது என நினைத்தவன்,

"கடவுளிடம் மட்டும்தான் அப்படியெல்லாம் பேச முடியும். மனிதர்களிடம் பேச வேண்டுமானால் இப்படியொரு கருவி வேண்டும்" எனப் பொறுமையாக எடுத்துரைத்தான் கேசவன்.

"அப்படியானால், அந்தச் சுவரில் இந்தப் பொருளைத்தான் வரைந்திருக்கிறார்களா? எனக்கு இப்போதுதான் புரிகிறது. ஆனால் அதற்கு கொம்பு எல்லாம் முளைத்திருந்ததே!" எனப் புதிராகப் பேசினான் உபாகா.

அதுவரை உபாகாவிடமிருந்த ஆச்சரிய அலைகள் தற்போது கேசவனைத் தொற்றிக்கொண்டது. "எந்தச் சுவரில்? என்ன வரைந்திருக்கிறார்கள்?" என ஆர்வத்தை அடக்க முடியாதவனாய் கேட்டான் கேசவன்.

"எங்கள் கிகுயூ குகையில்தான். ஏராளமான ஓவியங்கள் உள்ளன. பறக்கும் பாம்புகள், பேய், பிசாசுகள், காட்டெருமைகள்,

முயல்கள், எருது, உருண்டை உருண்டையான பழங்கள், அப்புறம் நீங்கள் கையில் வைத்திருக்கும் இந்தப் பொருளைப்போன்ற ஏதேதோ தெரியாத பொருள்களெல்லாம் வரையப்பட்டிருக்கின்றன. இதோ வானத்தில் நேராக மூன்று நட்சத்திரங்கள் தெரிகிறதே, இதைக்கூட வரைந்து வைத்திருக்கிறார்கள். அதில் சில ஓவியங்கள் புரியும். சில ஓவியங்கள் எனக்குப் புரியாது. அதிலுள்ள ஓவியங்களைப் பார்த்துதான் நான் அங்கு முயல்களை வளர்த்துக்கொண்டிருக்கிறேன். இனி உங்கள் கையில் இருக்கும் இதே மாதிரியான பொருளைச் கவனித்து நானும் ஒரு கருவியை செய்துகொள்கிறேன். நீங்கள் இந்தக் காட்டை விட்டுப்போன பிறகு அதை வைத்து உங்களோடு பேச முடியும்தானே?" என்றான் உபாகா.

கேசவனுக்கு ஒரு நொடி சிலிர்த்துப்போனது. இந்தச் சிறுவன் ஏதோ குகை ஓவியங்களைப் பற்றிப் பேசுகிறான் என்பதைப் புரிந்துகொண்டவன்.

"அந்தக் கிகுயூ குகை எங்கிருக்கிறது? நாளை விடிந்ததும் அங்கு போகலாமா?" என்றான் கேசவன்.

"ஓ போகலாமே! ஆனால், அங்கு நான் முயல்களை வளர்ப்பதை யாரிடமும் சொல்லக்கூடாது. சரியா?" என வெள்ளந்தியாகக் கேட்டுவிட்டு கேசவனின் கண்களைப் பார்த்தான் உபாகா. அந்தப் பார்வையில் கேசவனின் இதயம் கரைந்தே போனது.

✷

மறுநாள் அதிகாலையில் கிகுயூ குகைக்குள் உறைந்துபோய் நின்றிருந்தான் கேசவன். அங்கிருந்த ஓவியங்கள் வியப்பில் ஆழ்த்தி வியர்வைத்துளிகளால் அவனைக் குளிக்க வைத்தது. குகையில் வாழும் வௌவ்வால்ககளும், ஆந்தைகளும் பரபரவென ஒலியெழுப்பிப் பறந்துகொண்டிருக்க... குகையின் இருட்டில் தீப்பந்தத்தைப் பிடித்தபடி வெளிச்சம் ஏற்படுத்தி ஓவியங்கள் ஒவ்வொன்றாகக் காட்டினான் உபாகா. எல்லா ஓவியங்களும் மிகத் தொன்மையான ஓவியங்கள் என்பதால் பல ஓவியங்கள்மீது மழைநீர் வடிந்து பூஞ்சான் பூத்து, சிலந்திகள் ஆக்கிரமித்து என பழுப்பு நிறமேறிக் காட்சியளித்தாலும் அவை என்ன ஓவியங்கள் என்பதைப் பார்த்து யூகிக்க முடியும். அதன் சாயக்கலவைகள் அதிநுட்பமாகத் தயாரிக்கப்பட்டிருக்க வேண்டும். இல்லையெனில், இத்தனை ஆயிரம் ஆண்டுகள் இவை நிலைத்திருக்க வாய்ப்பில்லை. பாம்புகள் நெருப்பைக் கக்கிக்கொண்டு வானில் பறப்பதைப்போல நூற்றுக்கணக்கான ஓவியங்கள் கேசவனின் கவனத்தை ஈர்த்தன. அந்தப் பாம்புகள் எல்லாம் நட்சத்திரங்களை நோக்கிப் பறப்பதைப்போல மிகவும் கலைநயம் மிக்கதாய் வரையப்பட்டிருந்தது. மேலும் மேலும் விதவிதமான பல பாம்புகளைப் பார்த்தபடியே நகர்ந்தபோதுதான் ஒரு பாம்பில் வித்தியாசமாக உடையணிந்த ஓர் உருவம் அமர்ந்திருப்பதைப்போல வரையப்பட்டிருப்பதை உற்று நோக்கினான். அந்த

உருவம் பார்ப்பதற்கு தலைக்கவசத்தோடு தற்கால விண்வெளி வீரர்கள் உடுத்தும் உடையைப்போல அணிந்திருந்தது. அதன் கை, கால்களும் ஏதோ இயந்திரப் பாகங்களை இயக்குவது போலவும் அமர்ந்திருந்தது. அதை நன்றாக உற்று நோக்கினால் தற்கால விண்வெளி வீரர்கள் ஒரு விண்கலத்தை இயக்கும் நிலையில் அமர்ந்திருப்பதோடு ஒத்திருந்தது. 'அப்படியானால், இந்தப் பாம்புகள் எல்லாம் விண்கலங்களா? என ஆயிரம் கற்பனைகள் அவனுள் எழ... அதிசயமாய் நோட்டமிட்டுக் கொண்டிருந்தான். பல்லாயிரக்கணக்கான நட்சத்திரங்கள், அவற்றுக்கு இடையிடையே உருண்டை உருண்டையாக வரையப்பட்டிருந்த ஓவியங்கள் எல்லாம் என்னவென்றே அவனுக்குப் புரியவில்லை. வரையப்பட்டிருந்த பல விலங்குகள் இந்த பூமியில் இல்லாத வினோதமான விலங்குகளாக இருந்தன. 'அதெல்லாம் ஒருவேளை நட்சத்திரங்களைச் சுற்றும் கிரகங்களா?' என அவனுக்குள் கேள்விகளை எழுப்பியபடியே கடந்து சென்றபோதுதான் நெடுந்தூரம் நீளும் எழுத்துக்களைப் பார்த்து பிரமித்து நின்றான். எல்லாமே கிகுயூ மொழியில் எழுதப்பட்ட எழுத்துகள். அவையெல்லாம் என்னவென்றே புரியாததால் தனது அலைபேசியின் புகைப்படக்கருவியைப் பயன்படுத்தி படம் பிடிக்கத் தொடங்கினான். அவனால் எவ்வளவு தூரம் நடக்க முடியுமோ அவ்வளவு தூரம் நொண்டியபடியே நடந்து நடந்து படம் பிடிக்க... அவனது அலைபேசியின் பேட்டரி தீர்ந்துபோய் அலைபேசி அணைந்ததால் "ஷிட்" என நொந்தபடியே அதோடு படம் பிடிப்பதை நிறுத்தினான். இந்த உலகில் வேறெங்கும் இல்லாத அளவுக்கு ஒரு தொல்பொருள் பொக்கிஷக்கிடங்காக அந்தக் குகை முழுக்க எழுத்துகளையும் ஓவியங்களையும் தாங்கிய வண்ணக் கலவையாக தீப்பந்த வெளிச்சத்தில் மினு மினுத்தது.

அங்குப் பார்த்ததையெல்லாம் ஒரு கனவுபோல நம்ப முடியாதவனாய் குகையை விட்டு வெளியே வந்தான். 'இந்தக் கிகுயூக்கள் இந்த மலையின் ஆதிக்குடிகள். சுமார் அறுபது ஆயிரம் வருடங்களாக இந்த மலையைத் தாண்டாமல் இங்கேயே வாழும் பூர்வகுடிகள். அப்படியானால், இந்தக் குகை ஓவியங்களும் எழுத்துகளும் எத்தனை ஆண்டுகள் பழைமையானவையாக இருக்கும்? அப்படியானால், இவையெல்லாம் தமிழர்களைவிட, எகிப்தியர்களைவிட,

சுமேரியர்களைவிடவும் பழைமையானவையா? என கணிக்க முடியாதவனாய் அவனது மூளை வலித்து வெடிப்பதுபோல யோசித்து யோசித்து உபாகாவின் தோள்களைச் சுற்றிக் கையை ஊன்றிக்கொண்டு நோண்டிக்கொண்டே குடில்கள் இருக்கும் பகுதிக்கு வந்து சேர்ந்தான்.

கிகுயூக்கள் கேசவனுக்கு அந்த மலையின் எல்லா இடங்களிலும் சுற்றும் சுதந்திரத்தைக் கொடுத்திருந்தனர். உபாகாவுடன் வெளியே சென்று வருவதால் கிகுயூக்களுக்கு கேசவன் எங்கே சென்றான், எங்கிருந்து வருகிறான் என்ற கவலையெல்லாம் இல்லை. அவர்களைப் பொருத்தவரை கேசவன் குளிர்காலத்திற்கு முன்பாக குணமாக வேண்டும் என்பதுதான். அவன் குணமாகியவுடன் இந்த இடத்தைவிட்டு பாதுகாப்பாக அவனை வெளியே கொண்டு விடுவதுதான் அவர்களது எண்ணமெல்லாம்.

குடிலுக்குள் வந்த கேசவனுக்கு அதுநாள்வரை பார்த்ததிலிருந்து கிகுயூக்களைப் பற்றி ஆயிரம் சிந்தனைகள் ஓடிக்கொண்டிருந்தன. ‘யார் இவர்கள்? ஏன் SUPER-X நிறுவனம் இவர்களை அழிக்க நினைக்கிறது? தூங்காமலே இருக்கிறார்கள், தனித்துவமான இயற்கையோடு இணைந்த வாழ்க்கை வாழ்கிறார்கள், அந்தக் குகையைப் பார்க்கும்போது மேம்பட்ட மொழியும் வானவியல் அறிவும்கூடக் கொண்டவர்களாக இருப்பார்கள் போலிருக்கிறதே. அந்தப் பாம்பு ஓவியங்கள் வெறும் குகை மனிதர்களின் கிறுக்கல்களா? இல்லை, எனக்குத்தான் மூளை குழம்பிப்போய் ஏதேதோ விடயங்களிடம் தொடர்பு படுத்திக்கொண்டிருக்கிறேனா? சரி, அந்தக் குகை ஓவியங்கள் பொய்யென்று வைத்துக்கொண்டால்கூட அந்த எழுத்துகள் கிகுயூக்களின் எழுத்துகள்தானே, அந்த மொழியைத்தானே இவர்கள் பேசுகிறார்கள், அது நிஜம்தானே. அதைவிடப் புதிரானது இந்த மனிதர்களால் எப்படித் தூங்காமலே வாழ முடியும்? இவர்கள் தூங்குவதே இல்லையே. நிச்சயமாக இங்கே பல மர்மங்கள் விரவிக்கிடக்கின்றன. குறிப்பாக அந்தக் குகையில் வானவியல் சார்ந்த விடை தெரியாத கேள்விகளுக்கு ஏதோ விடையிருக்கிறது. அதனால்தான் விண்ணில் மனிதர்களைக் குடியமர்த்த திட்டம்போடும் SUPER-X நிறுவனம் இவர்களை அழிக்கப் பார்க்கிறது. அவர்களுக்குத் தேவை ஆமூர் பால்கன் பறவைகள் அல்ல, மீத்தேன் அல்ல, அகோயாக்கள் அல்ல,

அவர்களின் நிலங்களும் அல்ல. SUPER-X–யின் தேவையெல்லாம் கிகுயூக்களை அழிப்பது, அவர்களின் மொழி சார்ந்த, வாழ்வியல் சார்ந்த, கலாச்சாரம் சார்ந்த எல்லாவற்றையும் அழிப்பது. அப்படி எல்லாவற்றையும் அழித்துவிட்டு இந்த மலையைக் கைப்பற்றி இவர்களின் அறிவைத் திருடுவது. அப்படியென்னதான் அந்தக் குகை ஓவியங்களிலும் எழுத்துகளிலும் மறைந்திருக்கிறது? எல்லாவற்றையும் தனது அலைபேசியின் கேமராவில் பதிவு செய்யலாம் என்றால், பேட்டரி தீர்ந்துவிட்டது. இங்கு சார்ஜ் செய்வதற்கு மின்சாரம்கூட இல்லை. இப்படி மின்சாரம்கூட இல்லாதவர்கள் அப்படியென்ன தொழில்நுட்பத்தைக் கிறுக்கி வைத்திருப்பார்கள்? என கேள்விகள் மேல் கேள்விகளாக அடுக்கி அடுக்கிக் கற்பனை உலகில் மிதந்து கொண்டிருந்தவனின் சிந்தனை ஆமூர் பால்கன் பறவைகளின்மீது திரும்பியது.

'சரி, இவர்களின் மர்மங்கள் என்னவாக வேண்டுமானாலும் இருந்துவிட்டுப் போகட்டும். ஆனால், இந்தக் கிகுயூக்கள் பேராபத்தில் இருக்கிறார்கள். இவர்களை அழிவிலிருந்து காப்பாற்ற வேண்டும். இவர்கள் நல்லவர்கள். யாருக்கும் தீங்கற்றவர்கள். இவ்வளவு செழிப்பாக இயற்கையை பாதுகாத்துக் கொண்டிருக்கிறார்கள். இந்த கிகுயூ மலையின் பல்லுயிர்க்காடுகள் அளவில் சிறியதாக இருந்தாலும் உலகில் வேறு எந்தக் காடுகளையும்விட செழிப்பாக இருப்பதற்குக் காரணம் இவர்கள்தான். இவர்களை அழித்துவிட்டால் இந்தக் காடுகளும் அழிந்துவிடும். இந்தக் காடுகளைக் காப்பாற்றுவதற்காக நிச்சயம் இவர்களையும் காப்பாற்ற வேண்டும். எனது கணிப்பு சரியாக இருந்தால் இன்னும் பதினைந்து நாட்களுக்குள் ஆமூர் பால்கன்கள் கிகுயூ மலைக்கு வந்துவிடும். அந்த நேரத்தில் அகோயா மக்களிடம் சென்று எப்பாடுபட்டாவது அவர்களை விவசாயிகளாக்கி இந்த அகோயாக்களுக்கும் கிகுயூக்களுக்கும் இடையில் அமைதியை நிலைநாட்டிவிட வேண்டும். அவர்கள் ஒற்றுமையாக இருந்தாலே போதும். இரு இனத்தையும் யாரும் அழிக்க முடியாது. இதை நான் நிச்சயம் செய்ய வேண்டும். ஏனென்றால், இந்த உலகம் என்னுடையது. இதை நான் காக்காமல் வேறு யார்தான் காப்பார்கள்?'

*

குளிர்காலம் இன்னும் தொடங்கவில்லையென்றாலும் முன்பனிக்காலத்தின் காற்று இப்போதே உடல்களை உரசி உரசி சிலிர்ப்பூட்டிக் கொண்டிருந்தது. கிகுயூக்கள் குளிர்காலத்திற்குத் தங்களைத் தயார்படுத்தும் பொருட்டு ஏற்கெனவே போர்வையாக்கி வைத்திருந்த மான் தோல்களுக்குள் தங்களது உடலை மறைத்தபடி ஆங்காங்கே நெருப்பைச் சுற்றி அமர்ந்து கதகதப்பாகக் குளிர்காய்ந்து கொண்டிருந்தனர். கேசவன் அவனுக்குக் கொடுக்கப்பட்ட மான் தோல் போர்வையைப் போர்த்தியபடியே தன்னந்தனியாக கிகுயூ பாறையில் அமர்ந்துகொண்டு வானத்தில் ஒளி வீசும் நட்சத்திரங்களை நோக்கி தனது பார்வையைத் திருப்பி தீவிரமாக யோசித்துக் கொண்டிருந்தான்.

'கிகுயூக்கள் உறக்கமின்றி இருப்பதைப் பற்றியும் அந்தக் குகை ஓவியங்களைப் பற்றியும் பேசாமல் முராயாவிடமே கேட்டுவிடலாமா? இல்லை, அந்தத் தவறை மட்டும் செய்துவிடக்கூடாது. அது நமது உயிருக்கேகூட ஆபத்தாக மாறிவிடும். இவர்கள் நம்மை இவ்வளவு கண்ணியத்தோடு நடத்தும்போது நாமும் அதே போல கண்ணியம் காப்பதுதான் அறம். அவர்களை வேவு பார்க்கிறோம் அல்லது ரகசியங்களை அறிய நினைக்கிறோம் எனத் தெரியவந்தால் அவர்கள் நம்மை எப்படி வேண்டுமானாலும் நடத்தலாம், கொலைகூட

செய்யலாம். அதனால், இதைப் பற்றி கண்டும் காணாமல் இருப்பதைப்போல கட்டிக்கொண்டு அவர்களின் போக்கிலேயே பயணித்து விடை காண்பதுதான் புத்திசாலித்தனமானதாக இருக்கும். எனது சந்தேகங்களைப் பற்றி உபாகாவிடம் கேட்டுத் தெரிந்துகொள்வதுதான் பாதுகாப்பானது. அவன் வேட்டை யாடாமல் கிகுயூ குகையில் முயல்களை வளர்த்து ஏமாற்றுவதை யாருக்கும் தெரியக்கூடாது என நினைக்கிறான். ஏனென்றால், அது கிகுயூக்களின் வாழ்வியல் முறைகளுக்கு எதிரானது. அந்த ஒரே காரணத்திற்காக அவனும்கூட என்னோடு பேசிக்கொள்வதை யாருடனும் பகிர்ந்துகொள்ள வாய்ப்பில்லை' என மனதுக்குள் திட்டங்களைத் தீட்டிக்கொண்டிருந்தவனின் சிந்தனையை யாரோ ஓடிவரும் சத்தம் கலைத்தது. குடுகுடுவென மூச்சிரைக்க ஓடிவந்த உபாகா, கேசவனுக்கு அருகில் கால்களைப் பள்ளத்தாக்கில் தொங்கவிட்டபடி புன்னகை தவழ வந்தமர்ந்தான்.

"நாம் கிகுயூ குகைக்குப் போய் வந்ததை யாரிடமும் சொல்ல மாட்டீர்கள்தானே?" என கேசவனின் காதில் மெதுவாகச் சொன்னான் உபாகா. கேசவன் சிரித்தபடியே "சொல்ல மாட்டேன் உபாகா, நீ யாரிடமும் சொல்லாமல் இருந்தால் போதும்" என்றான்.

"உங்கள் பேசும் கருவியைப்போல நானும் ஒரு கருவி செய்ய வேண்டும். அதைப் பற்றியும் அந்த எழுத்துகளில் நிச்சயமாக ஏதாவது இருக்கும். அதனால் நான் அடிக்கடி இனி செல்ல வேண்டிவரும்" என நம்பிக்கையோடு பேசினான் உபாகா?

"அப்படியா? அந்த எழுத்துகளில் அவ்வளவு விடயங்கள் உள்ளதா? அதில் என்ன இருக்கிறது என்பதையெல்லாம் படிக்கத் தெரியுமா உனக்கு?" என உபாகாவை மேலும் பேசத் தூண்டினான் கேசவன்.

"இல்லை. எனக்கு அதையெல்லாம் படிக்கத் தெரியாது. ஆனால், இனி கொஞ்சம் கொஞ்சமாக என் தாத்தா முராயாவிடமிருந்து கற்றுக்கொள்வேன். அவருக்கு அதில் உள்ள எல்லாவற்றையும் படிக்கத் தெரியும். எங்கள் தாத்தாதான் அதில் என்ன இருக்கிறது என்பதை எங்களுக்கு அடிக்கடி கதை கதையாகச் சொல்வார்" என உபாகா சொன்னதும் கேசவனுக்கு ஆர்வம் பீறிட்டது.

“என்ன கதை அது உபாகா?” என ஆர்வத்தை அடக்க முடியாதவனாய் கேட்டான் கேசவன்.

முராயாவே நேரில் வந்து கேசவனுக்குச் சொல்வதைப்போல அவ்வளவு தெளிவாகச் சொல்லத் தொடங்கினான் உபாகா...

“எங்கள் தாத்தா அடிக்கடி எங்களிடம் சொல்வார், ‘யுக யுகங்களாக இப்பிரபஞ்ச வெளி முழுக்கப் பேரமைதி நிரம்பியிருந்தது’ என்றும் ‘பெருவெளி எங்கும் நிசப்த அலைகளால் பிண்ணிப் பிணைந்திருந்தது’ என்றும் சொல்வார். மௌன மொழிகளை மட்டுமே தனதாய்க்கொண்டிருந்த நட்சத்திரத் திரள்களும் விண்மீன் கூட்டங்களும் ஓசையின்றி ஒளிர்ந்து கொண்டிருந்த ஒரு மகத்தான நாளில் இப்பேரண்டம் முழுக்க உயிர் விதைகள் தூவப்பட்டன, அவை கோடான கோடி ஆண்டுகளாக ஒவ்வொரு நட்சத்திரத் திரள்களாக தாங்கள் வாழச் சாதகமான விண்மீன்களைத் தேடி அலைந்துகொண்டிருந்தன. வீசப்பட்ட வித்துக்கள் சரியான நட்சத்திரத்தை அடைந்து தனக்கான கிரகத்தைக் கண்டடையும்போது அவை உயிர்களாகப் பரிணமிக்கும். தகுந்த கோளைக் கண்டடையாதவரை உயிரைத் தாங்கிய செயலற்ற விதைகளாக இப்பிரபஞ்ச வெளியில் உலாவிக் கொண்டிருக்கும். அப்படித்தான் பல்லாயிரம் கோடி ஆண்டுகளாக விண்வெளியில் வலம் வந்துகொண்டிருந்த உயிர் விதைகளில் சில தங்களது சந்ததியைப் பெருக்க, பூமி என்ற கிரகத்தைத் தேர்ந்தெடுத்தன’ என அவர் சொல்லும்போதெல்லாம் நாங்கள் அவரைச் சுற்றி அமர்ந்துகொண்டு சிலிர்ப்போடு கேட்டுக்கொண்டிருப்போம்.

‘பல தசம சகாப்தங்களாகக் கதிரவனின் கதிவீச்சுப் பட்டுப் பட்டுக் காய்ந்து கிடந்த பூமி என்னும் பாலைவனம் அந்த நாளுக்காகத்தான் காத்திருந்தது. நமது சூரியனிலிருந்து மூன்றாவதாக இருக்கும் அந்தக் கிரகத்திற்கு இடைவிடாமல் ஆண்டுக்கணக்காய் வீசும் புழுதிப் புயல்களைத் தெரியும். கனலைக் கக்கிப் புகையைத் துப்பும் கரடுமுரடான எரிமலைகளைத் தெரியும். வெற்று நிலப்பரப்பை மட்டுமே வைத்துக்கொண்டு விண்வெளியையே வெறித்துப் பார்த்துக்கொண்டிருந்த பூமியின் சிகரங்களைக் கரிய மேகக் கூட்டம் அன்று கவ்வியபோது புதிதாய் ஏதோ வந்ததைப் பார்த்துப் பள்ளத்தாக்குகளும்

பதறின. முதல் மின்னல், முதல் இடியோசை இவற்றோடு சேர்த்து முதல் மழைத்துளி இம்மண்ணை நனைத்து பல்லாண்டுகள் இடைவிடாமல் மழை பெய்தது. அதுவரை ஒரு பனிப் பாலைவனமாக இருந்த பூமி சில லட்சம் ஆண்டுகளில் மகா உன்னத உயிகளைத் தாங்கிய செழிப்பான உயிர்க் கோளாகியது' என அவர் சொல்லும்போது ஒரு மழைத்துளி எங்களின் முகங்களில் விழுந்து சிலிர்ப்பை ஏற்படுத்தி உடலை உறைய வைத்ததைப்போல உணர்வோம். இவருக்கு எப்படி இதெல்லாம் தெரியும்?' என ஆச்சரியப்படுவோம். 'உங்களுக்கு எப்படித் தாத்தா இதெல்லாம் தெரியும் எனக் கேட்டால், ஒருவிதமான மர்மப் புன்னகையோடு 'இதெல்லாம் நம் கிகுயூ குகையில் எழுதி வைக்கப்பட்டிருக்கிறது. கூடவே, நம் முன்னோர்கள் காலங்காலமாக எனக்குச் சொல்லிய கதையும் கூட' எனச் சொல்வார்."

எல்லா உயிர்களும் தோன்றியபிறகு எங்கள் கிகுயூ மலை எப்படி உருவானது என்ற கதையையும் எங்கள் தாத்தா அடிக்கடி சொல்லுவார். மீண்டும் முராயாவே வந்து கதை சொல்வதைப்போல சொல்லாத தொடங்கினான் உபாகா.

"வெயில் துயில் களையும் அதிகாலைப்பொழுது. பெருவெளியெங்கும் பிரபஞ்சத்தின் நெடி விரவிப் பரவிக் கிடந்தது. வானவெளியெங்கும் விண்மீன் திரள்கள் விதவிதமாய் வேடிக்கை காட்டிக்கொண்டிருந்தன. முகில்களற்ற ஆகாயத்தில் மினுமினுக்கும் நட்சத்திரங்கள் அந்த வெண்பனி நிலப்பரப்பை நோக்கித் தனது வெளிச்சப்பார்வையை விம்மி விம்மி வீசிக்கொண்டிருந்தன. பாலை மண்ணையும் பனிக்கட்டியாக்கும் கடுங்குளிர், ஒரு நொடி சுவாசித்தாலும் உறைய வைக்கும் காற்று, அண்டத்தின் கதிர்வீச்சு பட்டுப் பட்டு ஆகாயமெங்கும் எழும்பி நிற்கும் அரோரா, ஓடும் ஆற்றையும் உறையவைத்துத் தடுத்து நிறுத்தும் பௌதீக விந்தைகள் என அழகியலையும் ஆபத்தையும் ஆடையாய்த் தாங்கி நின்ற அந்த மொத்தப் பனிவெளியும் சத்தமின்றிக் கிடந்தது. எங்கும் நிசப்தம். சப்தமெல்லாம் சத்தமின்றிக்கிடந்த அந்த நிலத்தின் ஒரு உச்ச முனையிலிருந்து, திடீரென 'பட பட பட பட'வென்று ஓயாமல் சில நொடிகள் நீடித்த ஒரு சத்தம் அவ்விடத்தின் அமைதியைக் குழைத்தது.

கடுங்குளிரைத் தாங்க முடியாத ஒருவகையான பறவைக்கூட்டம் படபடத்து வெடவெடத்து நடுங்கியபடியே ஒவ்வொன்றாக உயரத்திலிருந்து செத்து விழுந்துக் கொண்டிருந்தன. பெரும் எண்ணிக்கையிலிருந்த அப்பறவைகளின் அலறல் சத்தம் சில அடி தூரங்களுக்கு மட்டுமே கடத்தப்பட்டு சிதைந்துபோனாலும் அவற்றின் உடல் நடுங்கி உறைந்து மாயும் அந்த உடல்மொழி அப்பறவைகளின் உயிர் வலியை உலகம் முழுக்கப் பறைசாற்றிக் கொண்டிருந்தன. எண்ணிக்கையில் அடங்காத ஏராளமான பறவைகள் வெண்பனித் திவலைகளை உடலெங்கும் சுமந்தபடி உறைந்தபடி உந்தி உந்திப் பறக்கும்போதே ஒவ்வொன்றாக மடிந்து விழுந்து மாண்டன. ஆனாலும் நம்பிக்கையிழக்காத பல்லாயிரக்கணக்கான பறவைகள் கடுங்குளிரிலிருந்து தப்பிக்க வடதிசையை நோக்கி வேகமாகப் பறந்தன. ஆனால் அந்நிலப்பரப்பு அமைந்திருக்கும் இடமோ வடதுருவத்தின் தென்பகுதி. அப்பகுதியிலிருந்து வடதிசையை நோக்கி வேகமெடுத்துச் செல்லச் செல்ல அவை பன்மடங்கு குளிர் அதீதமான வடதுருவத்தின் மையப்பகுதியை நோக்கித்தான் சென்றுகொண்டிருந்ததே தவிர, அவற்றால் குளிரிலிருந்து தப்பிக்க முடியவில்லை. அவை வடதிசையை நோக்கி முன்னேற முன்னேற குளிர் பன்மடங்கானது.

சிறிதும் ஈவு இரக்கம் காட்டாத அந்தக் காலநிலை பறந்து சென்ற எல்லா பறவைகளையும் கொன்று குவித்தது. கதிரவனின் வெய்யிலைக்கூட வலுவிழக்கச்செய்யும் கடுங்குளிரில் செத்து வீழ்ந்த அந்தப் பறவைகளின் பேரிரைச்சல் அடங்கிய பிறகு உயிரற்ற ஓவியம்போல ஒரு உன்னத அமைதியைத் தாங்கிநின்றது அந்தக் கொலை நிலம். அதேவேளையில் பகலவனின் பார்வைபட்டு வானம் சிவக்க, ஒளிக்கற்றைகள் அந்த அரை இருளையும் அகற்றின. தகிக்கும் சூரியனின் செவ்வொளிபட்டு அந்தப் பரந்த நிலம் முழுக்க ஒளிர்ந்து மினுத்தது. ஆங்காங்கே அந்தச் சாம்பல் நிறப்பறவைகளின் இறந்த உடல்கள் நிலம் முழுக்கச் சிதறிக்கிடக்க... அடுத்த சில நொடிகளில் அவற்றின் உடல்களை வெண்பனி மூடியது.

பூமியின் வடதுருவத்தில் அமைந்துள்ள அந்த ஆற்றுப்படுகை நிலப்பரப்பின் காலநிலை என்பது வருடம் முழுமைக்கும்

வெவ்வேறு விதமாகத் தன்னை உருமாற்றிக்கொண்டேயிருக்கும். ஓடும் ஆற்றையும் உறைய வைக்கும் நீண்ட கொடூரக்குளிர் காலமும் குறைந்த மாதங்களே நீடித்தாலும் அங்கு வாழும் உயிர்களுக்குக் குறையொன்றும் வைக்காத அழகான கோடைக்காலமும் அந்நிலப்பரப்பை ஆண்டு முழுமைக்கும் ஆட்கொண்டிருந்தன. அவ்விடத்தின் மாறும் காலநிலைக்கேற்ப தன்னைத் தகவமைத்துக்கொள்ள முடிந்த உயிர்களுக்கு அது ஒரு சொர்க்க பூமி. ஆனால், தகவமைத்துக்கொள்ள முடியாமல் தடுமாறும் உயிர்களுக்கு அதுவொரு கொலைக்களம். இதமான வெப்பம் சுகமான சூழல் என ஆண்டின் கோடைக்காலங்களில் குதூகலித்து வாழும் அந்தச் சாம்பல் நிறப்பறவைகள் அவ்விடத்தின் குளிர்காலங்களுக்கேற்ப தங்களைத் தவமைக்கத் தவறியதால் ஒவ்வொரு ஆண்டும் குளிர்காலங்களில் எண்ணிலடங்கா பறவைகள் இறந்து விழுவது ஒரு வழக்கமான நிகழ்வுதான். கடுங்குளிரைத் தாக்குப்பிடிக்க குகைகளிலும் பாறை இடுக்குகளிலும் என கதகதப்பான இடங்களைத் தேடிக் கண்டடைந்து அவ்வப்போது வந்து இரைதேடும் சொற்ப பறவைகள் மட்டும் தப்பிப் பிழைக்கும். மற்றவை எல்லாமும் மாண்டு வீழும் என்பது அந்நிலத்தின் காலநிலை இட்ட கட்டளை. குளிர்காலங்களில் தப்பிப் பிழைத்தச் சொற்ப பறவைகளின் இன விருத்தியால் மீண்டும் பல லட்சக்கணக்காணப் பறவைகள் மண்ணை முத்தமிடும். ஆனால், கடுங்குளிர்காலங்களில் அவை கொத்துக் கொத்தாக மரித்துப்போகும். இப்படிப்பட்ட கால சுழற்சிக்குள் கட்டுண்டுப் போராடிக் கொண்டிருந்த அந்தப் பறவை இனமானது ஒரு குளிர்காலத்தில் ஒரு பேரதிசயத்தை நிகழ்த்தியது. அதுநாள்வரை பலநூறு ஆண்டுகளாகக் குளிரிலிருந்து தப்பிக்க வடதிசை நோக்கிப் பறந்து அதைவிடக் கடுங்குளிரில் சிக்கி இறந்து கொண்டிருந்தவை அன்றைய நாள் தங்களது பறக்கும் திசையை மாற்றி அமைத்தன. தங்கள் இனத்தில் முதல் தலைமுறையாக பல்லாயிரக்கணக்கானப் பறவைகள் ஒன்றாகக் கூடி வடதிசையைத் தவிர்த்து தென்திசையை நோக்கிப் பறக்கத் தொடங்கின.

மரபுகள் மீறப்படும்போதுதான் புரட்சிகள் வெடிக்கின்றன. இயற்கையின் கட்டமைப்பில் ஒவ்வொரு நாளும் புல் பூண்டு

கூட புரட்சி செய்துகொண்டுதான் இருக்கிறது. அன்று அந்தப் பறவைகள் அவ்விடத்தின் காலநிலைக்கு எதிராகப் புரட்சி செய்தன. காலநிலைக்கேற்ப தன்னைத் தகவமைத்துக்கொள்ள வேண்டும் என்ற இயற்கையின் விதிகளுக்கு எதிராகப் புரட்சி செய்தன. குளிரிலிருந்து தப்பிக்க வடதிசையைத் தவிர்த்து தென்திசையில் பயணிக்கும் அந்தப் புரட்சி அந்தப் பறவைகளுக்கு சிறகுகள் இருப்பதன் முழுமுதற் காரணத்தை உணர்த்தியது. அவை தென் திசையை நோக்கிப் பறக்கப் பறக்க அவை குளிரிலிருந்து மெல்ல மெல்ல விடுபடுவதை உணர்ந்தன. ஆயிரம் ஆயிரம் ஆண்டுகளாக அவற்றின் மரபணுக்களில் தேங்கியிருக்கும் குளிரின் மீதான பயம் அவற்றை மேலும் மேலும் வேகத்துடன் இடைவிடாமல் பறக்கச் செய்தது. முற்றாகக் குளிரிலிருந்து விடுபட்டுவிட்டாலும் உற்சாக மிகுதியால் அவை வேகமாகப் பறந்தன. காடுகள், மலைமுகடுகள் என தாண்டிப் பறந்தபோதெல்லாம் இரையாய் சிக்கிய ஏராளமான பூச்சிகளை வேட்டையாடித் தின்றபடியே பறந்தன. பூச்சிகள் மிதமிஞ்சியிருக்கும் ஒரு சில இடங்களில் மட்டும் சில நாட்கள் ஓய்வெடுத்துக் குதித்து விளையாடிக் குதூகலித்துவிட்டு மீண்டும் பறக்கத் தொடங்கின. ஏரிகள், குட்டைகள், ஆறுகள் எனப் பல நூறு நீர்நிலைகளைத் தாண்டிப் பறந்தவை ஒரு மாபெரும் கடல்பரப்பையும் தாண்டிப் பறந்தன. இரவு, பகல் என இடைவெளியின்றிப் பறந்த அப்பறவைகள் கண்டம் விட்டுக் கண்டம் தாண்டி தென்திசையின் எல்லை வரை பறந்து ஒரு சிறிய மலை முகட்டின்மீது தரையிறங்கின.

அந்த மலை சில வருடங்களுக்கு முன்புதான் வெடித்து அடங்கிய எரிமலையாக இருந்தது. எல்லாமும் எரிந்து போய் வெறும் வெற்றுநிலமாகக் காட்சியளித்தது. எரிகுளம்புகள் வெளியேறிய மலையுச்சியின் முகப்புப் பகுதியில் மட்டும் நாளடைவில் தண்ணீர் தேங்கி நின்று ஒரு பெரிய ஏரியாக மாறினாலும் மொத்த மலையும் வெறும் சிறு சிறு கற்களையும் கடினமான மண்பரப்பையும் மட்டுமே கொண்ட ஒரு வறண்ட நிலமாகக் காட்சியளித்தது. ஏறக்குறைய பூமிப்பந்தின் ஒரு முனையிலிருந்து மறுமுனைவரை சுற்றியிருந்த அந்தப் பல்லாயிரக்கணக்கான பறவைகள் அந்தச் சிறிய மலை முகட்டின் உச்சியில் அமர்ந்தபடி தங்களது சிறகுகளை

படபடவென அடித்தன. அப்போது அந்தப் பறவைகளின் சிறகுகளில் ஒட்டியிருந்த கோடிக்கணக்கான நுண்ணிய விதைகள் அந்த மலை முழுக்கப் பறந்தன. அதேநேரத்தில் மின்னல் கீற்றுத் தென்பட்டு வானம் மழை பொழிய... மண்ணில் விழுந்த விதைகள் சில நாட்களிலேயே முளைக்கத் தொடங்கின. பல பகல், இரவுகள் அந்நிலத்திலேயே தங்கி அங்கே இருந்த ஏராளமான பூச்சிகளை வேட்டையாடித் தின்று அந்த முழுப்பருவத்தையும் கழித்த அப்பறவைகள் தங்களின் வாழிடமான வட துருவத்தில் குளிர்காலம் முடிந்து கோடை தொடங்கியிருக்கும் என்பதை துல்லியமாகக் கணித்து மீண்டும் தங்களது வட துருவ வசிப்பிடங்களை நோக்கி இடைவிடாமல் பறந்து கோடைக்காலத்தில் அங்குத் தங்கு தடையின்றி வாழ்ந்தன. அந்த ஆண்டிலிருந்து ஒவ்வொரு வருடமும் தங்களது குளிர்காலத்தில் உயிரைக் காத்துக்கொள்ள தென்திசை நோக்கிப் பறப்பது அப்பறவைகளின் வாடிக்கையாகிப்போனது. ஒவ்வொரு ஆண்டும் குறிப்பிட்ட அதே பாதையிலிருந்து சற்றும் விலகாமல் பறந்து தென்திசையில் எல்லையிலிருக்கும் அந்த மலைமுகடுக்குச் சென்று வாழ்வதும் கோடைகாலத்தில் வடதுருவ வசிப்பிடம் திரும்புவதுமாக அவை வாழ்ந்து வந்தன. ஒவ்வொரு ஆண்டும் பறவைகளின் சிறகுகளில் ஒட்டிக்கொண்டுவரும் கோடிக்கணக்கான விதைகள் தென்திசை மலைமுகட்டில் விழுவதும் முளைப்பதுமாக சில நூறு வருடங்களிலேயே அது மலை முழுக்க மிகச் செழிப்பான ஒரு வனமாக மாறியது. அதில் எல்லா விலங்குகளும் வாழத் தொடங்கின. இப்படியாக வட துருவத்தில் வாழும் ஒரு பறவையினம் பல்லாயிரக்கணக்கான மைல்கள் தூரம் பறந்து வந்து தென்திசை எல்லையில் தனக்காக ஒரு காட்டையே உருவாக்கி அங்கு ஒவ்வொரு ஆண்டும் வந்து ஓய்வெடுத்துவிட்டுச் சென்றது. அப்படி அந்தப் பறவைகளால் உருவாக்கப்பட்ட காடுதான் இந்தக் கிகுயூ மலை.

ஒரு பருவகால முடிவில் லட்சக்கணக்காக வந்த அந்தப் பறவைகள் அந்தக் காட்டில் ஓய்வெடுத்துவிட்டு மேகத்திரள்கள் போல கூட்டமாகப் பறப்பதை ஒருவகையான குரங்குக் கூட்டம் ஆச்சரியமாகப் பார்த்தது. அந்தக் குரங்குகள் தங்களது உணவைத் தேடி அந்த செழிப்பான காடுகளில் நுழைந்தன. அந்தக் குரங்குகள்தான் நாங்கள். ஆயிரக்கணக்கான ஆண்டுகள்

கடந்தன. ஆனாலும் அந்தச் சாம்பல் நிறப்பறவைகள் ஒவ்வொரு ஆண்டும் குளிர்காலங்களில் தாங்கள் உருவாக்கிய இந்தக் காட்டிற்கு தவறாமல் வந்துபோய்க் கொண்டிருந்தன. ஆனால், கடந்த ஆறு ஆண்டுகளாகத்தான் அவை வருவதில்லை' என வருத்தத்தோடு கதை சொல்லுவார்" என உபாகா சொல்லி முடித்தவுடன் கேசவனுக்கு ஆச்சரியம் பொங்கியது. 'அதெப்படி, இந்த ஆறு சதுர கிலோமீட்டர் மலையைக்கூட தாண்டாதவர்களுக்கு பூமியைப் பற்றித் தெரியும்? அது உருண்டை என எப்படித் தெரியும்? வடதுருவம், தென்துருவம், பனிமலைகள் இதெல்லாம் எப்படித் தெரியும்? அதைவிட முக்கியமாக ஆமூர் பால்கன் பறவைகளின் வழித்தடத்தை துல்லியமாக சொல்கிறார்களே, அவைதான் விதைகளைக் கொண்டுவந்து இந்தக் காட்டையே உருவாக்கின் எனச் சொல்கிறார்களே. எல்லாமும் எப்படித் தெரியும்?' என திகைத்துப்போய் நின்றான். எல்லாவற்றையும்விட அவர்களின் தேர்ந்த மொழியில் கிகுயூ மலையின் தோற்றம் பற்றி குகைகளில் எழுதி வைத்திருப்பதும் அவனை விழிவிரியச் செய்தது. கேசவனுக்கு ஏதோ பேண்டஸி கதை கேட்டதைப் போலிருந்தது. அதேநேரத்தில் அறிவியல்பூர்வமாக ஆராய்ந்து பார்த்தாலும் அந்தத் தகவல்களை அவனால் மறுக்க முடியவில்லை.

"இன்னும் என்னென்ன சொல்லுவார்" என மேலும் கேட்க...

"இன்னும் நிறைய சொல்லுவார் எனக்குத்தான் எல்லாமும் நினைவில் இல்லை. இதுமாதிரி ஆயிரக்கணக்கான கதைகள் உள்ளன. அதையெல்லாம் நியாபகம் வரும்போது ஒவ்வொன்றாகச் சொல்கிறேன்" என்றவனாய் "எனக்குப் பசிக்கிறது சாப்பிட்டுவிட்டு வருகிறேன்" என அவ்விடத்தைவிட்டுச் சிட்டாய் பறந்தான் உபாகா.

*

கேசவனின் நாட்கள் கிகுயூக்களோடு அமைதியாகக் கழிந்துகொண்டிருந்த அதே நேரத்தில் கீழே மலையடிவாரத்தில் அகோயாக்களின் குடில்கள் நெருப்பில் தகித்துக்கொண்டிருந்தன. பத்ரு, கேசவனிடமிருந்து விடைபெற்றுக்கொண்டு அன்று கிகுயூ மலையிலிருந்து விடிவதற்குள்ளாக அகோயா கிராமத்திற்கு வந்துசேர வேண்டும் என வேக வேகமாக கிகுயூ ஆற்று வழிப்பாதையில் சறுக்கிச் சறுக்கி ஓட்டமெடுத்து விரைந்துகொண்டிருந்தான். இருள் முழுதாக அகன்றுவிட்டிருந்த அதே வேளையில் சரியாக மலையின் எல்லையைத் தாண்டி புல்வெளிகளில் மறைந்து மறைந்து அவனது அத்தையின் குடிலை நோக்கி நகர்ந்து கொண்டிருந்தான்.

இதற்கு இடைப்பட்ட இடைவெளியில்தான் கேசவன் அம்பு தாக்கி அருவியியில் மூழ்கடிக்கப் பட்டிருந்தான். அந்த நேரத்தில் முராயா உயிருக்குப் போராடிக்கொண்டிருந்த செய்தியும் அகோயாக்கள் முராயாவைக் கொலை செய்ய முயற்சி நடந்த செய்தியும் கிகுயூ மக்களிடையே காட்டுத்தீபோலப் பரவி பெருஞ்சினத்தை உண்டாக்கியிருந்தது. உடனடியாக சுமார் ஐம்பது கிகுயூக்கள் ஒன்றாகத் திரண்டு தங்களது வில்லம்புகளையும் ஈட்டிகளையும் சுமந்துகொண்டு காற்றின் வேகத்தில் மலையடிவாரத்திற்கு முன்னேறிக் கொண்டிருந்தார்கள். பத்ரு எல்லையைத் தாண்டி

புல்வெளிகளில் மறைந்து மறைந்து அவனது அத்தையின் வீட்டை நோக்கி மெதுவாக நகர்ந்துகொண்டிருந்த அதே வேளையில் கிகுயூ மலையின் வேறொரு திசையிலிருந்து எல்லையைத் தாண்டி மின்னல்போல தெறித்து அகோயா கிராமத்தை நோக்கி கிகுயூக்களின் கூட்டம் வெறிபிடித்த சிங்கங்களைப்போல ஓடிக்கொண்டிருந்தனர்.

ஆயிரம் ஆயிரம் ஆண்டுகளாகக் கிகுயூ மலையின் எல்லையைத் தாண்டாத கிகுயூக்கள் தங்களின் வாழ்நாளில் முதன்முறையாக எல்லைக் கட்டுப்பாட்டை மீறி தங்களது காலடிகளைப் புல்வெளியில் பதித்தபோது ஓ... வென ஓலமிட்டு வீசியது காற்று. வீசிய காற்றின் வேகத்தில் கிகுயூ மலையின் மரங்களும் கொடிகளும் பதறின. பறவைகள் கூக்குரலெழுப்பி பேரிரைச்சலிட்டு அலறின. திடீரென ஒரு பளிச் மின்னல் தோன்றி வானமும் இடி முழக்கமிட்டது. கிகுயூக்கள் கட்டுப்படுத்த முடியாதவர்களாக சினங்கொண்டு சீறியபடி ஓடிக்கொண்டிருந்தனர். பத்ருவால் அப்படியொரு சம்பவம் நடைபெறுவதை நம்ப முடியவில்லை. 'ஒருவேளை காட்சிப்பிழையோ?' என நினைத்துக் கண்களைக் கசக்கி மீண்டும் பார்த்தான். அது உண்மைதான். கிகுயூக்கள் எல்லையைத் தாண்டித்தான் ஓடிக்கொண்டிருக்கிறார்கள்.

கிராமத்தைத் தாண்டி நகர்ந்துக்கொண்டிருந்த பத்ரு அங்கேயே பதுங்கினான். வெறிபிடித்தவர்கள்போல ஓடிக்கொண்டிருந்த கிகுயூக்களைப் பதட்டத்தோடு பார்த்து நடுங்கினான். அந்தக் கிகுயூக்கள் கூட்டம் சில நொடிகளிலேயே அகோயாக்களின் குடில்களை நெருங்கியது. கிகுயூக்களின் இந்தத் திடீர்த் தாக்குதலை சற்றும் எதிர்பாராத அகோயாக்கள் என்ன செய்வதென அறியாமல் திகைத்து நின்றனர். சிகு அவனிடமிருந்த துப்பாக்கியால் சாராமரியாகச் சுடத் தொடங்கினான். ஆனால், லாவகமாக ஓடிவந்த கிகுயூக்கள் மொத்த அகோயா கிராமத்தையே அம்பு மழையில் துளைத்தெடுத்தனர். பார்க்கும் திசையெல்லாம் அம்புகள் பறந்து அகோயாக்களைத் தாக்கின. அம்புகளைத் தாண்டி வந்தவர்களை கிகுயூக்களின் ஈட்டிகள் குத்திக் கிழித்தன. ஆவேசமான, நேர்த்தியான தாக்குதலைச் சமாளிக்க முடியாத அகோயாக்கள் புல்வெளிகளில் சிதறித் தெறித்து ஓடினர். அப்படி முதுகைக் காட்டிக்கொண்டு ஓடிய யாரையும் கிகுயூக்கள் தாக்கவில்லை. சிகுவும் அவனிடமிருந்த துப்பாக்கியின்

குண்டுகள் தீர்ந்துபோக... ஒரு கிகுயூவைக்கூட கொல்ல முடியாமல் ஓட்டமெடுத்தான். சில நிமிடங்களிலேயே மொத்தக் கிராமமும் கிகுயூக்களை எதிர்க்க யாருமின்றி அமைதியானது. ஆத்திரம் அடங்காத கிகுயூக்கள் அகோயாக்களின் குடில்களைச் சூறையாடினர், எரித்துத் தீக்கிரையாக்கினார்.

காற்றின் வேகத்தில் குடில்கள் சுடர்விட்டு எரிய, கரும்புகை வானைச் சூழ்ந்துச் சூரியனை மறைத்தது. வெறி தீரும்வரை முழுதாகச் சூறையாடிய கிகுயூக்கள் “இத்தோடு நிறுத்திக்கொள்ளுங்கள். இதுதான் உங்களுக்கு கடைசி எச்சரிக்கை” என உரத்த குரலில் அறைகூவல் விடுத்துவிட்டு மீண்டும் புல்வெளிகளில் புகுந்து கிகுயூ மலைக்குள் ஓடி மறைந்தனர். இவையெல்லாம் வெறும் ஒருமணி நேரத்தில் நடந்து முடிந்திருந்தது. தூரத்திலிருந்து எல்லாவற்றையும் உடல் நடுங்கப் பார்த்துக்கொண்டிருந்த பத்ரு தனது தலையில் அடித்துக்கொண்டு அழுது கதறினான். அதே நேரத்தில் அவனுக்குத் துணையாக வானமும் அழுதது.

மயக்க நிலையிலிருந்த முராயா சில மணிநேரங்களுக்குப் பிறகு நன்றாக குணமாகிக் கண் விழித்தபோது அகோயா கிராமம் சூறையாடப்பட்டச் செய்தி கேட்டு பெருங்கோபம் கொண்டார். தங்களது வாழ்நாளில் எல்லையைத் தாண்டாத கிகுயூக்கள் எல்லையைத் தாண்டியதை பொறுக்க முடியாமல் கொதித்தார்.

“கடவுளின் கட்டளையை மீறிவிட்டோமே, இனி என்னவெல்லாம் நடக்கப்போகிறதோ, கடவுளே எங்களை மன்னித்துவிடு” என வானத்தை நோக்கிக் கூக்குரலிட்டார்

இந்தச் சம்பவங்கள் நடைபெற்று மூன்று நாட்களுக்குப் பிறகு கண்விழித்ததால் கேசவன் அங்கு நடக்கப்போகும் சண்டையின் உஷ்ணத்தை அறியாதவனாயிருந்தான்.

அகோயா கிராமம் கிகுயூக்களால் சூறையாடப்பட்டதைப் பொறுத்துக்கொள்ள முடியாத ராபின்சன் கொந்தளித்தான். “துப்பாக்கிகளை வைத்துக்கூட கிகுயூக்களை கொல்ல முடியாத கோழைகளா நீங்கள்?” என சிகுவை வாய்க்கு வந்தபடி வசைபாடினான். “இனியும் தாமதிக்க முடியாது. உங்களால் கிகுயூ மலையை ஆக்கிரமித்துக்கொள்ள முடியவில்லையெனில், உடனே நீங்கள் எல்லோரும் நிலங்களைக் கொடுத்துவிட்டு

வேறு எங்காவது போய் தொலையுங்கள். இனி நாங்களே பார்த்துக்கொள்கிறோம்" என மிகக் காட்டமாக எச்சரிக்கையும் கொடுத்தான். அவனது வசைச் சொற்களுக்கு பதில் கொடுக்க முடியாதவனாய் தலைகவிழ்த்து நின்ற சிகு கடைசியாக தங்களுக்கு ஒரு வாய்ப்பு கொடுக்கும்படி கெஞ்சினான்.

"நீங்கள் கொடுத்தது வெறும் ஆறு துப்பாக்கிகள் மட்டும்தான். அவை போதுமானதாக இல்லை. தற்போது ஒவ்வொரு அகோயாவின் கையிலும் துப்பாக்கியைக் கொடுங்கள். அவர்களை துவம்சம் செய்துகாட்டுகிறோம். கடைசியாக ஒரு வாய்ப்புக் கொடுங்கள்" என மேலும் மேலும் கெஞ்சினான். நீண்ட நேரக் கெஞ்சலுக்குப் பிறகு,

"சரி, இதுதான் உங்களுக்கான கடைசி வாய்ப்பு. நீங்கள் கேட்டபடியே எல்லோருக்கும் துப்பாக்கிகளைக் கொடுக்கிறேன். இது கடைசி யுத்தமாக இருக்கட்டும், நீங்களா, இல்லை கிகுயூக்களா என்பதை நீங்களே முடிவு செய்துகொள்ளுங்கள். இதற்குப் பிறகும் எங்களால் உங்களுக்கு உதவ முடியாது. ஆனால், ஒன்றை மட்டும் தெரிந்துகொள்ளுங்கள், நிலங்களைக் கொடுத்துவிட்டு வேறிடத்திற்கு ஓடிப்போனால் அது உங்கள் மொத்த இனமும் கிகுயூக்களுக்குப் பயந்து ஓடி ஒழிந்த கூட்டம் என வரலாற்றில் இழிவாகப் பதியப்படும் என்பதை மறந்து விடாதீர்கள்" என சிகுவின் கோபத்தை மேலும் உரசிவிட்டு அனுப்பினான் ராபின்சன்.

ஒருபுறம் ராபின்சனின் கடும் எச்சரிக்கை, மறுபுறம் கிகுயூக்களின் பலமான எதிர்தாக்குதல் எனத் திணறி நின்ற சிகு 'இம்முறை எப்படியாவது மொத்த கிகுயூக்களையும் கொன்று மொத்த கிகுயூ மலையையும் ஆக்கிரமித்துக்கொள்ள வேண்டும்' என்ற முடிவுடன் ராபின்சனின் அறையிலிருந்து பெரும் நெருக்கடியோடு வெளியேறினான்.

அந்தச் சம்பவம் நடைபெற்று ஒரு மாதங்கள் கழிந்திருந்தது. தங்களது கிராமம் கிகுயூக்களால் சூறையாடப்பட்டதின் ஆறாத காயங்களை நினைவுகளாகச் சுமந்து அதன் தாக்கத்திலிருந்து மீள முடியாமல் தவித்துக்கொண்டிருந்தனர் அகோயாக்கள். அகோயா கிராமம் பரபரப்பாகக் காணப்பட்டது. அன்று மாலை எல்லா அகோயாக்களும் சிகுவின் கட்டளைக்கிணங்க ஒரு திறந்தவெளியில் கூடியிருந்தனர். சிகுவோடு பத்ருவும் அவனது

நம்பிக்கைக்குரிய சகோதரனாக அவனுடைய வலது கைபோல அதுவரை செயல்பட்டுக் கொண்டிருந்தான். சமயம் வரும்போது சிகுவின் திட்டத்தை முறியடிக்க காத்திருந்தாலும் அதுவரை அவனுக்கு அப்படியொரு வாய்ப்புக் கிடைக்கவில்லையென்றே சொல்ல வேண்டும். அகோயாக்களில் எல்லோரிடமும் தற்போது துப்பாக்கிகள் இருந்தன. கடந்த ஒரு மாதத்திற்கு முன்புவரை வெறும் ஈட்டிகளையும் கத்திகளையும் வைத்து வழிப்பறி, கொள்ளை என செய்துகொண்டிருந்தவர்கள் கடந்த ஒரு மாதமாக துப்பாக்கிகளின் உதவியோடு துரிதமாக வழிப்பறிகளில் ஈடுபடும் அளவுக்கு முன்னேறியிருந்தனர். இந்த ஒரு மாத இடைவெளியில் துப்பாக்கிகளை எப்படிப் பயன்படுத்துவது என எல்லா அகோயாக்களும் நன்றாகப் பழகியிருந்தனர். தொடர்ச்சியான பயிற்சி அவர்களுக்கு மொத்த கிகுயூக்களையும் கொன்று குவித்து மலையைக் கைப்பற்றிவிட முடியும் என்ற நம்பிக்கையைக் கொடுத்திருந்தது. கோபம், வறுமை, பாதுகாப்பின்மை, கடும் மன உளைச்சல் என எல்லாமும் சூழ்ந்தவர்களாக, வாழ்க்கையே சூன்யமான அகோயா கூட்டம் சிகுவிற்காகக் கூடியிருந்தது.

அந்திச் சூரியன் ஆகாயத்தில் மறையத் தொடங்கி யிருந்தது. புழுதிகிளப்பும் அளவுக்கு காற்று விகாரமாக வீசிக்கொண்டிருந்தது. காற்றில் அவர்களின் அழுக்கு ஆடைகள் அசைந்தாட... துப்பாக்கிகளை ஏந்திய செம்மறியாடுகளைப்போல நூற்றுக்கணக்கான அகோயாக்கள் சிகு என்ன சொல்லப்போகிறேன் என்பதைக்கேட்க ஆவலோடு காத்திருந்தனர். சுமார் பத்துப் பேர் துப்பாக்கிகளுடன் புடைசூழ பரபரவென வந்த சிகு உரத்த குரலில் வெறி பிடித்தவனைப்போல பேசத் தொடங்கினான்.

“எனதருமை உறவுகளே!

நாம் எப்படி வாழ்ந்தவர்கள் என நினைவிருக்கிறதா?

ஏர் பூட்டிய கரங்களில் இன்று துப்பாக்கிகளைத் தூக்கி நிற்கிறோம், எதற்காக என அறிவீர்களா?

ஒரு காலத்தில் நம்மைப் பார்த்து இந்த நாடே பெருமைப்பட்டது. ஆனால் இன்று நிலங்களைத் தொலைத்துவிட்டு நிர்கதியாக நிற்கிறோம். நம் சொந்தங்களை இழந்தோம், நிலங்களை இழந்தோம், தலைவனை இழந்தோம், பசியில் நம் சிறுவர்கள் பிணங்களைக்கூடத் தின்னும் அவல

நிலைக்குத் தள்ளப்பட்டிருக்கிறார்கள். ஆனால் இந்த நிலையில் நாம் நிற்கும்போதுகூட இந்தக் கிகுயூக்கள் நமது கிராமத்தைச் சூறையாடி தீயில் கருக்கிவிட்டுப்போயிருக்கிறார்கள். தர்மத்தின் வழியில் தார்மீக உரிமையைக் கேட்டதற்கு இந்த நன்றிகெட்ட கிகுயூக்கள் கொடுத்த பரிசைப் பாருங்கள். அந்தக் கருகிய குடில்களையும் புல்வெளிகளும் பாருங்கள். உங்கள் நரம்புகள் புடைக்கவில்லையா? ரத்தம் கொதிக்கவில்லையா?

முன்னாள் தலைவர்களான சிலோனியும் அவரது மகன் ஜபுலானியும் மாபெரும் தவறு செய்துவிட்டார்கள். நாம் ஆறாயிரம் பேருடன் மொத்த அகோயா கூட்டமும் வலிமையானதாக இருந்தபோதே அவர்கள் அரசாங்கத்தை எதிர்த்ததற்குப் பதிலாக கிகுயூக்களை அழித்திருந்தால் இந்நேரம் நமது நிலைமையே வேறு. அப்படிச் செய்யாமல் அவர்கள் எடுத்த தவறான முடிவால்தான் நாம் நிர்கதியாக நிற்கின்றோம். சரியான முடிவெடுக்க வேண்டிய தருணம் வந்துவிட்டது. நாம் தற்போது எண்ணிக்கையில் சிறிதாக இருந்தாலும் நமது எண்ணிக்கை கிகுயூக்களின் எண்ணிக்கையைவிட இரண்டு மடங்குக்கும் மேல். கிகுயூக்களிடம் உள்ளதைவிட அதி நவீன ஆயுதமான துப்பாக்கிகளும் உள்ளன. உண்மையான எதிரிகள் யார் என நமக்குத் தெரிந்துவிட்டது. இனியும் நாம் தாமதிக்கக் கூடாது. கிகுயூக்கள் நமது கிராமத்தைச் சூறையாடியதைப்போல நாமும் அவர்களது வாழ்விடங்களை சூறையாடிப் பொசுக்க வேண்டும். கிகுயூக்களில் ஒரு உயிரைக்கூட விட்டுவைக்கக் கூடாது. இதுவே கடைசி யுத்தமாக இருக்கட்டும். நம்மிடம் வலிமையான ஆயுதம் உள்ளது. இம்முறை நாம் கிகுயூ மலைக்குள் நுழைந்தால் அதை நமக்குச் சொந்தமாக்கிக்கொண்டுதான் வெளியே வரவேண்டும். நமது விளைநிலங்களில் விதைக்கப்பட்டது விதைகள் மட்டுமல்ல, வீரமும்தான். வீரர்களே, இந்த யுத்தத்திற்கு நீங்கள் தயாரா?" என உரத்தக்குரலில் வெறிகொண்டு கத்தினான்.

"தயார்... தயார்..." என திருப்பிக் கத்தியது அகோயா கூட்டம்.

"குளிர்காலங்களில் எப்போதுமே கிகுயூக்களின் நடமாட்டம் இருப்பதில்லை. இன்னும் இரண்டு நாட்களில் குளிர்காலம் தொடங்குகிறது. சரியாக இன்றிலிருந்து இரண்டாவது நாள் வருடா வருடம் கிகுயூ மலையில் சாகசப் போட்டிகள் நடக்கும். வழக்கமாக அந்த சாகசப் போட்டிகளைப் பார்வையிட

அகோயாக்களிலிருந்து தலைவர் உட்பட மூன்று பேருக்கு அழைப்பு விடுப்பார்கள் ஆனால் மோசமான உறவின் காரணமாகக் கடந்த இரண்டு ஆண்டுகளாக நமக்கு அழைப்பு விடுப்பதை நிறுத்திவிட்டார்கள். அதைப் பற்றிக் கவலையில்லை. இதை ஏன் சொல்லுகிறேன் என்றால், அந்த சாகசப் போட்டிகள் நடக்கும் நாளிலிருந்துதான் கிகுயூக்களின் நடமாட்டம் இருப்பதில்லை. எல்லையில் காவலுக்கு இருப்பவர்களைத் தவிர மற்றக் கிகுயூக்கள் எங்கே போகிறார்கள் எனத் தெரிவதில்லை. இந்தக் குளிர்காலம்தான் நமக்குச் சரியான தருணம். எல்லையில் உள்ள சொற்ப எண்ணிக்கையிலான கிகுயூக்களை வெற்றிகரமாகக் கொன்றுவிட்டால் போதும். மலையில் ஏறி உச்சிவரை சென்று அவர்களின் வசிப்பிடங்களை அடைந்துவிடலாம். பிறகு அவர்களின் பாணியிலேயே எதிர்பாராத தாக்குதல் தொடுத்து எல்லா கிகுயூக்களையும் சுட்டுக் பொசுக்கிவிடலாம். இதுவே நமது கடைசி முயற்சியாக இருக்கட்டும். நாம் வாழ்கிறோமா? இல்லை, இந்தக் கிகுயூக்கள் வாழ்கிறார்களா என்பதை இறுதி செய்யும் ஒரு போராக இருக்கட்டும். எனதருமை அகோயாக்களே! இந்தக் கடைசி யுத்தத்திற்கு நீங்கள் தயாரா?"

"தயார்... தயார்... தயார்..."

மேலே கிகுயூ பாறையிலிருந்து முராயாவும் அவரது சகாக்களும் ஒரு பறவையின் பார்வைகொண்டு கீழே பார்த்துக்கொண்டிருந்தனர்.

அகோயாக்கள் மொத்தமாக ஒன்றுகூடி ஏதோ திட்டம் தீட்டுவதை யூகித்தனர்.

"ஏதோ அசம்பாவிதம் நடக்கப்போகிறது. நாளை மறுநாள் தொடங்கவிருக்கும் சாகசப் போட்டிகள் இதுநாள்வரை இல்லாத அளவுக்கு மிகவும் கடினமானதாக இருக்கட்டும். இம்முறை நாம் தேர்ந்தெடுக்கப்போகும் வீரர்கள் நமது கிகுயூ இனத்திலேயே ஆகச்சிறந்த வீரர்களாக இருக்கட்டும். இந்த மொத்த கிகுயூ மலையையும் எதிரிகளிடமிருந்து காக்கப்போகும் பெரும்பொறுப்பை அவர்களிடம் ஒப்படைக்க வேண்டும்" என அகோயா கூட்டத்தை வைத்த கண் வாங்காமல் பார்த்தவாறே திரும்பிக்கூடப் பார்க்காமல் தனது சகாக்களுக்கு கட்டளையிட்டார் முராயா.

∗

கிகுயூ மலையுச்சி விழாக்கோலம் பூண்டிருந்தது. விதவிதமான வண்ண மலர்களால் கிகுயூக்களின் குடில்கள் வெவ்வேறு வடிவங்களில் அழகழகாய் அலங்கரிக்கப்பட்டிருந்தன. பறவைகளின் பல வர்ணச் சிறகுகளால் அலங்கரிக்கப்பட்ட புதிய தலைப்பாகைகள், உடலிலும் முகத்திலும் வெவ்வேறு வண்ணச் சாயங்கள், கைகளை அலங்கரிக்கும் புத்தம் புதிதாய் செய்யப்பட்ட வில்லம்புகள், ஈட்டிகள் இவற்றோடு சேர்த்து உற்சாகமான ஆட்டம் பாட்டம் எனக் களைகட்டியது கொண்டாட்டம். பகல் முழுக்கப் பலவிதமான சாகசப் போட்டிகள். இரவு முழுக்க கொண்டாட்டம் என்பதுதான் ஒவ்வொரு ஆண்டும் நடைபெறும் மரபு மாறாத நிகழ்ச்சி நிரல். பகல் முழுக்க நடக்கும் சாகசப் போட்டிகளில் கிகுயூக்களில் உள்ள மிகச் சிறந்த ஐம்பது வீரர்கள் தேர்ந்தெடுக்கப்படுவார்கள். வெற்றிபெறும் அந்த ஐம்பது வீரர்களும் அடுத்த ஆறு மாதங்களுக்கு கிகுயூ மலையை மட்டுமல்ல, மீதமிருக்கும் மற்ற கிகுயூக்களையும் காக்கும் காவல் அரணாகச் செயல்படுவார்கள்.

கேசவன் சோகம் சூழ்ந்தவனாய் அமர்ந்திருந்தான். அவன் கிகுயூ மலைக்குள் வந்து சரியாக ஒருமாதம் முழுதாகக் கடந்திருந்தது. அம்பு தாக்கிய அவனது வலது கால் மெல்ல மெல்ல சரியாகி தற்போது

முழுமையாக குணமாகிவிட்டிருந்தது. சோதித்துப் பார்த்த கிகுயூக்கள் அவன் முழுமையாகக் குணமாகிவிட்டதாகவும் அவனை கிகுயூ மலையிலிருந்து வெளியேற்றலாம் என்றும் முராயாவிற்குப் பரிந்துரைத்திருந்தனர். அவனது கால் முழுமையாகக் குணமாகியது மகிழ்ச்சியான செய்திதான் என்றாலும் இயற்கை எழில் கொஞ்சும் கிகுயூ மலையையும் அன்பான கிகுயூக்களையும் விட்டுப்போவதை நினைத்தால் அது அவனுக்கு வருந்தத்தக்கதாக இருந்தது. அதைவிட முக்கியமாக SUPER-X நிறுவனத்திற்குத் தேவையானது எது? அந்நிறுவனம் எதற்காக இந்தக் கிகுயூக்களை அழிக்க நினைக்கிறது என்பதற்கு இதுவரை அவனுக்குத் தெளிவான எந்தவொரு தடயமும் சிக்கவில்லை. 'ஒருவேளை அந்தக் கிகுயூ குகையில் ஏதாவது ரகசியம் இருக்கலாம். அந்த ஓவியங்களில் அல்லது அந்தப் பழைமையான ஆதி எழுத்துகளில் ஏதாவது மறைந்திருக்கலாம். அப்படியே ஏதாவது அந்தக் குகையில் இருந்தாலும் SUPER-X நிறுவனத்திற்கு இப்படியொரு குகை இருப்பதும் அங்கு பழைமையான எழுத்துகளும் ஓவியங்களும் இருப்பதும் எப்படித் தெரியும்? பல்லாயிரம் ஆண்டுகளாக வெளியாட்கள் யாருமே நுழையாத இடத்தில் இருக்கும் ரகசியங்கள் எப்படி அவர்களுக்கு கசிந்திருக்கும்?' என்ற பல கேள்விகளுக்கும் விடை தெரியாமல் இந்த இடத்தைவிட்டுப் போவதை எண்ணித்தான் ஆழ்ந்த சோகத்தில் அமர்ந்திருந்தான் கேசவன்.

'எல்லாவற்றையும்விட அதி முக்கியமாக ஆமூர் பால்கன் பறவைகளும் இன்னும் வந்துசேரவில்லை. குறைந்தபட்சம் அவை இந்நிலத்திற்கு வரும்வரையாவது கிகுயூ மலையில் இருந்துவிட்டு அவை வந்தபிறகு அகோயாக்களைச் சந்திக்கலாம்' என நினைத்திருந்த அவனது திட்டம் பாழாவதும் அவனது சோகத்திற்கு இன்னொரு காரணம். ஆனாலும் ஆறுதல் கொடுக்கக்கூடிய அவனது கணிப்பு என்னவென்றால், தற்போதிருந்து எந்நேரத்திலும் ஆமூர் பால்கன் பறவைகள் கிகுயூ மலையை வந்தடையலாம் என்பதுதான். எல்லாவற்றையும் போட்டுக் குழப்பிக்கொண்டு தலை கவிழ்ந்தபடி கண்ணை மூடி அடுத்து என்ன செய்யலாம் என தீவிரமாக யோசித்துக் கொண்டிருந்தான். அதே நேரத்தில் தனியாக, சோகமாக அமர்ந்திருந்த கேசவனின் தோளில் ஆறுதலாகக் கைபோட்டு

அருகே வந்தமர்ந்தார் முராயா. முராயா, கேசவனின் கண்களை உற்றுப் பார்த்தார். அவரது பார்வை அவன் கண்களுக்குள் ஆழ ஊடுருவி இதயத்தைத் தொட்டது. அப்போது அந்தப் பார்வையில் முராயாவின் புன்னகை முகமும் ஒளியில் ஜொலிக்கும் கண்களும் வீசும் காற்றில் அசைந்தாடிய வெண்தாடியும் கூடவே அவர் உதடுகள் முணுமுணுத்த வார்த்தைகளும் கேசவனின் மனதில் ஆழப் பதிந்தன.

"எங்களை மன்னித்துவிடு. இத்தனை நாட்களாக உன்னை இங்கேயே இருக்கும்படி ஒரு சூழ்நிலையை உருவாக்கியதற்காக வருந்துகிறோம். உன்னைக் காணவில்லை என உன் உறவினர்களும் நண்பர்களும் தேடிப் பயந்திருப்பார்கள் இல்லையா? அப்படியொரு மோசமான அனுபவத்தை உன்னைச் சார்ந்தவர்களுக்கு உண்டாக்கியதற்காக எங்களை மன்னித்துவிடு. நாங்கள் அப்படி உன்னைப் பிடித்துவைத்து சிகிச்சை கொடுத்திருக்காவிட்டால் உன்னைக் காப்பாற்றியிருக்க முடியாது. ஏனென்றால், எங்கள் அம்புகளின் முனையிலுள்ள விஷத்திற்கு கிகுயூ மலைக்கு வெளியே மருந்து கிடைக்க வாய்ப்பில்லை. உன்னைக் காப்பாற்ற வேண்டும் என்ற நல்லெண்ணத்தில்தான் நாங்கள் அப்படிச் செய்தோம். அதன் விளைவாக நீ இப்போது முழுமையாகக் குணமாகி விட்டாய். நீ இங்கிருந்து வெளியேறும் நேரம் வந்துவிட்டது. மதிய உணவுக்குப் பின்பாக எங்கள் வீரர்கள் உன்னை மலையின் எல்லைக்கு வெளியே விட்டுவிடுவார்கள். அதற்குப் பிறகு உன் இருப்பிடத்திற்குச் செல்லவேண்டியதெல்லாம் உன் பொறுப்பு. நீண்ட நாட்கள் கழித்து உனது இருப்பிடத்திற்குச் செல்லப் போகிறாய். உனக்கு மகிழ்ச்சியா?" என மீண்டும் கேசவனின் கண்களுக்குள் ஊடுருவினார் முராயா.

முராயா அவனிடம் மன்னிப்புக் கேட்பது கேசவனுக்கு ஒருவிதமான அசௌகரியத்தை ஏற்படுத்தியது. யோசிக்காமல் முராயாவின் கைகளைப் பிடித்தான். நேருக்கு நேராக அவரது கண்களைப் பார்த்து "நன்றி நான்தான் உங்களுக்குச் சொல்ல வேண்டும். யாரையுமே அனுமதிக்காத இந்தக் கிகுயூ மலைக்குள் என்னை அனுமதித்து சிகிச்சையளித்து மிகவும் கண்ணியமாக நடத்தியதை என் வாழ்நாளில் மறக்க மாட்டேன். சொல்லப்போனால் உங்களது அன்பான உபசரிப்பையும்,

ஆரவாரமாக இங்குக் கழித்த நாட்களையும் மறக்கவே முடியாது. எல்லாவற்றிற்கும் நன்றி! நீங்கள் மன்னிப்புக் கேட்பது உங்கள் பெருந்தன்மை. உங்களை முழுமையாக மதிக்கிறேன். அன்புக்குத் தலைவணங்குறேன்" என சாந்தமாகப் பேசிக்கொண்டிருந்தவன் திடீரென ஒரு தைரியம் வந்தவனாக மேலும் பேசத் தொடங்கினான்...

"உங்களிடம் ஒரு கேள்வி கேட்கலாமா?"

"கேள்"

"யாரையுமே இந்தக் காட்டுக்குள் அனுமதிக்காத நீங்கள் என்னை மட்டும் அனுமதித்தது ஏன்?"

முராயா எந்தச் சலனமுமில்லாமல் சொன்னார்...

"ஏனென்றால், நீ காப்பாற்றியது கிகுயூக்களின் தலைவனை. நீ எங்கள் மலைக்குள் அனுமதிக்கப்பட்டது இந்த முராயாவைக் காப்பாற்றியதற்காக அல்ல, கிகுயூக்களின் தலைவனைக் காப்பாற்றியதற்காக. ஒரு தலைவன் மீது தொடுக்கப்படும் தாக்குதல் எப்படி உச்சபட்சத் தாக்குதலோ, அதேபோல தலைவனின் உயிரைக் காப்பாற்றுவதும் உட்சபட்ச உதவிதான். அந்த உதவிக்காக கிகுயூக்கள் எப்போதும் உன்னை நினைவில் வைத்திருப்பார்கள். வேறு ஏதாவது கேட்க வேண்டுமா?" என முராயாவே கேட்டதால் சற்றே தயக்கத்தோடு கேட்டான் கேசவன்...

"நான் இங்கிருந்து இன்றோடு வெளியேறப்போவதாகச் சொல்கிறீர்கள். அப்படியானால், இனி நாம் சந்திக்கப்போவதில்லை என்பதை நீங்கள் அறிவீர்கள். தயவு செய்து இன்னும் ஒரே நாள் என்னை இங்குத் தங்க அனுமதிப்பீர்களா? உபாகாவிற்கு ஒரு காவல் வீரனாக வேண்டும் என்ற ஆசை இருக்கிறது. அவன் தான் இன்னும் சிறுவனல்ல, வளர்ந்துவிட்ட ஒரு இளைஞன் எனக் கருதுகிறான். இன்று நடைபெறும் சாகசப் போட்டிகளில் அவன் வாழ்நாளில் முதன்முதலாகப் பங்கெடுக்கப்போகிறான். அதைப் பார்த்துவிட்டு நாளை சொல்லட்டுமா? நாளை விடிந்தவுடன் காலையிலேயே சென்றுவிடுகிறேன். தயவுசெய்து அனுமதிப்பீர்களா?" என அவனது இதயத்தின் அடியாழத்திலிருந்து அந்தக் கோரிக்கையை முன்வைத்தான்.

கேசவனின் வார்த்தைகளில் உண்மை இருப்பதை உளமாறப் புரிந்துக்கொண்டார் முராயா.

“சரி, இன்று மட்டும் நீ இங்கு தங்கிக்கொள்ளலாம். மகிழ்ந்திரு” என ஒரு மெல்லிய புன்னகையை உதிர்த்துவிட்டு கம்பீரமாக எழுந்து நடந்து அருகிலிருந்த கூட்டத்தில் கலந்தார்.

முராயா அனுமதி கொடுத்த மகிழ்ச்சியில் தானும் கிகுயூக்களைப்போல உடையணிந்தான், அவர்களைப்போலவே விதைமணிகளையும், வண்ணங்களையும் பூசிக்கொண்டு அவர்களோடு சேர்ந்து ஆடினான், பாடினான். அந்த விழாவை அவனது பிரிவு உபசார விழாவாக எண்ணி கிகுயூக்களும் அவனை உற்சாகப்படுத்தினர். சில மணிநேர சம்பிரதாயக் கொண்டாட்டங்களுக்குப் பிறகு முதலில் மல்யுத்தப் போட்டிகள் போட்டிகள் தொடங்கின. கிகுயூக்களின் மிகச் சிறந்த மல்யுத்த வீரர்கள் முரட்டுத்தனமாக மோதிக்கொண்டனர். புழுதி பறக்க ஆரவாரங்களுக்கிடையே வெற்றிபெற ஐந்து வீரர்கள் கொண்டாடித் தீர்த்தனர்.

கிகுயூ ஏரியின் ஒரு கரையிலிருந்து மறு கரைக்கு நீந்தி வரும் போட்டி, மரம் ஏறுதல், ஈட்டி எறிதல், அம்பு எய்தல், தரையில் கால்கள் படாமல் மரம் விட்டு மரம் தாவி முந்துதல், ஓட்டம், குதித்தல், தாண்டுதல் எனப் பல்வேறு பிரிவுகளிலும் நடைபெற்ற ஒவ்வொரு போட்டியிலும் அனல் பறக்க போட்டி போட்டுக்கொண்டு கிகுயூக்கள் வெற்றிக்காகக் கடுமையாகப் போராடிக் கொண்டிருந்தனர். காவல் வீரனாக வேண்டும் என்பது கிகுயூக்களின் வாழ்க்கையில் பெருமை மிகுந்த மிக முக்கியமான மரியாதைக்குரிய விடயமாகும். அவர்களின் சமுதாயத்தில் காவல் வீரனாக ஆகிய ஒருவன்தான் ஒரு முழுமையான கிகுயூவாகக் கருதப்படுவான். ஒருமுறை காவல் வீரனாகத் தேர்ந்தெடுக்கப்பட்டால் அடுத்த இரண்டு ஆண்டுகளுக்கு அவர்களுக்கு ஓய்வளிக்கப்படும். தனது வாழ்நாளில் ஐந்துமுறை காவல் வீரனாக மாறியவன் அவர்கள் இனத்திலுள்ள எந்தப் பெண்ணையும் கரம் பிடிக்கலாம். பத்து முறை காவல் வீரனானவன் அவர்கள் இனத்தின் தளபதியாகும் தகுதியை அடைவான். இருபத்து ஐந்து முறைக்கும்மேல் எவன் ஒருவன் காவல் வீரானாகத் தேர்ந்தெடுக்கப்படுகிறானோ,

அவன் தலைவனாகத் தேர்ந்தெடுக்கப்படுவான். அவர்களின் வழக்கத்தின்படி ஆண், பெண் எனப் பேதமின்றி யார் வேண்டுமானாலும் எந்தப் போட்டியில் வேண்டுமானாலும் பங்கெடுக்கலாம். வெற்றி பெற்றவர்கள் ஆணோ, பெண்ணோ யாராக இருந்தாலும் காவல் பணியாற்ற வேண்டும். கிகுயூக்களுக்கு ஆர்ப்பாட்டமும் கூச்சலும் குதூகலமும் உற்சாகமும் காற்றின் அலைவரிசையில் கலந்து, காடுகள் முழுக்கப் பரவியது.

காவல் பணியென்பது பெருமைமிக்க பணியென்பதால், ஓய்விலிருப்பவர்களைத் தவிர மற்ற எல்லா கிகுயூக்களும் வெற்றிக்காகப் போராடிக் கொண்டிருந்தனர். அதுவரை நடைபெற்ற ஒரு போட்டியில்கூட வெற்றி பெறாத உபாகா மரத்தடியில் ஒரு சிறிய பாறைமீது பெரும்பதற்றத்துடன் அமர்ந்து பரிதவித்துக் கொண்டிருப்பதைக் கவனித்த கேசவன் அவனருகே சென்று மண்டியிட்டு அமர்ந்தான். அவனது கைகளைப் பிடித்தான். அவனது கண்களுக்குள் ஊடுருவினான்.

"உபாகா, உனக்கு காவல் வீரனாக வேண்டுமென்றால், இப்படி சோர்ந்து உட்காரக் கூடாது. வெற்றியடைய உடல் பலத்தைவிட முக்கியமானது மன பலம். சோர்ந்துவிடாதே, போராடு" என ஊக்கப்படுத்தி அனுப்பினான் கேசவன். அதற்குப் பிறகு உபாகா பங்கேற்ற எல்லா போட்டிகளிலும் வென்று காவல் வீரனாகத் தேர்ந்தெடுக்கப்பட்டான்.

எல்லா போட்டிகளும் முடிவுற்று காவல் வீரர்கள் தேர்ந்தெடுக்கப்பட்ட பின்பு அவர்கள் எல்லோரும் கிகுயூ குகைக்குள் அழைத்துச் செல்லப்பட்டு அங்கு வரையப்பட்டிருந்த முருங்கு சித்திரத்திற்கு முன்பாக மண்டியிட்டு வணங்கிய பின்பு குடிலுக்கு மீண்டும் கொண்டுவரப்பட்டனர். மிகவும் உணர்ச்சிமயமாக இருந்த முராயா பேசத் தொடங்கினார்...

"எனதருமை காவல் வீரர்களே! எந்தக் காலகட்டத்தில் சந்தித்த சவால்களைவிடவும் இப்போது அதி தீவிர சவால்களை எதிர்கொள்ளவேண்டிய கட்டாயத்திலிருக்கிறோம். இந்தக் கிகுயூ மலையை உங்களிடம் ஒப்படைக்கிறேன். இன்னும் ஆறு மாதங்களுக்கு நீங்கள்தான் இந்த மலையைப் பாதுகாக்க வேண்டும்" எனச் சொல்லிவிட்டு தனது ஈட்டியையும் தலைக் கவசத்தையும் புதிதாகத் தேர்ந்தெடுக்கப்பட்ட தளபதியான

குவாமே இடம் கொடுத்துவிட்டு, அவனை ஆரத்தழுவி சடாரென விட்டு விலகியவர்...

"குவாமே, இன்னும் அரைமணி நேரத்தில் நெடுந்துயிலி பானம் தயாராகட்டும்" எனக் கட்டளையிட்டார்.

அடுத்த அரைமணி நேரத்தில் காவல் வீரர்கள் அனைவரும் பரபரப்பானார்கள். மின்னல் வேகத்தில் நாற்புறமும் தெறித்த காவல் வீரர்கள் சுற்றிலும் இருந்த மரங்களில் ஏறித் தாவி அந்தத் தங்கநிற நெடுந்துயிலி மலர்களைக் கொய்து குவியல் குவியலாகக் குவிக்கத் தொடங்கினர். மரத்தால் செய்யப்பட்ட ஒரு மிகப் பெரிய களனில் நெடுந்துயிலி மலர்களைப் போட்டு ஒரு குறிப்பிட்ட சதவீதத்தில் கிகுயூ ஏரியின் தண்ணீரைக் கலந்து அரைத்துச் சாறாக்கி நெடுந்துயிலி பானத்தைத் தயாரித்தனர். "பானம் தயார்" குவாமே தனது அடிவயிற்றிலிருந்து உரக்கக் கத்தினான்.

முதலில் முராயா வந்தார். அவருக்கு ஒரு சுரைக்காய் அளவுகொண்ட பெரிய விதைக்குடுவையில் நெடுந்துயிலி பானம் கொடுக்கப்பட்டது. அடுத்து எல்லா கிகுயூக்களும் அந்த நெடுந்துயிலி பானத்தை அரைத்து வைத்திருக்கும் மாபெரும் மரக்களத்தைச் சுற்றிச் சுற்றி நரம்புகளை முறுக்கேற்றும் தங்களது சம்பிரதாயமான பாடல்களைப் பாடிக்கொண்டும் ரத்தம் கொதிக்க ஆடிக்கொண்டும் அதகளப்படுத்திக் கொண்டிருக்க... காவல் வீரர்கள் அனைவரும் சேர்ந்து குழந்தைகள், பெண்கள், வயதானவர்கள், இளைஞர்கள் என்ற வரிசைப்படி ஒவ்வொருவருக்காக நெடுந்துயிலி பானத்தைக் குடுவைகளில் அள்ளி அள்ளிக் கொடுத்துகொண்டிருந்தனர். இதுநாள்வரை கூட்டத்தோடு கூட்டமாக ஒவ்வொரு ஆண்டும் பானம் பருகிக்கொண்டிருந்த உபாகா தற்போது காவல் வீரர்களில் ஒருவனாகப் பெரும் பூரிப்புடன் நின்று மற்ற கிகுயூக்களுக்கு பெருமையோடு நெடுந்துயிலி நீரைப் பருகக் கொடுத்துக் கொண்டிருந்தான். காவல் வீரர்களையும் வருணையும் தவிர எல்லா கிகுயூக்களும் நெடுந்துயிலி நீரைப் பருகிவிட்டு விதவிதமான முகமூடிகளை அணிந்தபடி வெறித்தனமாக ஆடிக்கொண்டிருந்தனர். முராயாவைச் சுற்றி ஒருப் பெருங்கூட்டம் ஆடிப் பாடி கொண்டாடித் தீர்த்தது.

நெடுந்துயிலி என்பது கிகுயூ மலையில் மட்டுமே ஓங்கி உயர்ந்து கிளைவிட்டு வளரக்கூடிய மரமாகும். அதன் மஞ்சள் நிற மலர்களைத்தான் தனது தலையில் எப்போதும் முராயா சூடியிருப்பார். அந்த மலர்களைக் கசக்கிய சாற்றின் சில துளிகளைக் கொடுத்துதான் அன்று கேசவனும் பத்ருவும் முராயாவை மயக்கநிலைக்குக் கொண்டுசென்று காப்பாற்றினர். சில துளிகள் குடித்தால் சில மணிநேரம் உயிர் போவதைக்கூடத் தடுத்து நிறுத்தும் அபூர்வ மூலிகை அது. அதே நெடுந்துயிலியை அளவுக்கு அதிகமாகப் பருகினால் குடிப்பவர்களை நெடுந்துயிலில் ஆழ்த்தும் வல்லமை கொண்ட அதிசய மூலிகை அது. உலகின் வேறு எந்தப் பகுதியிலும் விளையாத அந்த அதி சிறந்த உறக்க மூலிகையைக் குடித்தால் நீண்ட தூக்கம் ஆட்கொள்ளும். அந்தத் தூக்கம் சாதாரணமாக மனிதர்கள் தூங்கும் அரை நாள் அல்லது ஒருநாள் தூக்கத்தைப் போன்றதல்ல. மாறாக, ஆறு மாதங்கள் வரை நித்திரையில் மூழ்க வைக்கும் அசாதாரண தூக்கத்தைக் கொடுக்கும். கிகுயூக்கள் அந்த நெடுந்துயிலியைப் பருகிவிட்டு ஆறு மாதங்களுக்கு நித்திரை கொள்வார்கள். அடுத்த ஆறு மாதங்களுக்கு அவர்கள் இரவு, பகல் என்ற பேதமின்றி எல்லா நாளும் விழித்திருப்பார்கள். ஒவ்வொரு வருடமும் அங்கு நடைபெறும் கிகுயூ விழாவில் சாகசப் போட்டிகளில் கிகுயூக்களின் அதி சிறந்த வீரர்கள் தேர்ந்தெடுக்கப்பட்ட பின்பு தேர்ந்தெடுக்கப்பட்ட வீரர்கள் கிகுயூ மலையைக் காவல் காப்பார்கள். மற்றவர்கள் ஆறு மாதகாலம் நெடுந்துயில் கொள்வார்கள். அப்படிப்பட்ட நெடுந்துயில் காலங்களில் தூக்கமற்ற காவல் வீரர்கள் மிக மூர்க்கத்தன்மையை அடைந்து வெறி பிடித்தவர்களாக மாறியிருப்பார்கள். அது அவர்கள் வழக்கமாக இருந்ததைவிடவும் பலமடங்கு அதீதக் கோபத்தையும் மூர்க்கத்தையும் உண்டுபண்ணுவதால் எதிரிகள் என யார் கிகுயூ மலைக்குள் நுழைய முற்பட்டாலும் மரணத்திலிருந்து தப்பவே முடியாது. காவல் வீரர்களின் எண்ணிக்கை குறைவாக இருந்தாலும் அவர்கள் தேர்ந்தெடுக்கப்பட்ட வீரர்கள் என்பதாலும் உறக்கமின்றி உடலில் அதீத மூர்க்கத்தனத்தை அடைந்திருப்பதாலும் அதி தீவிரமாகி செயல்படுவார்கள். அப்படிச் செயல்படுவதால்தான் அறுபது ஆயிரம் வருடங்களுக்கும் மேலாக இந்தக் கிகுயூ மலை வெளி ஆட்கள் காலடித்தடம் படாத பசுமையான உயிர்க்குவியலாக பல

கோடி உயிர்களின் தாய்நிலமாக எப்போதுமே இயங்கிக் கொண்டிருக்கிறது.

நெடுந்துயிலி பானத்தைக் குடித்துவிட்டு வெறித்தனமாக ஆடிப் பாடிக் களைத்துப்போன கிகுயூக்கள் நள்ளிரவில் அவரவர்களின் குடில்களுக்குள் நுழைந்தனர். குடில்களுக்குள் சென்றவர்கள் யாரும் வெகுநேரமாகியும் வராததைக் கவனித்த கேசவன், "எல்லோரும் எங்கே போனார்கள்?" என அருகிலிருந்த காவல் வீரன் ஒருவனிடம் கேட்டான்.

"அவர்கள் தூங்குவதற்குச் சென்றுவிட்டனர்" என வெகு இயல்பாக பதில் சொன்னான் அந்தக் காவல் வீரன்.

"விடிந்ததும் நான் இந்தக் கிகுயூ மலையை விட்டு வெளியேறுகிறேன். எல்லோரிடமும் சொல்லிவிட்டுப் போகவேண்டும். வெகுநாட்கள் கழித்து தூங்குகிறார்களே, அதிகாலையில் எழுந்துவிடுவார்களா?"

"என்ன வேடிக்கையாகப் பேசுகிறீர்கள். முராயா உங்களிடம் எதுவும் சொல்லவில்லையா? தற்போது தூங்கச் சென்றவர்கள் இன்னும் ஆறு மாதங்கள் கழித்துதான் தூக்கத்திலிருந்து கண்விழிப்பார்கள்".

கேசவனுக்குத் தூக்கிவாரிப் போட்டது? 'என்னது ஆறு மாதங்கள் தூங்குவார்களா? இது எப்படி சாத்தியம்?' என முகத்தில் ஆச்சரிய அலைகளைப் படரவிட்டவன், சடாரென உபாகாவை அழைத்தான்.

முதன்முறையாகக் காவல் வீரனாகியிருந்த ஆனந்தத்தில் பரபரப்பாக வேலை பார்த்துக்கொண்டிருந்த உபாகா, கேசவன் கூப்பிட்டதும் ஓடோடி வந்தான்.

"உபாகா, இந்த வீரன் சொல்வது உண்மையா? காவல் வீரர்களைத் தவிர எல்லா கிகுயூக்களும் தூங்கப் போயுள்ளார்களா? அவர்கள் அடுத்த ஆறு மாதங்களுக்குக் கண்விழிக்காமல் இடைவிடாமல் தூங்குவார்களா?" உபாகாவின் உதடுகளையே உற்றுப்பார்த்தவாறு கேட்டான் கேசவன்

"ஆமாம், உண்மைதான். ஒவ்வொரு வருடமும் நடப்பதுதானே இது. ஆறு மாதங்கள் விழித்திருப்பதும்,

அதியமான் கார்த்திக் | 143

நெடுந்துயிலி விழா முடிவில் தூங்கச்சென்று அடுத்த ஆறு மாதங்கள் தூங்குவதும் காலங்காலமாக இங்கு நடப்பதுதான்"

என்ற உபாகாவின் பதிலைக் கேட்ட கேசவன் ஆடிப்போனான்.

"அதோ பாருங்கள்... அதுதான் நெடுந்துயிலி மரம். எங்கள் கடவுள் இங்கு வந்தபோது வானத்திலிருந்து அதன் விதைகளைக் கொண்டுவந்து கொடுத்தார். அப்போது தூவிய விதைகள் இந்த மலை முழுதும் விரவியுள்ளன. அந்த நெடுந்துயிலி மரத்தின் மலர்கள்தான் எங்களை நெடுந்துயில் கொள்ளச் செய்கிறது" என உபாகா கை காட்டிய திசையில் பார்த்தபோதுதான் ஆயிரக்கணக்கான நெடுந்துயிலி மரங்களைக் கவனித்தான்.

கிகுயூ ஏரியைச் சுற்றிலும் வானளாவி வளர்ந்திருந்த நெடுந்துயிலி மரங்களின் நிழலில்தான் இத்தனை நாட்களாக ஓய்வெடுத்துக் கொண்டிருந்தான். ஆனால் ஒருநாளும் அதனை அவன் உற்றுநோக்கியதில்லை. அதன் பொன்னிற மலர்களை ரசித்திருந்தாலும் அதனுள் ஆழ்ந்த துயில் கொள்ளச்செய்யும் மூலப்பொருட்கள் குடிகொண்டிருந்ததையோ அல்லது அது கிகுயூக்களின் வாழ்க்கையில் எவ்வளவு முக்கியமானது என்பதையோ அறிந்ததில்லை. ஆறு மாதங்கள் தூக்கம், ஆறு மாதங்கள் உறக்கமற்ற வாழ்க்கை என்ற இந்த நெடுந்துயில் வாழ்க்கைமுறை பனிப்பிரதேசங்களில் வாழும் பனிக்கரடிகளிடமும் மடகாஸ்கர் தீவில் வாழும் லெமூர் என்ற விலங்கிடமும் இன்னும் சில அணில்களிடமும் உள்ள வாழ்க்கை முறையாகும். ஆனால், மனிதர்கள் இத்தகைய உறக்க முறையைப் பின்பற்றுவதாக அவன் எங்கும் கேள்விப்பட்டதேயில்லை. அவனுக்கு அங்கு நடப்பது எல்லாமே ஆச்சரியமாகத் தெரிந்தாலும் கிகுயூக்களின் காவல் வீரர்கள் வெகு இயல்பாக அதி துரிதமாக தங்களைக் காவலுக்காகத் தயார்படுத்திக் கொண்டிருந்தனர். புதிதாக தேர்ந்தெடுக்கப்பட்ட காவல்படைத் தலைவனான 'குவாமே' தன்னிடமுள்ள ஐம்பது வீரர்களைத் தரம் பிரித்து மலையடிவாரத்திற்கு இருபது பேர், நடு மலையில் இருபது பேர், உச்சியில் உறங்குபவர்களைக் காவல் காக்க பத்துப்பேர் என கச்சிதமாகப் பிரித்தான்.

தேர்ந்தெடுக்கப்பட்ட ஐம்பது வீரர்களும் திறமையிலும் சண்டையிடுவதிலும் அம்பெய்தும் துல்லியத்திலும் ஒருவருக்கு ஒருவர் சளைத்தவர்கள் அல்லர். மலையடிவாரத்தின் நான்கு திசைகளிலும் திசைக்கு ஐந்து பேராக நிறுத்தப்படுவர். அதேபோல நடு மலையில் நான்கு திசைகளிலும் ஐந்து பேர் வீதம் மலையடிவாரத்தில் விடுபட்ட நான்கு திசைகளில் நிறுத்தப்படுவர். மலையுச்சியில் காவல்படைத் தலைவனான குவாமேயுடன் மிகச் சிறந்த ஒன்பது வீரர்கள் காவலில் இருப்பார்கள். மலையடிவாரத்தில் ஏதேனும் ஒரு திசையில் அசம்பாவிதம் நடந்தால் பக்கத்துத் திசையிலுள்ள வீரர்களின் மூலமாக எல்லா திசைக்கும் தகவல் அனுப்பப்பட்டு சூழ்நிலைக்கு ஏற்றவாறு எல்லா வீரர்ககளும் ஒன்று கூடியோ அல்லது பிறிந்திருந்தோ எதிரிகளைத் தாக்குவார்கள். ஒருவேளை அடிவாரத்திலுள்ள வீரர்களைத் தாண்டி எதிரிகள் முன்னேறினால் மலையின் நடுப்பகுதியிலுள்ள வீரர்களிடம் மரணிக்க வேண்டிவரும். ஒருவேளை அவர்களையும் தாண்டி உச்சிக்கு முன்னேறினால் உச்சியிலுள்ள பத்து வீரர்கள் எந்த எதிர்வினைகளும் சமாளிக்க ரத்தக் காவு வாங்கக் காத்திருப்பார்கள். மிக எளிமையான காவல் அரண்தான். ஆனால், அதனை உடைப்பது அவ்வளவு எளிதல்ல. இந்த எளிய காவல் முறையைப் பின்பற்றித்தான் பல்லாயிரம் வருடங்களாகக் கிகுயூ மலை காக்கப்படுகிறது. இதுவரை எதிரிகள் எல்லோருமே மலை அடிவாரத்திலேயே தடுத்து அழிக்கப்பட்டிருக்கிறார்கள். அரிதினும் அரிதாக சிலர் நடு மலையில் கொல்லப்பட்டிருக்கிறார்கள் ஆனால், வேற்று மனிதர்கள் என எவரும் உச்சிக்குச் சென்றதேயில்லை.

அந்த இரவு நேரத்திலேயே, காவல் வீரர்கள் எல்லோரும் மலையடிவாரம் நடுப்பகுதி எனப் பிரிந்து அவரவருக்கு ஒதுக்கப்பட்ட நிலைகளுக்குச் சென்றுவிட்டனர். உபாகா மலையடிவாரத்தின் கிழக்குத் திசையில் காவல் காக்கும் இடத்திற்கு அனுப்பப்பட்டான். தான் காவல் வீரனான குதூகலத்தில் முகத்தில் புன்னகைத் தவழ வருணைக் கட்டிப்பிடித்துவிட்டு வீரர்களோடு வீரனாக வெளியேறிய காட்சிகள் கேசவனின் உறக்கத்தைக் கெடுத்தது. மலையுச்சியில் காவல் காக்கும் பத்து வீரர்கள் மட்டுமே ஆங்காங்கே பிரிந்து நின்றிருந்தனர். அந்த மலை முழுக்க ஒரு அமைதி நிலவியது. இதுநாள்வரை

ஆட்டம் பாட்டம் விளையாட்டு எனக் கொண்டாட்டமாக இருந்த இரவுகளையே பார்த்திருந்த கேசவனுக்கு அந்த அமைதி ஆழ் மனதில் ஒருவித பயத்தை ஏற்படுத்தியது. தனது வாழ்க்கையில் முதன்முறையாக தனிமையின் வலியை உணர்ந்தான். விடிந்தால் அவன் அந்த மலையைவிட்டு வெளியேற வேண்டும். எங்கு செல்வது, என்ன செய்வது என இந்தத் திட்டமும் இல்லை. ஆனாலும் அவனுக்கு இருந்த ஒரே நம்பிக்கை, மலையடிவாரத்தில் அகோயாக்களுடன் பத்ரு இருப்பான் என்பதுதான். கீழே மலையடிக்குச் சென்றதும் பத்ருவை சந்தித்துவிட்டால் பின்னர் ஆமூர் பால்கன்கள் வரும் கணம்வரை காத்திருந்து ஏதாவது அதிசயத்தை நிகழ்த்திவிடலாம் என்பதுதான் அவனது மனவோட்டமாக இருந்தது. இதுநாள்வரை கிகுயூக்கள் விழித்திருக்க... இரவுகளில் நிம்மதியாக உறங்கியவன், தற்போது கிகுயூக்கள் தூங்கும்போது உறக்கத்தைத் தொலைத்தவனாய் விடிய விடிய வேதனையோடு விழித்திருந்தான்.

அதிகாலை ஆதவன் கண் விழித்ததும் கேசவனை மலையிலிருந்து வெளியேற்றத் தயாரானான் குவாமே. தனது வீரர்களில் ஒருவனை அழைத்து கேசவனை மலையின் நடுப்பகுதியிலுள்ள நீர்வீழ்ச்சியிலிருக்கும் வீரர்களிடம் ஒப்படைப்பது, பின்னர் சில நிமிட ஓய்வுக்குப் பின்பு நீர் வீழ்ச்சியிலிருந்து ஆற்றுப்பாதை வழியாக கேசவனை மலையடிவாரத்தில் உள்ள வீரர்களிடம் ஒப்படைப்பது, பின்னர் அங்கிருந்து அவனை கிகுயூ மலையை விட்டே வெளியேற்றுவதுதான் குவாமியின் திட்டம். கிகுயூக்களைப்போலவே உடையணிந்து முழுக்க முழுக்க கிகுயூக்களின் தோற்றத்திலேயே இருந்த கேசவன், சுமார் முப்பத்து ஐந்து நாட்கள் ஆச்சரியமான, அழகான, அதிசயங்கள் நிறைந்த வாழ்க்கைக்குப் பின்பு கடைசியாக ஒருமுறை அவன் அதுநாள்வரை தங்கியிருந்த அந்த இடத்தைச் சுற்றி தனது பார்வையைச் சுழலவிட்டான். நெடுந்துயிலி மரங்கள், அதன் அழகிய மலர்கள், கிகுயூ பாறை, கியூ ஏரி, அழகிய குடில்கள், ஆங்காங்கே மேயும் மான்கள், தொட்டுவிடும் உயரத்தில் மேகங்கள் என எல்லாவற்றையும் பார்த்துக் கலங்கிய கண்களோடு மலை இறங்கத் தொடங்கினான்.

உச்சியிலிருந்து இறங்கத் தொடங்கிய சில நிமிடங்களிலேயே தூரத்திலிருந்து வரும் அசாதாரண இரைச்சல் சத்தத்தை உணர்ந்தான் கேசவன்.

கேசவனுடன் வந்த அந்தக் கிகுயூ ஒரு நொடி திகைத்து நின்றான். சற்றும் யோசிக்காமல் சரசரவென ஓடிய அந்தக் கிகுயூ வீரன் அருகிலிருந்த ஒரு பாறை மீதேறி நின்று பார்த்தான். அந்த வீரன் அவ்வளவு பரபரப்பானதைப் பார்த்த கேசவனும் அந்த வீரனைப் பின்தொடர்ந்து மிகுந்த கஷ்டப்பட்டு அதே பாறையின் மீது ஏறினான். தூரத்தில் மலையின் நடுப்பகுதியிலிருந்து பறவைகள் பதறிச் சிதறும் காட்சிகள் அங்கு ஏதோ மிகப் பெரிய அசம்பாவிதம் நடப்பதை உணர்த்தின. கூடவே காற்றில் கலந்து ஒலிக்கும் உயிர்களின் ஓலச் சத்தமும் செவிகளைத் துளைத்தது. இடையிடையே "டுமீல் டுமீல்" எனத் துப்பாக்கிகள் வெடிக்கும் சத்தமும் கதிகலங்கச் செய்தது. அந்தக் கிகுயூ வீரன் எதுவும் பேசாமல் மின்னல் வேகத்தில் மலை உச்சியை நோக்கி ஓடினான். அவன் ஓடுவதைப் பார்த்த கேசவனும் அவன் பின்னாடியே கத்திக்கொண்டே மலையுச்சிக்கு ஓட்டமெடுத்தான்.

கேசவன் மூச்சிரைக்க ஓடி மலையுச்சியை அடைந்து நிற்கும்போது குவாமேயும் அங்கிருந்த மற்ற ஒன்பது கிகுயூக்களும் பரபரப்பாகக் கூடிநின்றிருந்ததைப் பார்த்த கேசவன் நிலைமையின் தீவிரத்தை உணர்ந்தான். அகோயாக்கள் துப்பாக்கிகளோடு கிகுயூ மலையின் நடுப்பகுதிவரை நுழைந்துவிட்டனர் என்பதை யூகித்தான். அகோயாக்கள் ஒருவேளை நடுப்பகுதியிலேயே கொன்று குவிக்கப்படலாம் அல்லது நடுப்பகுதியில் காவல் காக்கும் கிகுயூக்களைக் கொன்று குவித்து எந்நேரமும் உச்சிக்கு விரையலாம். எது நடக்கக்கூடாது என இதுவரை நினைத்திருந்தானோ அதுதான் தற்போது நடந்துகொண்டிருக்கிறது என்பதை உணர்ந்து பேரதிர்ச்சியை நின்றவனை நோக்கி வந்த குவாமே,

"நீ உடனடியாக எங்காவது சென்று மறைந்துகொள். இன்னும் சில மணிநேரத்தில் இங்கு என்ன வேண்டுமானாலும் நடக்கலாம். நீ இங்கு இருக்காதே, உடனே போ" என கேசவனை அதட்டியவன், பரபரவென தனது வீரர்களை வெவ்வேறு திசையாக அனுப்பி வைத்தான். குடில்களைச் சுற்றிலுமிருந்த நெடுந்துயிலி மரத்தின் கிளைகளில் அமர்ந்து அம்புகளை தயார்நிலையில் வைத்து குறி பார்த்தவாறு நோட்டமிடத் தொடங்கினர். அதே நேரத்தில் அங்கிருந்து ஓடிச்சென்ற கேசவன் சில நூறு மீட்டர் தூரத்தில் ஒரு குழியில் பதுங்கினான். குழியிலிருந்து மெல்ல கழுத்தை நீட்டி, கிகுயூக்களின் குடில்கள்

தனது கண் பார்வையிலிருக்குமாறு பார்த்துக்கொண்டே அருகிலிருந்த செடியை வளைத்துப் பிடித்து முற்றிலுமாகத் தன்னை மறைத்தான்.

அன்றைய தினம் குழந்தைகள் மற்றும் சில பெண்களைத் தவிர்த்த மற்ற எல்லா அகோயாக்களும் தங்களது துப்பாக்கிகளோடு தயாரானார்கள். சுமார் அறுநூறு அகோயாக்கள், கிரி 47 ரக துப்பாக்கிகளைச் சுமந்தபடி தங்களை இரண்டு குழுக்களாகப் பிரித்துக்கொண்டு கிகுயூ மலையின் கிழக்குத் திசையில் ஒரு கூட்டமும் வடக்குத் திசையில் ஒரு கூட்டமுமாக எல்லையைத் தாண்டி உள்ளே புகுந்தனர். எதிரிகளின் உள்நுழைகையை எதிர்பார்த்து மரங்களில் மறைவாகப் பதுங்கியிருந்த கிகுயூக்கள் உள்ளே நுழைந்த பெருவாரியான கூட்டத்தை அம்புகளால் சாராமரியாகத் தாக்கத் தொடங்கினர். ஒரு பெரும் அசம்பாவீதம் நடைபெறப்போவதை ஏற்கெனவே அறிந்திருந்த கிகுயூ வீரர்கள் எதிரிகளைச் சமாளிக்க ஆங்காங்கே மலைபோல அம்புகளைக் குவித்து வைத்திருந்ததால் அம்புகள் தீர்ந்துவிடும் என்ற அச்சமின்றி சரளமாக அம்புகளை வீசி அகோயாக்களைத் தாக்கினர். ஆனால் அகோயாக்களோ சுமார் அறுநூறு பேர் கொண்ட ஒரு பெரும்கூட்டம், மலையடிவார எல்லையில் காவல் நிற்கும் மொத்தக் கிகுயூ காவல் வீரர்களின் எண்ணிக்கையே வெறும் இருப்பதுதான்.

முதலில் இரண்டு குழுக்களாகப் பிரிந்து சென்ற அகோயாக்களை அந்தந்தத் திசையிலிருந்து கிகுயூ வீரர்கள் தாக்கினர். பதிலுக்கு துப்பாக்கிகள் முழங்கின, வெடிச்சத்தம் வனத்தின் உயிர்களைத் திடுக்கிட வைத்தது. தூரத்தில் யானைகள் பிளிறிக்கொண்டு ஓடும் சத்தமும் படபடவென பறவைகள் அலறிக்கொண்டு சிறகடிக்கும் சத்தமும் துப்பாக்கிச் சத்தத்தோடு கலந்தொலித்தன. பயத்தில் பதறிய மான்களும் காட்டுப்பன்றிகளும் தலைதெறிக்க ஓடின. மரங்களில் வசிக்கும் அணில்களும் கீரிகளும் கதறியபடி அந்தக் கொலைக்களத்தில் குறுக்கும் மறுக்குமாக திசையறியாது ஓடிக்கொண்டிருந்தன. வானரங்கள் அலறின, துப்பாக்கிக் குண்டுகள் கண்டபடி சிதறின. ஆனால், அம்புகள் எந்தத் திசையிலிருந்து வருகின்றன என்பதைக் கணிக்க இயலாதபடி வெவ்வேறு திசைகளிலிருந்து அம்புகள் அகோயாக்களைத் தாக்கின. மறைந்து நின்று தாக்குவதில் வல்லவர்களான கிகுயூக்கள் மரங்களிலும் கொடிகளிலும்

தரைகளிலும் என யார் கண்ணுக்கும் தெரியாமல் தாவியபடியே அம்புகளால் அந்தப் பெரிய கூட்டத்தைத் துளைத்தது.

ஆனாலும் எதிரிகள் பெருங்கூட்டம் என்பதால் எவ்வளவு நேர்த்தியாக சண்டையிட்டாலும் ஒருமணி நேரத்திற்குள்ளாக எல்லா கிகுயூக்களும் சுட்டு வீழ்த்தப்பட்டனர். அதே நேரத்தில் மேற்கிலிருந்தும் தெற்கிலிருந்தும் வந்த அடுத்த பத்து கிகுயூக்களுடனான நீண்ட மல்லுக்கட்டிற்குப் பிறகு. அடுத்த பத்து கிகுயூக்களும் சுட்டு வீழ்த்தப்பட்டனர். தற்போது மொத்தமாக மலையடிவாரத்திலிருந்த இருபது கிகுயூ காவல் வீரர்களும் வீழ்த்தப்பட்டிருந்தனர். அவர்களில் உபாகாவும் ஒருவன். பதிலுக்கு நூற்றுக்கணக்கான அகோயாக்களின் உடல்கள் மலையடிவாரம் முழுக்க சிதறிக்கிடந்தன. பெருந்திரளான அகோயாக்கள் இறந்தவர்களைப் பொருட்படுத்தாமல் மேலும் முன்னேறத் தொடங்கினர். எதிரிகள் ஊடுருவலைத் தெரிந்துகொண்ட மலையின் நடுப்பகுதிக் காவலர்கள் அதி உஷார் நிலையில் எதிரிகளுக்காகக் காத்திருந்தனர். மலையடிவாரத்திலிருந்து புறப்பட்ட அகோயாக்கள் பல திசைகளிலும் சிதறி புதர்களையும் செடிகளையும் ஒதுக்கித் தள்ளியபடியே துப்பாக்கிகளைத் தயார்நிலையில் வைத்தபடி வெறிகொண்டு முன்னேறிக் கொண்டிருந்தனர். சிகு எல்லோரையும் வழிநடத்த அவனைச் சுற்றிலும் பெருந்திரளான கூட்டம் ஆர்ப்பரித்துக்கொண்டு முன்னேற... அந்தக் கூட்டத்தில் ஒருவனாய் பத்ருவும் வேதனையோடு முன்னேறிக் கொண்டிருந்தான்.

நடுப்பகுதியில் இருக்கும் கிகுயூ வீரர்களின் காவல்முறை மிகவும் வலுவானது. அவர்களின் திட்டமெல்லாம் எதிரிகளைப் பள்ளத்தாக்குகளை நோக்கி நகர்த்தி கூட்டம் கூட்டமாக பள்ளத்தாக்குகளில் வீழச்செய்வதுதான். ஆற்றுப்பாதையின் வழியாக மேல்நோக்கி வந்த பெருந்திரளான அகோயா கூட்டம் முழுக்க மிக எளிதாக நீர்வீழ்ச்சியில் மூழ்கடிக்கப்பட்டனர். ஆனால், ஆற்றுப்பாதையைத் தவிர்த்து புதர்களில் மறைந்து மறைந்து வந்த கூட்டத்தினருக்கும் நடுப்பகுதி கிகுயூக்களுக்கும் இடையில் ஒரு மாபெரும் யுத்தம் நடந்துகொண்டிருந்தது. மறைந்திருந்து எதிரிகளை அம்புகளால் துளைத்தெடுத்தனர். ஊடுருவிய கூட்டத்தை எப்படியாவது பள்ளத்தாக்குகளை நோக்கி நகர்த்திவிட வேண்டும் என்ற முனைப்பில் எல்லா அகோயாக்களையும் பள்ளத்தாக்கை நோக்கி மெல்ல மெல்ல

நகர்த்தினர். ஆனால் துப்பாக்கிகளுக்கும் அம்புகளுக்கும் இடையில் நடக்கும் யுத்தத்தில் அம்புகள் சீறிப் பாய்ந்து நூற்றுக்கணக்கான அகோயாக்களைக் கொன்று குவித்தாலும் முடிவில் துப்பாக்கிகளே வென்றன. மலையின் நடுப்பகுதியில் காவல் காத்துக்கொண்டிருந்த எல்லா கிகுயூக்களும் சுட்டு வீழ்த்தப்பட்டனர். ஆனால், தற்போது மொத்தமாகவே நூறு அகோயாக்களுக்கும் குறைவாகவே இருந்தனர். நம்பிக்கை இழக்காத அகோயாக்கள் மேலும் முன்னேறினர். இதுவரை எதிரிகள் என யாரையும் நடுப்பகுதியைத் தாண்டி பார்த்திராத கிகுயூ மலையே அதிர்ந்தது. சிகு வெறி பிடித்து முன்னேறினான். அவனைச் சுற்றிலும் உயிரோடிருந்த எல்லா அகோயாக்களும் அவனைப் பின்தொடர்ந்து முன்னேறிக் கொண்டிருந்தனர்.

மலையின் நடுப்பகுதியிலிருந்து அகோயாக்கள் முன்னேறிக் கொண்டிருந்த அதே வேளையில் மலையுச்சியில் தனது குடிலில் உறங்கிக் கொண்டிருந்த முராயா திடீரெனக் கண்விழித்தார். விழித்தவரின் காதுகளுக்கு பறவைகள் அலறும் சத்தமும் யானைகள் பிளிறும் சத்தமும் துப்பாக்கிகளின் வெடிப்புச் சத்தமும் காட்டில் ஒரு பெரும் களேபரம் நடப்பதை உணர்த்தியது. திடுதிப்பென பரபரப்பாகக் குடிலுக்கு வெளியே வந்து நின்றார். தூங்கிக்கொண்டிருந்த முராயா குடிலுக்கு வெளியே நின்றிருப்பதைக் கவனித்த குவாமேயும் மற்ற கிகுயூக்களுக்கும் பெரும் ஆச்சரியத்தில் உறைந்து நின்றனர்.

“முராயா, எப்படிக் கண்விழித்தீர்கள்? ஏதாவது தவறு நடந்துவிட்டதா?” எனப் பெரும் பதற்றத்தோடு கேட்டான் குவாமே.

“குவாமே, பதற்றம் வேண்டாம். எனக்கு என்னவோ இம்முறை தூங்கத் தோன்றவில்லை. கடந்த சில நாட்களாகவே நான் தூங்கப்போவதை எண்ணி உள்ளுக்குள் உறுத்திக்கொண்டேயிருந்தது. நமது கடவுளின் காடு ஒரு பேராபத்திலிருக்கும்போது தலைவனாகிய நான் தூங்கிக்கொண்டிருப்பது நியாயமற்றது. நானாகத்தான் தூங்குவதைத் தவிர்த்தேன். நேற்று நான் நெடுந்துயிலி பானத்தை அருந்தவில்லை. அதே நேரத்தில் நான் தூங்கவில்லையென்றால், மற்றவர்களும் தூங்க மாட்டார்கள் என்பதும் தெரியும். அதனால்தான் மற்றவர்களின் தூக்கத்தைக் கெடுக்க வேண்டாம்

என்பதற்காக சம்பிரதாயத்திற்காக சில துளி பானத்தை மட்டும் அருந்தி ஒரு இரவு மட்டும் தூங்கி எழுந்துள்ளேன். நான் தூங்காமல் இருப்பதைப் பற்றிக் கவலையில்லை. எனது உயிர் போனாலும் பரவாயில்லை. எதிரிகளிடமிருந்து இந்தக் காட்டைக் காப்பாற்ற வேண்டும்" என குடிலில் சொருகியிருந்த தனது ஈட்டியை உருவியர், "என்னோடு சேர்த்து தற்போது பதினோரு பேர் இருக்கிறோம். இதுவே போதுமானது. எதிரிகள் எத்தனைபேர் எப்படிப்பட்ட ஆயுதங்களோடு வந்தாலும் சரி, அவர்களில் ஒருவரும் உயிரோடு இருக்கக் கூடாது. தயாராகுங்கள். நமது கிகுயூ ஏரிதான் நமக்குப் பாதுகாப்பு அரண். எதிரிகள் கிகுயூ ஏரியைத் தாண்டுவதற்குள்ளாகவே அவர்களை வீழ்த்திவிட வேண்டும். அதையும் மீறி குடிலுக்கு அருகில் வந்தால் அவர்களை கிகுயூ பாறைக்கு அருகில் நகர்த்திக் கொண்டுபோய் அங்கிருந்து தள்ளிவிட வேண்டும்" என தனது திட்டத்தை விவரித்தார்.

முராயா தனது வாழ்நாளில் இருபத்தைந்து முறை காவல் வீரனாக இருந்தவர். எதிரிகளை அழிக்கும் எல்லா நுட்பங்களையும் அறிந்தவர். இந்த இக்கட்டான நேரத்தில் முராயா போன்ற ஒரு மாபெரும் அனுபவம் வாய்ந்த தலைவன் கண்விழித்ததை எண்ணி மிகுந்த உற்சாகத்தில் மற்ற பத்து கிகுயூக்களும் தயாரானார்கள். கிகுயூ ஏரியின் வலதுபக்கக் கரையிலிருந்து குடில்களை அணுகுவது நீண்ட தூரம் என்பதோடு பாதையும் மிகக் கடினமானது என்பதால் எதிரிகள் எப்படியும் கிகுயூ ஏரியின் வலதுபுறமாக வர மாட்டார்கள் என்பதில் உறுதியாக இருந்தார் முராயா. அகோயாக்கள் குடிலை அணுக வேண்டுமென்றால் இடதுபுற ஏரிக்கரையின் வழியாகத்தான் வந்தாக வேண்டும். எனவே, இருந்த எல்லா வீரர்களையும் இடதுபுற ஏரிக்கரையைச் சுற்றியுள்ள மரங்களில் ஏறிநின்று தயார் நிலையிலிருக்குமாறு உத்தரவிட்டார். இடதுபுற ஏரிக்கரைப் பாதை மிகவும் குறுகலானது. ஒருபுறம் பள்ளத்தாக்கு, மறுபுறம் ஏரி என்பதால் எதிரிகளை ஏதாவது ஒரு பக்கத்தில் தள்ளிவிட முடியும். அம்பு தாக்கி பள்ளத்தில் விழுந்தால்கூட அதிர்ஷ்டசாலியென்றால் தப்பித்துவிட முடியும். ஆனால், ஏரியில் விழுந்தால் மூழ்கிச் சாவது நிச்சயம். அப்படியும் தப்பி பிழைக்க ஏரியை விட்டு வெளியேற எண்ணி கரைக்கு வர நினைத்தால் சகதிகளில் சிக்கிவிடுவார்கள். பின்னர், முதலைகளும் நீர்யானைகளும் வேட்டையாடிக் கொல்லும்.

கிகுயூக்கள் மரங்களில் எதிரிகளுக்காக அதி உஷார் நிலையில் காத்திருந்தார்கள். சுமார் பத்து நிமிடங்களாவது அந்தக் குறுகலான பாதையின் வழியாக நடந்துதான் குடில்களை அடைய முடியும். இந்தப் பத்து நிமிடங்களுக்குள் எல்லா எதிரிகளையும் கொன்று குவித்தாக வேண்டும். தூரத்தில் பறவைகள் சிதறும்போது வெளிப்படும் ஓசையை வைத்தே எதிரிகளின் நகர்வுகளைக் கணித்துக் காத்திருந்தனர்.

அடுத்த சில நிமிடங்களில் எதிரிகள் நெருங்கினர். முராயா நினைத்தது மாதிரியே ஏரிக்கரையின் வலதுபுறத்தைத் தவிர்த்து இடதுபுறக் கரையின் மீது ஏறி அந்தக் குறுகலான பாதையின் வழியாக வரத்தொடங்கினர். அந்த நொடிக்காகக் காத்திருந்த கிகுயூக்கள் உடனடியாக அம்புமழை பொழிந்தனர். பள்ளத்தாக்கிலும் ஏரியிலுமாக அகோயாக்கள் சிதறினர். மரங்களில் தாவுவது கிகுயூக்களுக்கு அத்துப்படியென்பதால் கண்ணிமைக்கும் நொடியில் தாவித் தாவி அம்புகளால் அகோயாக்களைத் துளைத்தெடுத்தனர். அகோயாக்கள் இப்படியொரு தாக்குதலை எதிர்பார்த்திருக்கவில்லை. ஓடவும் முடியாமல் எதிரிகளைக் கொல்லவும் முடியாமல் செத்து விழுந்தனர்.

பத்ருவின் நிலைதான் மிகவும் பரிதாபகமானதாக இருந்தது. அவன் கிகுயூக்களைக் கொல்லவும் கூடாது. ஆனால், அதேநேரத்தில் தன்னையும் தற்காத்துக்கொள்ள வேண்டும். சற்றே யோசித்தவன், கிகுயூக்களின் அம்புகள் தாக்குவதற்கு முன்பாகவே அவனாகவே தாவி பாதுகாப்பான இடமாகப் பார்த்துப் பள்ளத்தாக்கில் விழுந்தான். ஒரு பெரிய புதர்க்கொடி அவனை அழகாய் தாங்கிக்கொண்டது. கீழே அதள பாதாளம். ஆனால், லாவகமாக கொடியைப் பற்றி பள்ளத்தாக்கை ஒட்டியபடியே நீண்டு பல மீட்டர் தூரத்திற்குப் படர்ந்திருந்த கொடியைப் பிடித்தபடியே முன்னேறினான். கேசவனை சந்தித்துவிட்டால் அவன் கிகுயூக்களிடம் சொல்லி தன்னைக் காப்பாற்றிவிடுவான் என்பதுதான் அவனது ஒரே நம்பிக்கை. பத்ரு ஆரம்பத்திலிருந்தே அகோயாக்களைத் தடுக்க எவ்வளவோ முயற்சி செய்தான். சிகுவிற்குத் தெரியாமல் சில இளைஞர்களைக் கூட்டி 'கிகுயூக்களுடன் சண்டை வேண்டாம், விவசாயம் செய்யலாம்' என ஆரம்பத்தில் அவன் சொன்னபோது எல்லோரும் அவனைப் பார்த்துச் சிரித்தனர், ஏளனமாகப்

பார்த்தனர். மூளைச்சலவை செய்யப்பட்டு துப்பாக்கிகளைச் சுமந்திருந்த அகோயாக்கள் பத்ருவின் பேச்சைக் கேட்கும் நிலையிலில்லை. ஒரு கட்டத்திற்கும்மேல் எல்லாவற்றிற்கும் காரணமான சிகுவைக் கொல்வதுதான் ஒரு பேரழிவைத் தடுக்கும் என நினைத்து சிகுவைக் கொல்ல திட்டம் தீட்டினான். ஆனால், சிகுவைக் கொல்ல நினைத்த மூன்று முயற்சிகள் தோல்வியைத் தழுவின. பழங்குடியின மோதலைத் தடுக்கும் பொருட்டு கடைசி முயற்சியாக நேற்று முந்தைய இரவு, அகோயாக்களுக்கும் கிகுயூக்களுக்கும் ஒரு பெரிய மோதல் நடைபெறப்போவதை தென்னாப்பிரிக்க அரசாங்க அதிகாரிகளுக்குத் தகவல் கொடுத்திருந்தான். எல்லா அகோயாக்களிடமும் துப்பாக்கிகள் உள்ளதையும் எப்படியாவது ஒரு பேரழிவைத் தடுக்கும்படியும் கண் கலங்கியவாறே அலைபேசியில் கெஞ்சினான். ஆனால், அந்த அழைப்பை எடுத்த காவல் அதிகாரி தூக்கக் கலக்கத்தில் பேசினார். தான் சொன்னதை அவர் உள்வாங்கினாரா, இல்லையா? தென்னாப்பிரிக்க அரசாங்கமாவது இங்கு நடந்துகொண்டிருக்கும் பேரழிவைத் தடுக்குமா எனத் தெரியாமல் கடைசி நொடியிலாவது ஏதாவது அதிசயத்தை நிகழ்த்திவிடலாம் என்ற நம்பிக்கையில்தான் தனது கூட்டத்தோடு மலைக்குள் நுழைந்தான்.

ஆனால் தற்போது நிலைமை மிக மோசமாகப் போய்க்கொண்டிருக்கிறது. தற்போது எதுவும் இவர்களின் சண்டையை நிறுத்தப்போவதில்லை என்ற முடிவுக்கு வந்திருந்தவன் தனது உயிரையாவது காத்துக்கொள்ளலாம் என்ற முனைப்பில்தான் பசுமையான கொடியைப் பற்றியபடியே மெல்ல மெல்ல முன்னேறிக் கொண்டிருந்தான். மேலே நடக்கும் மோதலால் அவ்வப்போது அகோயாக்கள் பள்ளத்தாக்கில் விழுவதும் கூடவே பொளபொளவென கற்களும் மண்ணும் சரிந்து விழுவதுமாக இருந்தன. மேலே மிகத் தீவிரமான சண்டையில் எல்லா அகோயாக்களும் பள்ளத்தாக்கிலும் ஏரியிலும் வீழ்த்தப்பட்டனர். சிகு உட்பட கடைசி இருபதுபேர் மட்டும் அந்தக் குறுகளான பாதையிலிருந்து முன்னேறிச் செல்ல முனைய, அவர்களை நகர்த்திச் சென்று கிகுயூ பாறையின் முனையில் நிறுத்தினார் முராயா. மீதமிருந்த பத்து கிகுயூக்களும் முராயாவைச் சுற்றி நின்று பாறையின் முனையில் நிற்கும் எதிரிகளைக் குறி பார்த்து நிற்க, நிராயுதபாணியாக

நின்ற அகோயாக்கள் செய்வதறியாமல் பதறி நின்றனர். அந்த நொடியில் அந்த இருபதுபேரையும் பாறையிலிருந்து தள்ளி வீழ்த்திவிடத் தயாரானார்கள் கிகுயூக்கள். திடீரென இருபது பேரும் அதிவிரைவாக குனிந்தபடியே கிகுயூக்களின் காலடியிலும் ஓரத்திலுமாக அம்புகளுக்குச் சிக்காமல் ஓடத் தொடங்கினர்.

தொடர்ந்து அந்த வெட்டவெளியில் தங்களது முதுகைக் காட்டியபடியே ஓடும்போது கிகுயூக்களால் எளிதில் அம்பெய்து கொன்றுவிட முடியும்தான். ஆனால், முதுகைக் காட்டிக்கொண்டு ஓடுபவர்களைக் கொல்லக் கூடாது என்ற அவர்களின் மரபின்படி குறி பார்த்தபடியே அவர்கள் திரும்பிப் பார்க்கும் நொடிக்காகக் காத்திருந்தனர். ஆனால், அவர்கள் நினைத்ததற்கு மாறாக திரும்பிப் பார்க்காமல் ஓடியவர்கள் ஒரு புதருக்குள் புகுந்து மறைந்தனர். மறைவாக மூச்சு வாங்கியபடியே நின்ற சிகு, தனது சகாக்களிடம் மிக மெதுவான குரலில் பேசினான்... “நாம் நினைத்தது மாதிரி இல்லை. ஒரு பெருங் கூட்டமெல்லாம் இல்லை. இங்கு மொத்தமே பதினோரு பேர்தான் இருக்கிறார்கள். இவர்களைக் கொன்றுவிட்டால் இந்த மொத்த கிகுயூ மலையுமே நம்முடையது. அவர்களை நன்றாகக் கவனித்தீர்களா? முதுகைக் காட்டிக்கொண்டு ஓடும்போது அவர்கள் நம்மைத் தாக்குவதில்லை. அதைத்தான் நமக்குச் சாதகமாகப் பயன்படுத்திக்கொள்ள வேண்டும். அவர்களை நேருக்கு நேர் நின்று வீழ்த்த முடியாது. இந்த வெட்ட வெளியில் இருக்கும்போதே அவர்களின் பின்புறமாகத் தாக்குவது மட்டும்தான் நம்மை வெற்றிகொள்ளச் செய்யும். அவர்கள் மரங்கள் இருக்கும் பகுதிக்குள் நுழைந்துவிட்டால் பிறகு மறைந்துவிடுவார்கள் அதன்பின்பு அவர்களை வீழ்த்தவே முடியாது. துப்பாக்கிகளை எடுத்துக்கொண்டு ஒவ்வொருவரும் ஒவ்வொரு திசையாகச் செல்லுங்கள். புதர்களில் மறைந்து நின்று அவர்களின் முதுகில் குறிவைத்து சுட்டுக் தள்ளுங்கள்” என கட்டளையிட... எல்லோரும் ஆளுக்கொரு திசையாகச் சிதறினர். அருகிலிருந்த துப்பாக்கிகளை எடுத்து மறைந்து மறைந்து சென்று கிகுயூக்கள் வேறொரு பக்கமாகத் திரும்பி நின்றிருக்கும் நொடிக்காகக் காத்திருந்து, அவர்களின் முதுகில் சாராமரியாகச் சுட்டுத் தள்ளினர். தூங்கிக்கொண்டிருப்பவர்களைத் தவிர மற்ற எல்லா கிகுயூக்களும் மடிந்தனர்.

முராயா நினைத்திருந்தால் அவர்கள் ஓடியபோது முதுகில் தாக்கிக் கொன்றிருக்கலாம். ஆனால், தங்களது மரபை மீறாமல் எதிரிகளைக் கொல்ல நினைத்தன் விளைவாக தங்களது மொத்த இனமே அழிந்தொழியப் போவதை எண்ணி கண்ணீரோடு சரிந்தார் முராயா. எல்லாவற்றையும் தூரத்திலிருந்து பதுங்கிப் பார்த்துக்கொண்டிருந்த கேசவன் துடித்தான். குழியிலிருந்து எழுந்து முராயாவை நோக்கி ஓடுவதற்காக எத்தனித்தபோது ஒரு கை அவனது வாயைப் பொத்தியது. பேரதிர்ச்சியோடு நடுங்கியவனுக்கு முன்பாக தனது ஆள்காட்டி விரலை உதடுகளில் வைத்து சத்தம் போட வேண்டாம் என சைகை காட்டி நின்றான் பத்ரு "இப்போது நீங்கள் இங்கு இருப்பது தெரிந்தால் நிச்சயம் கொன்று விடுவார்கள். அவர்கள் இருபது பேர் துப்பாக்கியோடு இருக்கிறார்கள். நிராயுதபாணியாக நாம் இருவர் ஏதாவது செய்ய நினைத்தால் அது தற்கொலைக்குச் சமம். இங்கு நடப்பதை வெளியுலகிற்கு சொல்வதற்காகவாவது நாம் உயிரோடு இருக்க வேண்டும். அமைதியாக இருங்கள். அவர்கள் நம்மைக் கவனிக்காத நேரமாகப் பார்த்து இந்த மலையை விட்டு வெளியேறி எல்லாவற்றையும் வெளியுலகிற்குத் தெரியப்படுத்தலாம்" என பத்ரு சொல்லச் சொல்ல... அழுகையை அடக்க முடியாமல் துடிதுடித்தான் கேசவன். தூரத்தில் முராயாவின் எட்டு அடி உயர உருவம் மெல்ல மெல்லச் சரிந்தது. திடீரென விறைப்பாக நின்றவர் வானத்தை நோக்கி "முருங்கு!" என அவர்களின் கடவுளை கூப்பிட்டுக் கதறி மீண்டும் சரிந்து விழுந்து சுயநினைவை இழந்தார். கூடவே அடுத்தடுத்து மற்ற பத்து கிகுயூக்களும் சரிந்து விழுந்தனர். அதே நேரத்தில் ஒரு மாபெரும் பேரிரைச்சலோடு வானம் இருண்டது. சூரியனின் வெளிச்சத்தையே மறைத்து வானை இருளாக்கி லட்சக்கணக்கான ஆமூர் பால்கன் பறவைகள் வானில் வட்டமடித்தன.

✻

அந்தக் காட்சியைப் பார்த்துக் காடே நடுங்கியது. வானத்தில் வட்டமடித்துக் கொண்டிருந்த ஆமூர் பால்கன் பறவைகள் அந்தச் சம்பவத்தைப் பார்த்து அலறிய அலறல்கள் ஆகாயத்தின் அடுக்குகளில் அதிர்வலைகளை உண்டாக்கிக் குலை நடுங்கச் செய்தது. காற்றில் கலந்து வீசிய குருதி வாடை ரத்தம் குடிக்கும் பிராணிகளைக்கூட மிரள வைத்தது. ஏரியின் முதலைகளும் மீன்களும் மனித உடல்களைக் கடித்துக் குதறும் காட்சிகளை எட்ட நின்று பார்த்துக் கொண்டிருந்த பத்ருவும் கேசவனும் ரத்தக் கண்ணீர் வடித்தனர். கிகுயூ ஏரி முழுக்க மனித உடல்கள் செத்து மிதந்தன. ஆமூர் பால்கன் பறவைகளோடு சேர்ந்து வட்டமடித்துக் கொண்டிருந்த பெருங்கழுகுகளும் ஆளுண்ணிகளும் அவ்வப்போது ஏரியில் இறங்கி உடல்களைக் கொத்தியவண்ணம் இருந்தன. கிகுயூ ஏரியின் மொத்தத் தண்ணீரிலும் ரத்தம் கலந்து செந்நிறமானது. அது பார்ப்பதற்கு மொத்தக் கிகுயூ மலையே தனது உதிரத்தை ஒரு கோப்பையில் தாங்கி நிற்பதைப்போலக் காட்சியளித்தது

காவலுக்கு இருந்த எல்லா கிகுயூக்களும் கொன்று குவிக்கப்பட்ட பின்பு சிகுவும் அவனுடனிருந்த மற்றவர்களும் குடில்களுக்குள் நுழைந்தனர். எல்லா குடில்களிலும் எல்லாரும் தூங்கிக்கொண்டிருப்பது அவர்களுக்கு அதிர்ச்சியளித்தது. அவர்கள்

தூங்கிக்கொண்டுதான் இருக்கிறார்களா? இல்லை, ஏற்கெனவே இறந்துவிட்டார்களா? தவறாக ஏதாவது செய்து ஒருவேளை எல்லாரும் விழித்துக்கொண்டால் என்ன செய்வது என பயந்தவர்கள் ஒதுக்குப்புறமாக இருந்த ஒரு குடிலுக்குள் நுழைந்து அதில் உறங்கிக்கொண்டிருந்த ஒருவனை தட்டி எழுப்பினர். அவன் எழவில்லை. பிறகு பக்கத்திலிருந்த மற்றொருவன், அடுத்து இன்னொருவன் என எல்லோரையும் தட்டிப் பார்த்து யாரும் விழிக்காத நிலையில் அப்போதுதான் சிகுவிற்கு அந்த உண்மை புரிந்தது. அவர்கள் ஆறு மாதங்கள் தொடர்ந்து நீள்துயில் கொள்வதும் அதனால்தான் குளிர்காலங்களில் அவர்களின் நடமாட்டம் இருப்பதில்லை என்பதையும் உணர்ந்தவன். பலமாகச் சிரிக்கத் தொடங்கினான். மொத்தக் கிகுயூ மலையும் இனி தன்னுடையது எனப் பெருங்களிப்பில் உலகையே வென்றதைப்போலச் சிரித்தான்.

“குடிலுக்குள் இருக்கும் எல்லோரையும் வெளியே கொண்டு வாருங்கள்” என உத்தரவிட்டுக் கத்தினான். உடனடியாக எல்லா திசைகளிலும் சிதறிய அகோயாக்கள் குடிலுக்குள் தூங்கிக்கொண்டிருந்த பெண்கள், குழந்தைகள், இளைஞர்கள், முதியவர்கள் என எல்லோரையும் வெளியே வரிசையாகக் படுக்க வைத்தனர். சுமார் இருநூறு பேர், நெடுந்துயிலி பானத்தைக் குடித்துவிட்டு நீள்துயில் கொண்டிருப்பவர்கள் எல்லோரும் வரிசையாக குடில்களுக்கு வெளியே கிடத்தப்பட்டுக் கிடந்தனர். மேலே வானத்தில் ஆமூர் பால்கன் பறவைகள் அலறிக்கொண்டிருந்தன. காட்டு மரங்களில் மோதி மோதி காற்றும்கூட தனது பெரும் அலறல் சத்தத்தை எழுப்பிக்கொண்டிருந்தது. தூங்கிக்கொண்டிருக்கும் கிகுயூக்கள் கண்விழித்துவிட எந்த வாய்ப்பும் கொடுத்துவிடக்கூடாது என நினைத்த சிகு, கிடத்தப்பட்டிருந்த ஒவ்வொரு நபராக சுடத் தொடங்கினான். அவனோடு சேர்ந்து மற்ற எல்லோரும் தூங்கிக்கொண்டிருந்தவர்களை படபடவென சுட்டுத் தள்ளினர். அடுத்த அரைமணி நேரத்தில் சுடப்பட்ட எல்லா கிகுயூக்களின் உடல்களும் கிகுயூ ஏரியில் மிதந்தது. அவற்றை முதலைகள் குதறிக்கொண்டிருந்தன.

எல்லா காட்சிகளையும் உயிர் வலிக்கப் பார்த்துக்கொண்டிருந்த பத்ருவும் கேசவனும் ஈரக்கொலை நடு நடுங்க அந்த இடத்தை

விட்டு வெளியேறும் சந்தர்ப்பத்திற்காகக் காத்திருந்தனர். திடீரென வானில் ஒரு பேரிரைச்சல் ஆமூர் பால்கன் பறவைகளின் இரைச்சலையும் தாண்டி படபட படவென காதைப் பிளந்தது. மேலே பார்த்தார்கள், வானில் ஒரு ஹெலிகாப்டர் வட்டமிட்டது. அதன் சுழலும் அதிவேகமான காற்றாடி சில நூறு ஆமூர் பால்கன் பறவைகளை துடிதுடிக்கச் சிதறடித்தபடியே தரையிறங்கியது. எல்லோரும் அதனை ஆச்சரியமாகப் பார்த்தனர். ஹெலிகாப்டர் தரையிறங்கியதும் அதிலிருந்து சரசரவென அதிநவீன துப்பாக்கிகளுடன் இறங்கிய கமாண்டோ வீரர்கள் அங்கிருந்த எல்லா அகோயாக்களையும் சராமரியாகச் சுடத் தொடங்கினர். சற்றும் எதிர்பாராத தாக்குதலில் சிகு உட்பட அங்கிருந்த எல்லா அகோயாக்களும் மடிந்து விழுந்தனர். அதே நேரத்தில் ஹெலிகாப்டரிலிருந்து எல்லா அகோயாக்களுக்கும் பரிச்சயமான ஓர் உருவம் கீழே இறங்கியது. அது ராபின்சன். உயிர்போகும் அந்தத் தருவாயில்தான் எல்லா அழிவிற்கும் காரணம் இந்த ராபின்சனின் சூழ்ச்சிதான் என்பதை உணர்ந்தான் சிகு. கிகுயூக்களை அழிக்க தங்களைப் பயன்படுத்திக்கொண்டதோடு மட்டுமில்லாமல், தங்களையும் கொன்றுவிட்டான் என்ற ஆத்திரம் பொங்கியவனாய் ரத்த வெள்ளத்தில் துடித்துக்கொண்டிருந்தான். திடீரென அருகிலிருந்த ஒரு ஈட்டியை எடுத்து ஊன்றி எழுந்து நின்றவன், ஒரே மூச்சாக ராபின்சனை நோக்கி வீசினான். அது ராபின்சனின் விலா எலும்புகளுக்குள் ஊடுருவி உயிரைப் பறித்த அதே நொடியில் சுருண்டு விழுந்து சிகுவும் இறந்துபோனான்.

கமாண்டோக்கள் சுற்றிலும் பார்த்தனர். கிகுயூ ஏரி முழுக்கப் பிணங்கள் மிதந்து கொண்டிருந்தன

“என்ன பண்ணலாம் கேப்டன்?” ஒரு கமாண்டோ கேட்டான்

“ராபின்சனோட உடலை மட்டும் தூக்குங்க. மத்தவங்களை எல்லாம் இங்கயே இப்படியே விட்டுட்டு வாங்க. இந்த மலையில இப்படியொரு சம்பவம் நடந்ததை யாருக்கும் தெரியாம பார்த்துக்கணும். குறிப்பா, மீடியாவுக்கு ஒரு சிறு பெட்டிச்செய்திகூட போயிடக் கூடாது. உடனே கிளம்புங்க” என அந்தக் குழுவின் கேப்டன் கட்டளையிட... ராபின்சனின்

உடலைத் தூக்கிக்கொண்டு விறுவிறுவென காற்றாடியை அடித்தபடியே மீண்டும் சில நூறு ஆமூர் பால்கன் பறவைகளைக் கொன்றபடியே மெல்ல மெல்ல மேலெழுந்து வானில் பறந்து சென்றது அந்த உலங்கு ஊர்தி. ஏற்கெனவே அமர்ந்திருந்த குயின் நிறுவனத்தின் அதிகாரி ஒருவன் தனது சேட்டிலைட் போனை எடுத்து சில எண்களை அழுத்தினான். மறுமுனையிலிருந்தும் அலைபேசி எடுக்கப்பட்டது.

"ஆபரேஷன் கிகுயூ சக்ஸஸ், ஆபரேஷன் கிகுயூ சக்ஸஸ். எல்லா கிகுயூக்களும் கொல்லப்பட்டனர்" என மீண்டும் மீண்டும் திருப்பித் திரும்பிச் சொன்னான். மறுமுனையிலிருந்து ஒரு வசீகரமான குரல் ஒலித்தது

"கிரேட் ஜாப்"

✳

அமெரிக்காவின் வாஷிங்டன் நகரில் அமைந்துள்ள SUPER-X நிறுவனத்தின் மிகப் பிரமாண்டமான அலுவலகக் கட்டிடம் பரபரப்பாக இயங்கிக் கொண்டிருந்தது. உள்ளே ஒரு ரகசிய அறையிருந்தது. அது பெருங்கோவின் தனியறை. உலகின் முக்கிய தலைவர்கள், ஜனாதிபதிகள், பிரதமர்கள், ஐக்கிய நாடுகள் சபையின் முக்கிய உறுப்பினர்கள் என மிக மிக அதிமுக்கியமான நபர்கள் மட்டுமே அந்த அறைக்குள் அனுமதிக்கப்படுவார்கள். அன்று அந்த அறையில் உலகின் சக்தி வாய்ந்த நான்கு பேர் பெருங்கோவுடன் அமர்ந்திருந்தார்கள். அவர்கள் உலக நாடுகளின் தலைவர்கள் அல்லர், எந்த நாட்டின் ஜனாதிபதியோ, பிரதமரோ அல்லர். ஆனால் ஒரு நாட்டின் பொருளாதாரத்தையே ஆட்டிப்படைக்கும் வல்லமை கொண்ட மிகப்பெரும் பணக்காரர்கள். அவர்கள் கிகுயூ மலையில் நடந்த சம்பவங்களை பெரிய திரையில் நேரடியாகப் பார்த்துக் கொண்டிருந்தனர். எல்லா கிகுயூக்களும் கொல்லப்பட்டதாக அலைபேசியில் சொல்லப்பட்ட செய்தியை வெறும் சம்பிரதாயச் செய்தியாகவே பார்த்தான் பெருங்கோ. ஏனென்றால், நடந்தவை எல்லாவற்றையும் ஏற்கெனவே தனது செயற்கைக்கோள் மூலமாக நேரடிக்காட்சிகளாகப் பார்த்துக்கொண்டுதான் இருந்தான்.

"பெருங்கோ, இப்போவாவது சொல்லுங்க. ஆபரேஷன் கிருயூன்னா என்ன? இந்தப் பழங்குடிகளைக் கொல்ல என்ன காரணம்? கொஞ்சம் புரியுற மாதிரி சொல்லுங்க!" என கோட், சூட் அணிந்திருந்த வயதான ஒருவர் தனது மூக்குக் கண்ணாடியை சரிசெய்தபடியே கேட்டார்.

"சொல்லுறேன். அதுக்கும் முன்னாடி ஒருசில விஷயங்களை உங்களுக்குத் தெளிவுபடுத்தனும். இதுவரை SUPER-X நிறுவனம் கண்டுபிடிச்சிருக்கற சில முக்கிய கண்டுபிடிப்புகளை நீங்க தெரிஞ்சிக்கணும்" எனச் சொல்லியபடியே அந்த அறையிலிருந்த ஒரு பெரிய திரையின் முன்பாக நின்றான் பெருங்கோ.

"உன்ன மாதிரி நாங்க எல்லாரும் ஆராய்ச்சியாளர்கள் இல்லப்பா! எங்களுக்குப் புரியுற மாதிரி எளிமையா சொல்லு" என ஒரு சொட்டைத் தலை ஆசாமி சொல்ல... மற்ற மூவரும் அதை ஆமோதிப்பதுபோல பலமாகச் சிரித்துக் கொண்டனர். அவர்களின் அந்தச் சிரிப்பு பெருங்கோவுக்கு எரிச்சலை உண்டாக்கியது ஆனாலும் அதனை வெளிக்காட்டாமல் தொடர்ந்தான்.

"சரி, உங்களுக்குப் புரியுற மாதிரி ரொம்ப எளிமையாவே சொல்லுறேன்" என தனது கையிலிருந்த ரிமோட் கண்ட்ரோல் மூலமாக திரையை ஒளிரவிட்டபடியே கேட்டான்..

"நம்ம பிரபஞ்சம் எவ்வளவு பெருசுன்னு உங்களுக்குத் தெரியுமா?"

"93 பில்லியன் ஒளியாண்டு" என்றார், முகத்தை சீரியஸாக வைத்திருந்த உயரமான ஓர் ஆசாமி.

"சரியா சொன்னீங்க. பிரபஞ்சத்தோட ஒரு எல்லையில இருந்து இன்னொரு எல்லைக்குப் போக தோராயமா 93 பில்லியன் ஒளியாண்டுகள் ஆகும். இந்த 93 பில்லியன் ஒளியாண்டுகள் என்பது நம்மோட கற்பனையிலயும் கடக்க முடியாத தொலைவு.

ஒரு சின்ன எளிமையான கணக்கு சொல்லுறேன். கொஞ்சம் கவனமா கேளுங்க. ஒரு ஒளியாண்டு என்பது ஒரு வருடத்துல ஒளி கடக்கும் தூரம். ஆனா, நம்மால ஒளியோட வேகத்துல பயணிக்க முடியாது. நம்மோட தற்போதைய நவீன தொழில்நுட்பங்களை

வச்சி ஒரு வருடத்துல ஒளி கடக்கும் தூரம் அளவுக்குப் பயணிக்கணும்னா சுமார் இருபதாயிரம் வருடங்கள் ஆகும். ஒரு ஒளியாண்டைக் கடக்கவே இருபதாயிரம் வருடங்கள் ஆகும்னா அப்போ 93 பில்லியன் ஒளியாண்டை கடக்க எத்தனை வருடங்கள் ஆகும், நீங்களே கணக்குப் போட்டுக்கோங்க. வெறும் நூறு வருஷங்களுக்கும் குறைவான ஆயுட்காலம் கொண்ட மனிதர்களுக்கு, அந்த தூரம் பயணப்படணும்னு யோசிச்சுக்கூடப் பார்க்க முடியாத தூரம் இல்லையா?

நம்ம கற்பனைக்குகூட எட்டாத இவ்வளவு பெரிய பிரபஞ்சம் நம்மைச் சுத்தி இருந்தும், மனிதர்களால பூமியில மட்டும்தான் வாழ முடியும்னு நினைக்கிறது எவ்வளவு பெரிய அபத்தம். இந்தப் புள்ளிதான் SUPER-X நிறுவனம் உருவாக முக்கியமான காரணம். மனித இனத்தை இந்தப் பிரபஞ்சம் முழுக்கப் பரப்பணும். ஏற்கெனவே வேற்று கிரகங்கள்ல மனிதர்கள் இருந்தா, அவங்களோட இணக்கமா இருந்து பிரபஞ்சம் தழுவிய ஒரு நாகரிகத்தை உருவாக்கணும். ஒரு கிரகத்துல இருந்து இன்னொரு கிரகத்துக்குப் போய் வருவதை சாதாரணமான ஒரு பயணமா மாத்தணும். எங்களோட இந்த நோக்கம் எல்லாமே உங்களுக்கு ஏற்கெனவே தெரிஞ்சிருக்கும். இந்த நோக்கத்தோட எங்களோட ஆராய்ச்சியை முடுக்கிவிட்டதுலதான் சில முக்கிய கண்டுபிடிப்புகள் சாத்தியமாகியிருக்கு. இதோ பாருங்க” என திரையைக் காட்டினான்.

வரிசையாக சிறியதும் பெரியதுமாக ஏழு கிரகங்கள் திரையில் ஒளிர்ந்தன.

“நீங்க இப்போ பார்க்கிற கோள்கள் எல்லாம் மனிதர்கள் வாழத் தகுதியான கோள்கள். இவையெல்லாம் கடந்த பதினைந்து வருடங்கள்ல எங்க SUPER-X நிறுவனம் பல்வேறுகட்ட ஆராய்ச்சிக்கு அப்புறம் மனிதர்கள் வாழ தகுதியானவைன்னு கண்டுபிடிச்சி உறுதிப்படுத்திய கோள்கள். இந்த எல்லா கோள்களும் நாம வசிக்கிற பால்வழி நட்சத்திரத் திரளோட எல்லைக்குள்ளவே இருக்குறதுதான் இதோட தனிச்சிறப்பு. முதல்ல இருக்கற மூன்று கோள்கள் சுமார் ஐந்து ஒளியாண்டுகள் தொலைவுல இருக்கு. அதாவது இப்போ இருக்க நம்மோட தொழிநுட்பத்தை வச்சி அங்க போக

குறைந்தது ஒரு லட்சம் வருடங்கள் ஆகும். நாலாவதா இருக்கற கோள் பதிமூன்று ஒளியாண்டுகள் தூரம், அஞ்சாவது கோள் பதினைந்து ஒளியாண்டுகள். ஆறாவது கோள் சுமார் *19* ஒளியாண்டுகள்ன்னு ரொம்ப தூரத்துல இருக்கு. கடைசியா இருக்கற இந்தக் கிரகத்தைப் பாருங்க, இதுவும் பக்கத்துல இல்ல. எல்லா கிரகங்களைவிடவும் வெகுதொலைவில் *26.2* ஒளியாண்டுகள் தொலைவுல இருக்கு. இப்போ நீங்க பார்த்த ஏழு கிரகங்களுமே மனிதர்கள் வாழத் தேவையான நிலம், நீர், பிராணவாயு, சூழல்ன்னு எல்லாமே இருக்கக்கூடிய தூரத்து பூமிகள். ஆனால், பிரச்சினை என்னென்னா எல்லா கிரகங்களும் நம்மளோட கற்பனைக்கு எட்டாத தூரத்துல இருக்கு. இதுவரை நான் அறிமுகப்படுத்தின கிரகங்கள் மட்டுமில்லை, இதுமாதிரி பல மில்லியன் கணக்கான பூமிகள், மனிதன் வாழத் தகுதியான கிரகங்கள், நிலவுகள், விண்கற்கள் இந்தப் பிரபஞ்சம் முழுக்க விரவிக் கிடக்குது. அவையெல்லாம் நம்ம கற்பனைக்கு எட்டாத தூரத்துல இருக்கிறதுதான் பெரும் பிரச்சினை. ஆனால் அந்தப் பிரச்சினையைத் தீர்ப்பதற்கான விடையும் நம்ம பிரபஞ்சத்துலயே இருக்கு. அதுதான் புழுத் துளைகள். ஆங்கிலத்துல Wormhole-ன்னு சொல்லுவாங்க. இன்னும் தெளிவா சொல்லணும்னா பரவெளி இணைப்புப் பாலம். அதாவது, கற்பனைக்கு எட்டாத தூரத்துல இருக்க உலகத்துக்கும் நம்ம சூரிய மண்டலத்துக்கும் இடையே உள்ள ஒரு இணைப்புப் பாலம். நீங்களும்கூட அதைப்பத்தி கேள்விப்பட்டிருக்ககூடும். இருந்தாலும் என் பங்குக்கு நானும் கொஞ்சம் தெளிவா சொல்லிடுறேன். நம்ம கடைசியா பார்த்த கிரகத்தோட பெயர் KAYA -15. இது *26.2* ஒளியாண்டுகள் தொலைவுல இருக்க GJ 1151 என்ற நட்சத்திரத்தைச் சுத்திவர ஒரு அதி அற்புதமான கிரகம். நம்மகிட்ட தற்போது இருக்கற தொழில்நுட்பங்களைப் பயன்படுத்தி அங்க போகணும்னா ஏறக்குறைய ஐந்து லட்சம் ஆண்டுகள் ஆகும். அதுவே இந்த நட்சத்திர மண்டலத்துக்குப் போறதுக்கான புழுத் துளையைக் கண்டுபிடிச்சி அந்த இணைப்புப் பாலம் வழியா போனா வெறும் *130* வருடங்கள்ல அங்க போக முடியும்.”

“எல்லாம் சரிதான் பெருங்கோ! ஆனால், நீங்க சொல்லுற Wormhole எல்லாம் திரைப்படங்கள்லயும் அறிவியல்

புனைவுக்கதைகளிலும்தான் வரும். அப்படி ஒரு பிரமாண்ட பரவெளி இணைப்புப் பாலம் இந்தப் பிரபஞ்சம் முழுக்க இருக்கிறதா சொல்லுறது எல்லாம் வெறும் கோட்பாட்டு அளவுலதான் இருக்கு. உண்மையாவே அப்படிப்பட்ட பாலங்கள் இருப்பதை உறுதி செஞ்சி இதுவரைக்கும் எந்த ஆதாரப்பூர்வமான தகவலும் இல்ல" காட்டமாய் குறுக்கிட்டார் அந்த உயரமான ஆசாமி.

பெருங்கோ அவரின் குறுக்கீட்டைக்கண்டு மௌனமாகப் புன்னகைத்தான். கேள்வி கேட்டவரின் அருகில் சென்று முதுகில் அவரைத் தட்டிக் கொடுத்துவிட்டு மீண்டும் திரைக்கு அருகில் சென்று தனது முகத்தை சீரியஸாக மாற்றி பேசத் தொடங்கினான்...

"சரி, இப்போ முக்கிய தகவலுக்கு வரேன். எங்கள் SUPER-X நிறுவனம் உண்மையாவே இந்த KAYA-15க்கு போறதுக்கான புழுத் துளையை பத்து வருடங்களுக்கு முன்னாடியே கண்டுபிடிச்சிட்டோம். அந்த Wormhole செவ்வாய்க் கிரகத்துக்குப் பக்கத்துல இருக்கு" என பெருங்கோ சொன்னவுடன் அமர்ந்திருந்த நான்கு பேரும் ஒரு நொடி ஆடிப்போனார்கள்.

பெருங்கோ மேலும் தொடர்ந்தான்... "அந்த Wormhole கண்டுபிடிப்புக்குப் பிறகுதான் எங்கள் நிறுவனம் செவ்வாய்க் கிரகத்துல மனிதர்களை குடியமர்த்துற முயற்சியில தீவிரமா இறங்க ஆரம்பிச்சது. முழுமூச்சா செவ்வாய்ல மனிதர்களை இறக்கி அங்கேயே ஆராய்ச்சித்தளம் அமைத்து அதன்மூலமா அங்க இருக்க Wormhole வழியா மனிதர்களை KAYA-15க்கு அனுப்புவதைக் குறிக்கோளா கொண்டுதான் எங்களோட ஒவ்வொரு நகர்வுகளையும் கடந்த பத்து வருடங்களா கட்டமைச்சிட்டு இருக்கோம்."

"அப்போ, செவ்வாய்ல மனிதர்களை குடியமர்த்துற திட்டமே இந்த KAYA-15 க்கு பயணிக்கிற திட்டத்தோட தொடக்கப்புள்ளி, அப்படித்தானே?" சொட்டைத்தலை ஆசாமி தனது வழுக்கை மண்டையைத் தடவியபடியே கேட்டார்.

"ஆமாம், உண்மைதான். செவ்வாய் ஒரு இறந்துபோன கிரகம். பல மில்லியன் ஆண்டுகளுக்கு முன்பு மிகச் செழிப்பான ஒரு உயிருள்ள கோளா இருந்திருக்கு. நிறைய ஆறுகள் ஓடியிருக்கு,

பிரமாண்டமான கடல்கள் இருந்திருக்கு. முகில்களை முட்டும் மலைச்சிகரங்களைச் சுற்றி மேகங்கள் உலாவியிருக்கு. இன்னும் சொல்லப்போனா உயிர்கள் வாழ்ந்திருக்கு. மனிதர்கள்கூட வாழ்ந்திருக்கலாம். ஆனா, இப்போ செவ்வாய் ஒரு உயிரற்ற வளிமண்டலம் அற்ற பனிப் பாலைவனம் அவ்வளவுதான். செவ்வாயோட துருவப்பகுதிகள்ல இருக்கக்கூடிய சில இடங்கள்ல மட்டும் தண்ணீர் சிறிய அளவுல இருக்கு. அதுவும் கூட பருவநிலை சாதகமா இருக்கற காலகட்டத்துலதான் கசியும். செவ்வாய், மனிதர்கள் வாழுறதுக்கு எந்த விதத்துலயும் ஏற்ற கிரகம் இல்லை. அதனால, அந்தக் கிரகத்தை முற்றிலும் நிராகரிச்சிட முடியாது. நவீன அறிவியல் கண்டுபிடிப்புகள் துணையோடு செயற்கையான உறைவிடங்களை செவ்வாயில் அமைப்பதற்கான சாத்தியக்கூறுகள் ஏராளமா இருக்கு. ஆனாலும் அப்படி செயற்கை உறைவிடங்கள் அமைத்தாலும் காத்துக்கும், தண்ணிக்கும் தட்டுப்பாடு என்பதைத் தவிர்க்க முடியாது. ஆனால் KAYA-15 செவ்வாய் மாதிரியில்ல. முழுக்க முழுக்க உயிருள்ள கிரகம். ஏறக்குறைய பூமியோட அளவுல பூமி மாதிரியே ஏராளமான ஆறுகளையும் கடல்களையும், சுத்தமான காற்றையும் கொண்ட மிகச் செழிப்பான கிரகம். அங்க போறது நேரடியா பூமியோட வேறொரு பகுதிக்குப் போறதைப் போலத்தான். இந்தப் பூமியில நடமாடுற மாதிரி அங்குள்ள தண்ணியை அள்ளிப் பருக்கலாம், ஆக்சிஜனை அளவில்லாம சுவாசிக்கலாம். மழை பெய்யும், மரம், செடி கொடிகள்கூட இருக்கும். இன்னும் சொல்லப்போனா, மனிதர்கள் என்றைக்காவது வருவார்கள்ன்னு நமக்காகவே செதுக்கி வச்ச, மாதிரியான ஒரு அழகான சொர்க்கம்” எனச் சொல்லியபடியே அந்த ஒரு கிரகத்தை மட்டும் திரைமுழுக்க ஒளிர விட்டான். பச்சை வண்ணத்தில் திரை முழுக்க அழகாய் ஆக்கிரமித்தது அந்தத் தூரத்து உலகம். எல்லாவற்றையும் கேட்டுக்கொண்டிருந்த நான்கு பேரும் ஆச்சரியத்தில் விழிவிரியப் பார்த்துப் பெருமூச்சு விட்டனர்.

“சபாஷ் பெருங்கோ! உலகையே புரட்டிப்போடுற மாபெரும் விடயத்தைக் கண்டுபிடிச்சிட்டு பத்து வருசங்களா இந்த உலகத்துக்கு தெரியப்படுத்தாம இருந்திருக்கீங்களே... வெளியில தெரிஞ்சா இந்த மொத்த உலகத்தோட நாயகன் நீங்கதான்.

இப்போ மட்டுமில்லை, இந்த மனிதகுலம் வாழுற வரைக்கும் நீங்க இருப்பீங்க. இப்போ, இந்த நிமிஷத்துல நீங்க உலகத்துக்குத் தெரியப்படுத்தினாகூட இந்த உலகமே ஆச்சரியத்துல அதிர்ந்து போயிடும். அடுத்த வருஷ நோபல் பரிசு உங்களுக்குதான். ஐசக் நியூட்டன், ஆல்பர்ட் ஐன்ஸ்டின் வரிசையில உங்க பெயர் எப்போவுமே இருக்கும். எதுக்காக இத்தனை வருடங்களா மறைச்சியிருக்கீங்க?" என உணர்ச்சிபொங்க பாராட்டியபடியே வினவினார் அந்த சொட்டைத்தலை ஆசாமி.

பெருங்கோ பலமாகச் சிரித்தான்.

"இந்தக் கண்டுபிடிப்புகள் எல்லாம் நோபல் பரிசுகளா வாங்கிக் குவிக்கவோ, ஐசக் நியூட்டன், ஆல்பர்ட் ஐன்ஸ்டின் வரிசையில என்னோட பெயர் நிரந்தரமா வாழுறதுக்கோ இல்ல. என்னோட நோக்கம் அதையெல்லாம்விட ரொம்பப் பிரமாண்டமானது. மனிதன் கற்பனையிலகூடப் போக முடியாதுன்னு நினைக்கிற பல மில்லியன் கணக்கான கிரகங்களுக்குப் போகணும். பல்லாயிரம் வருடங்களுக்கு வெறும் பெயரா வாழாம உண்மையாவே ரத்தமும் சதையுமா உயிருள்ள நானா வாழணும். இன்னும் சொல்லப்போனா, கடவுளா மாறி இந்தப் பிரபஞ்சம் முழுக்க ஆளணும்" என மீண்டும் பலமாகச் சிரித்தான்

"புரியல. கொஞ்சம் தெளிவா சொல்லுங்க பெருங்கோ!" என்றார், அந்த சீரியஸான உயரமான ஆசாமி.

"அதாவது KAYA-15 செழிப்பான கிரகம்னு சொன்னேன். அதைவிட முக்கியமா அது ஒரு கருந்துளைக்குப் பக்கத்துல இருக்கற கிரகம். அங்க நேரம் ரொம்ப வேகமா நகரும். அதாவது, ஒரு வருடம் KAYA-15ல தங்கியிருக்கோம்னு கற்பனை பண்ணிக்கோங்க. அதே ஒருமணி நேரத்துல பூமியில ஆயிரம் வருடங்கள் ஓடியிருக்கும். நினைச்சுப் பாருங்க, அங்கேயிருந்து நம்மால பூமியைக் கட்டுப்படுத்த முடிஞ்சா? பூமியில நடக்கக்கூடிய ஒவ்வொரு நகர்வையும் தீர்மானிக்கிறது நாமா இருந்தா? பூமியில இனி பிறக்கப்போற குழந்தைகள் நாம வடிவமைக்கிற மாதிரி பிறந்தா, அவர்களோட மரபணுக்கள் எப்படியிருக்கணும் அவங்க வாழ்க்கை எந்த மாதிரி இருக்கணும்னு நாம தீர்மானிச்சா எப்படியிருக்கும்?

இன்னிக்கு நம்ம கிட்ட பணம் இருக்கு. உலக நாடுகளை மறைமுகமா கட்டுப்படுத்துற அதிகாரம் இருக்கு. ஆனால், எல்லாமும் இருந்தும் நாம யார்? சாதாரண மனிதர்கள்தான். எல்லாரையும்போல நமக்கும் 24 மணிநேரம்தான், எல்லாரையும்போல ஒருநாள் நாமும் செத்துப்போகணும். எவ்வளவுதான் சாதனைகள் செஞ்சாலும் ஒரு மிகப் பெரிய அரசியல்வாதியாவோ, உலகம் போற்றும் விஞ்ஞானியாவோ, பெரு நிறுவன சாம்ராஜ்யங்களின் அதிபராவோ இருந்தாலும் கூட நமக்கும் நம்ம நிறுவனத்துல கழிவறை கழுவுற சாதாரண தொழிலாளிக்கும் ஒரு வித்தியாசமும் இல்ல? இங்க எல்லாருக்கும் சமமா இருக்குறது இந்த நேரம் மட்டும்தான். ஆனா KAYA-15க்கு குடிபெயர்ந்து வேறொரு நேரத்துல வாழ்ந்துட்டு, பல்லாயிரம் வருடங்களுக்கு இந்தப் பூமியை கட்டுப்படுத்த முடிஞ்சா நாம பெருநிறுவன சாம்ராஜ்யத்தின் அதிபர்கள் இல்லை. விஞ் ஞானிகள் இல்லை. உலகின் தலைவன் இல்லை. அதைவிட மேலான ஒரு இடம் கிடைக்கும். இந்த உலக மக்களால் நமக்காக கண்ணுக்குத் தெரியாத ஒரு நாற்காலி போடப்படும். அதுதான் கடவுளின் நாற்காலி. நாமெல்லாம் கடவுளாக மாற்றப்படுவோம். KAYA-15ல வாழ்ந்துட்டு ஒவ்வொரு ரெண்டாயிரம் பூமி வருடங்களுக்கு ஒருமுறை பூமிக்குப்போய் மக்களுக்கு தரிசனம் கொடுத்துட்டு வந்தா, நாமதான் கடவுள்"

எல்லாவற்றையும் கேட்டுக்கொண்டிருந்த நால்வரும் விழி பிதுங்கி சிலிர்த்துப்போய் மயிர்கூச்செரிய அமர்ந்திருந்தனர்.

"கேட்க ரொம்பப் பிரமாதமா இருக்கு. இன்டெர்ஸ்டெல்லார் படம் பார்த்த மாதிரி சுவாரஸ்யமா இருக்கு. இதை வச்சி நல்ல ஒரு அறிவியல் புனைவு எழுதலாம். ஆனா, நடைமுறையில இதெல்லாம் சாத்தியமாகுற விஷயமா?" சீரியஸான முகம்கொண்ட அந்த உயரமான மனிதர் பெருங்கோவைப் பார்த்து வினவினார்.

"Mr. ஜேம்ஸ், இதையெல்லாம் சாதாரண யாரோ ஒருத்தன் சொன்னா நீங்க சந்தேகப்படுறது சரி. ஆனா, நீங்க பேசிட்டு இருக்குறது DR. பெருங்கோகிட்ட என்பதை மறந்துடாதீங்க. செவ்வாய்க்கிரகத்துக்கு இருபது செயற்கைக் கோள்களுக்கு மேல செலுத்தியிருக்கார், அவருடைய கண்டுபிடிப்புகளுக்காக ரெண்டு

முறை இயற்பியலுக்கான நோபல் பரிசு வாங்கியிருக்கார். இந்த உலகம் போற்றக்கூடிய மிகப் பெரிய விஞ்ஞானி அவர்" சொட்டைத்தலை ஆசாமி பெருங்கோவிற்கு ஆதரவாய் குரல் கொடுத்தார்.

"பெருங்கோவோட சாதனைகளை நான் மறுக்கல. அவர் ஒரு மிகப் பெரிய விஞ்ஞானி என்பதிலும் எனக்கு சந்தேகமில்லை. ஆனால், அவர் செவ்வாய்க்கிரகத்துக்குப் பக்கத்துல கண்டுபிடிச்சிருக்கற Wormhole வழியா பயணப்பட்டு KAYA-15க்குப் போனாகூட 130 வருடங்கள் ஆகும்னு சொல்லுறார். 130 வருடங்கள் ஒரு விண்கலத்துல பயணிக்க மொதல்ல நாம் உயிரோட இருக்கணும். எனக்கு ஏற்கெனவே 68 வயது ஆகுது. இதுல எப்படி 130 வருஷங்கள் பயணிக்க முடியும்?" மீண்டும் ஜேம்ஸ் சந்தேகக்குரல் எழுப்பினார்.

"அவர் சொல்லுறதும் சரிதான், 130 வருடங்கள்கூட ஒன்றும் பக்கமில்லையே. சரி, இந்த KAYA-15 கிரகத்துக்குப் போறதுக்கே 130 வருடங்கள் ஆகும்னா, மனிதர்களை எப்படி அனுப்ப போறோம்?" என தனது குரலைக் கணைத்தபடியே ஜேம்ஸ் கேட்ட அதே கேள்வியை பெருங்கோவை நோக்கிக் கேட்டார் அங்கிருந்த ஒரு பருமனான ஆசாமி.

"130 வருடங்கள் மனிதர்களுக்கு தனது ஆயுட்காலத்தைவிட அதிகம். ஆனால், அதே 130 வருட காலம் இந்தப் பிரபஞ் சத்தோட ஒப்பிடும்போது ஒரு மணித்துளியிலும் பல கோடி மடங்கு குறைவான காலம்"

நீண்டகால விண்வெளிப் பயணங்களை சாத்தியப்படுத்த மனித குலம் மரணத்தை வெற்றி கொள்ளணும். ஆனால், மரணமே இல்லாத மனிதர்களைப் பத்தியெல்லாம் கற்பனை பண்ணிக்கூடப் பார்க்க முடியாது. ஆனால், மரணத்தை தள்ளிப்போடுற வழி நமக்கு எப்போதும் திறந்தே இருக்கு. 1920ஆம் ஆண்டுகள்ல அமெரிக்காவுல வாழ்ந்த ஒரு ஆணோட சராசரி ஆயுட்காலம் 53 வருடங்கள்தான். ஆனால் 2020ல ஒரு அமெரிக்க ஆணோட சராசரி ஆயுட்காலம் 78 வருடங்கள். கடந்த நூறு ஆண்டுகள்ல மனிதனோட ஆயுட்காலத்தை 25 வருடங்கள்தான் உயர்த்த முடிஞ்சிருக்கு. இந்த வேகம் போதாது. மனிதனோட ஆயுட்காலத்தை பெரிய அளவுல நீட்டிக்கணும்.

அதாவது 78 வருடம் என்பது தற்போதைய சராசரி ஆயுட்காலம். இந்த ஆயுளை ஐநூறு வருடங்கள் வரைக்கும் நீட்டிக்க முடிஞ்சா மட்டும்தான் நீண்டதூர விண்வெளிப் பயணங்கள் சாத்தியம்.

அப்படி மனிதனோட ஆயுட்காலத்தை எப்படி நீட்டிக்க முடியும்னு உலகம் முழுக்க நடைபெற்ற ஆராய்ச்சிகள் எல்லாமும் ஒரு வழிகாட்டுதல் முறையை நமக்கு கொடுத்திருக்கு. அதன்படி மனிதர்களை கட்டுப்படுத்தப்பட்ட குறிப்பிட்ட வெப்பநிலையில் நீண்டகாலம் தூங்க வச்சி அவர்களோட உடல் வளர்சிதை மாற்றங்களை கட்டுப்படுத்தணும். இதை CRYOSLEEPன்னு சொல்லுவாங்க. அதாவது எவ்வளவு காலம் இப்படி மனிதர்கள் தூக்கத்துல இருக்காங்களோ, அவ்வளவு காலம் அவர்களுக்கு வயது ஏறியிருக்காது. உதாரணமா சொல்லணும்னா, 25 வயசுல ஒருத்தன் CRYOSLEEPல வைக்கப்பட்டு KAYA-15க்கு அனுப்பப்படுறான்னு கற்பனை பண்ணிக்கோங்க. 130 வருடங்கள் கழிச்சு விண்கலம் KAYA-15 ஐ அடைஞ்ச அவன் கண் விழிக்கிறான். சாதாரணமா இப்போ அவனுக்கு 155 வயது ஆகி முதிர்ந்த, தளர்ந்துபோன தோற்றத்துல இருக்கணும். ஆனால், இவ்வளவு வருடங்களும் கட்டுப்படுத்தப்பட்ட உறக்க நிலையில இருந்ததால 25 வயது வாலிபனாகவே புதுக் கிரகத்துல கண் விழிப்பான். அவனுக்கு வயது ஏறியிருக்காது, உடல் தளர்ந்திருக்காது.

திரு. ஜேம்ஸ், நீங்களும்கூட இப்போ உங்க 68 வயசுல பயணப்பட்டா இதே 68 வயதுடையவராத்தான் புதுக் கிரகத்துல கண்விழிப்பீங்க. இப்போ உங்களுக்குப் புரியும்னு நினைக்கிறேன்''. என பெருங்கோ சொன்னதும் அதை ஆமோதிப்பதுபோல் தலையசைத்தார் ஜேம்ஸ். அவரது தலை யசைப்பைக் கவனித்தபடியே மேலும் தொடர்ந்தான் பெருங்கோ

"ஆனால் இதுல கடினமான உண்மை என்னன்னா, நாம இதுவரைக்கும் இந்த cryosleep தொழில்நுட்பத்துல ஜீரோவுலதான் இருக்கோம். உலகம் முழுக்க மிகத் தீவிரமான ஆராய்ச்சிகள் நடந்துட்டு இருக்கு. இரவு, பகல் பாராமல் உலக விஞ்ஞானிகள் பல பேர் எப்படியாவுது இந்த மனிதர்களை நெடுந்துயில் கொள்ளச்செய்து அவர்களோட ஆயுட்காலத்தை நீடிக்கச் செய்யணும்னு மூளையைக் கசக்கிப் போராடிட்டு

இருக்காங்க. ஆனால், அவர்களோட முயற்சிக்கு துளியளவும் வெற்றி கிடைக்கல. புதிய புதிய கிரகங்களைக் கண்டுபிடிச்ச எங்க SUPER-X நிறுவனம் அந்தக் கிரகங்களுக்குப்போக முடியாம இன்றைக்குவரை தத்தளிச்சு நிக்கிறோம். மனிதர்களை நெடுந்தூக்கம் கொள்ளச்செய்து அவர்களது வளர்சிதை மாற்றத்தை கட்டுப்படுத்துற ஒரே ஒரு தொழில்நுட்பம் இருந்தா போதும் இந்தப் பிரபஞ்சம் முழுக்கப் பயணிக்க முடியும். இந்த மொத்தப் பிரபஞ்சத்தையும் ஆள முடியும்.

ஆனால், இது சம்பந்தமா கடந்த பல வருடங்களா நடந்த ஆராய்ச்சிகள் எல்லாம் தொடங்கிய நிலையில எப்படியிருந்ததோ அதே நிலையிலதான் இன்னும் இருக்கு. எந்த முன்னேற்றமும் இல்லை. இப்படிப்பட்ட சூழ்நிலையிலதான் சுமார் ஆறு வருடங்களுக்கு முன்னாடி கிடைச்ச ஒரு ரகசியத் தகவல் என்னை அதிர வைத்தது. தென்னாப்பிரிக்காவுல இருக்கற கிகுயூ மலையில வாழுற கிகுயூ பழங்குடிகள்கிட்ட நெடுந்துயில் கொள்ளுற பழக்கம் இருக்கு என்பதுதான் அந்தத் தகவல். ஆரம்பத்துல என்னால நம்ப முடியல. அப்புறம் அந்தப் பழங்குடிகளை ரகசியமா செயற்கைக்கோள்கள் மூலமா கண்காணிக்க ஆரம்பிச்சேன். உண்மையா சொல்லப்போனா அது ரொம்பவே கடினமா இருந்தது. எங்களால அந்தப் பழங்குடி மனிதர்களை தெளிவா ஒரு புகைப்படம்கூட எடுக்க முடியல. ஆனா, தொடர்ந்து அவர்களை கண்காணிச்சதுல வருசத்துல ஆறு மாதங்கள் கிகுயூக்களோட நடமாட்டம் சுத்தமா இல்லாம இருந்ததை உற்றுக் கவனிச்சோம். அது எங்களுக்குக் கிடைத்த தகவலோட உறுதித்தன்மையை வலிமையாக்கிச்சு. இன்னும் அதைப் பத்தி தெரிஞ்சிக்க அவ்வப்போது நம்ம நிறுவனத்தோட ஊழியர்கள் சில பேரை ரகசிய கேமராக்களோடு கிகுயூ மலைக்குள்ள அனுப்பினோம். ஆனால், உள்ள போன எல்லாரும் அம்புகளால் தாக்கப்பட்டு பிணமாதான் திரும்பி வந்தாங்க. ஆனாலும் அந்த சடலங்கள்ல இருந்த ரகசிய கேமராக்களை ஆராய்ந்தபோது அந்தக் கிகுயூ மலையில நெடுந்துயிலி என்ற அபூர்வமான மரங்கள் இருப்பதும் அந்த மரத்தின் மலர்களைச் சாறு பிழிந்து குடித்துவிட்டு கிகுயூக்கள் பல மாதங்கள் உறங்குவதும் அப்படி நெடுந்துயில் கொள்ளும் வழக்கத்தால் சராசரி மனிதர்களைவிட இரண்டு மடங்கு ஆயுளோட அதாவது அதிகபட்சம் முன்னூறு

வருடங்கள் வரைக்கும்கூட வாழுறாங்க என்பது தெரியவந்து ஆச்சரியப்படுத்தியது.

நெடுந்துயிலி மரத்தின் மலர்களை நவீன ஆராய்ச்சிக்கு உட்படுத்தி பழங்குடிகள் பயன்படுத்தியதைவிட அளவு கூட்டி துரிதமா பயன்படுத்தினா நீண்ட ஆண்டுகள் மனிதர்களை நெடுந்தூக்கத்தில் வைக்கும் கனவுத் தொழில்நுட்பம் நமக்கு கைகூடும். அப்புறம் KAYA-15 மாதிரியான ஆயிரக்கணக்கான கிரகங்களுக்கு நம்மால் பயணப்பட முடியும். அதைவிட பிரபஞ் சத்தின் கடவுளா வலம் வரமுடியும்.

ஆரம்பத்துல கிகுயூக்களைக் கொல்லுற திட்டமெல்லாம் என்னிடம் இல்லை. நெடுந்துயிலி விதைகளை சேகரிச்சு அதை ரகசியமான இடத்துல வளர்ப்பதுதான் எங்களோட திட்டமா இருந்தது. அப்படி நெடுந்துயிலி விதைகளைச் சேகரிக்க கிகுயூ மலைக்குள்ள அனுப்பின எங்க ஆட்களும் அவங்க அம்புகளுக்கு இரையாகி மலைக்கு வெளியே பிணமா கிடந்தாங்க. கிகுயூக்களால் கொல்லப்பட்ட சடலங்களோட சட்டைப்பையில இருந்த நெடுந்துயிலி மரங்களின் விதைகளை சேகரித்துக் கொண்டுவந்து பல இடங்கள்ல பயிரிட முயற்சி செய்தோம். ஆனா, எங்களோட எல்லா முயற்சிகளும் தோல்வியில முடிஞ்சது. பல கட்டத் தோல்விகளுக்குப் பிறகுதான் எங்களுக்கு ஒரு உண்மை புரிய ஆரம்பிச்சது. நெடுந்துயிலி மரங்கள் கிகுயூ மலையில் மட்டும்தான் வளரும். வேறு எங்கும் அதை வளர வைக்க முடியாது என்பதுதான் அந்த உண்மை. அதற்குப் பல காரணங்கள் இருக்கலாம். கிகுயூ மலை ஒரு செயல்படும் எரிமலை. கடைசியா பல லட்சம் வருடங்களுக்கு முன்னாடி பலமுறை வெடிச்சியிருக்கு. அப்படி வெடிச்சப்போ, பூமிக்குள்ளேயிருந்து எரிகுழம்புகளைக் கக்கி உலகில் வேற எங்கும் இல்லாத தனித்துவமான கனிமங்களை வெளியேத்தியிருக்கணும். அந்த தனித்துவமான கனிமங்கள் இருந்தால் மட்டுமே வளரக்கூடிய மரங்களாக இந்த நெடுந்துயிலி மரங்கள் பரிணாம வளர்ச்சி அடைந்திருக்கணும். அப்படியில்லன்னா, வானத்துலயிருந்து ஏதாவது தனித்துவமான தனிமங்களைக்கொண்ட எரிகல் ஏதாவது பல லட்சம் வருடங்களுக்கு முன்னாடி இந்த மலையில மோதி இந்த மலை முழுக்க அந்தத் தனிமங்களால

ஆக்கிரமிக்கப்பட்டிருக்கணும். இது எல்லாமே யூகம்தான். ஆனால் நெடுந்துயிலி மரம் வளர்வதற்குத் தேவையான சில தனித்துவமான தனிமங்கள் கிகுயூ மலையில மட்டும்தான் இருக்கு என்பது நூறு சதவீத உண்மை"

"அப்படி என்றால் அந்த நெடுந்துயிலி விதைகள் எப்படி அந்த மலைக்கு வந்திருக்கும்?" மீண்டும் ஜேம்ஸ் வினா எழுப்பினார்.

"இதற்கான பதிலை என்னால தெளிவா சொல்ல முடியும். அந்த விதைகளைக் கிகுயூ மலைக்குக் கொண்டுவந்து சேர்த்தது ஆமூர் பால்கன் பறவைகள். சைபீரியாவுல இருந்து தென்னாப்பிரிக்கா வரைக்கும் பல நாடுகள் வழியா பறந்து வரக்கூடிய ஆமூர் பால்கன் பறவைகள் தங்களோட சேர்த்து உடலில் ஒட்டியிருக்கும் பில்லியன் கணக்கான விதவிதமான விதைகளையும் கொண்டுவருகின்றன. அப்படிப் பல லட்சம் வருடங்களுக்கு முன்னாடி கொண்டுவந்த பல விதைகளின் கலப்பினம்தான் இந்த நெடுந்துயிலி மரங்கள். இதோ அந்த மரத்தைப் பாருங்க" என பூத்துக் குலுங்கும் ஒரு நெடுந்துயிலி மரத்தின் புகைப்படத்தை திரையில் ஒளிரவிட்டான். பார்த்துக்கொண்டிருந்தவர்கள் எல்லாரும் சில்லிப்போடு திரைக்குள் மூழ்கினர். "Wonderful, Marvelous" என்ற வார்த்தைகளைச் சிதறவிட்டபடியே நால்வரும் திரையைப் பார்த்து முடித்தபின்பு அவர்களைப் பார்த்துக் கேட்டான் பெருங்கோ...

"அந்தக் கிகுயூ மலைக்குள்ள நுழைய எனக்கு இருந்த ஒரே தடை இந்தக் கிகுயூ பழங்குடிகள்தான். இப்போ அவங்கள்ல ஒருத்தர்கூட இல்ல. அவங்க மட்டுமில்லை, மலை அடிவாரத்துல இருந்த அகோயா பழங்குடிகளும் சிதைக்கப்பட்டாச்சு. அடிவாரத்துல மிச்சம் மீதியிருக்கற சில குழந்தைகளையும் பெண்களையும் எளிதில் வெளியேத்துற வேலைய குயின் நிறுவனம் பார்த்துப்பாங்க. இனி அந்த மொத்த மலை மட்டுமில்ல, அதைச் சுத்தி இருக்கற சுமார் முப்பது கிலோமீட்டர் பரப்பளவுள்ள இடமும் என்னோட கட்டுப்பாட்டுல வேணும். நெடுந்துயிலி மரத்தின் காத்துகூட எங்கள் SUPER-X நிறுவனத்தை தாண்டிப் போகக்கூடாத அளவுக்கு அந்த மொத்த இடமும் எங்க

கட்டுப்ப்பாட்டுக்குள்ள உடனடியா வரணும். அதை நீங்கதான் சாத்தியப்படுத்திக் கொடுக்கணும். அதற்காகத்தான் இவ்வளவு உட்சபட்ச ரகசியமான தகவல்களை உங்ககூட பகிர்ந்திருக்கேன். நீங்க சொன்னா தென்னாப்பிரிக்க அரசாங்கம் கட்டுப்படும். எனக்கு நீங்க உதவி செஞ்சா உங்களையும் கடவுளாக்குறேன்" என தனக்கு முன்பிருந்த மேசையில் இரண்டு கைகளையும் ஊன்றி குனிந்தபடியே தனது விழிகளை உருட்டி நால்வரின் கண்களையும் மாறி மாறிப் பார்த்தான்.

"அதான் எல்லாத்தையும் ஏற்கெனவே பண்ணிடீங்களே பெருங்கோ! இன்னும் என்ன இருக்கு? உண்மையைச் சொல்லப்போனா எனக்கே அந்தக் கிகுயூ மலை மேல ஒரு கண்ணு இருந்தது. இப்போ அந்தத் திட்டத்தை நினைச்சா சிரிப்பா இருக்கு, அந்த இடத்தைக் கைப்பற்றி தனியார் சுற்றுலா தலமா மாத்துற திட்டமெல்லாம் இருந்தது. ஆனால், அந்தக் கிகுயூ பழங்குடிகள் இருந்ததால துரும்பைக்கூட அசைக்க முடியல. அவர்களை இந்த உலகம் முழுமைக்கும் தெரிஞ்சிருக்கு, அவர்களைப் பாதுகாக்கணும். அவர்களை அவர்களாகவே சுதந்திரமா வாழவிடணும். வெளி மனிதர்கள் அவர்களோட வாழ்விடங்களுக்குப் போகக் கூடாதுன்னு ஏகப்பட்ட கட்டுப்பாடுகள். தடை செய்யப்பட்ட பகுதியாவே எப்போவும் இருக்கணும்னு உலக நாடுகளே தென்னாப்பிரிக்காவுக்கு அழுத்தம் கொடுக்குற அளவுக்கு முக்கியமானவர்களா இருந்தாங்க அந்தப் பழங்குடிகள். உலக நாடுகளின் கண்கள்ல மண்ணைத் தூவி ஒரு இனக்கலவரத்தை உண்டாக்கி எல்லா கிகுயூக்களையும் அழிச்சிட்டீங்களே, உங்க மூளை இந்தப் பிரபஞ் சத்தையே ஆளத் தகுதியானதுதான். 'கிகுயூ இனமே அழிந்தது. அகோயாக்களுக்கும் கிகுயூக்களுக்கும் நடந்த இனக்கலவரத்தில் எல்லா கிகுயூக்களும் கொல்லப்பட்டனர்' இதுதான் நாளைக்கு உலக நாடுகளின் தலைப்புச் செய்தி. இந்த செய்தி வந்த பிறகு அதற்காக ஒரு இரங்கல் கூட்டம் மட்டும் நடத்துங்க. மத்ததை நாங்க பார்த்துக்குறோம். இன்னும் சில நாட்கள்ல அந்தக் கிகுயூ மலை உங்களுடையது..." என பருமனான சொட்டைத்தலை ஆசாமி சொல்ல... மற்ற மூவரும் அதனை ஆமோதித்து பெருங்கோவிற்கு உதவி செய்வதாய் உறுதியளித்தனர்.

“இந்த மாதிரியான வன உயிர்கள் பாதுகாப்பு சம்பந்தமா உலகம் முழுக்க உங்க SUPER-X நிறுவனத்து மேல மிகப் பெரிய மதிப்பு இருக்கு. சமீபத்துலகூட இந்தியாவுல அந்த ஆமூர் பால்கன் பறவைகள் கொல்லப்பட்டதுக்காக உங்க இணையதளம் எதிர்ப்பு தெரிவிச்ச பிறகுதான் அது பூதாகரமான விஷயமா மாறிச்சி. அந்த நற்பெயரே போதும். அதை வச்சே நீங்க கிகுயூ மலைக்குள்ள நுழைஞ்சிடலாம்.”

“ஆமாம், அந்த ஆமூர் பால்கன் பறவைகள் கொல்லப்படுவதற்கு எதிர்ப்பு தெரிவிச்சீங்களே அது உண்மையா, இல்லை அதுவும் உங்க திட்டத்தோட ஒரு பகுதிதானா? ஆண்டர்சன் வினா எழுப்பினார்

“அது எங்க திட்டமெல்லாம் இல்லை. யாரோ ஒரு ஆர்வக்கோளாறான ஹேக்கர், ஆமூர் பால்கன் பறவைகளைக் காப்பாத்துறேன்னு எங்க வலைதளத்தை ஹேக் பண்ணி அப்படிப் பதிவிட்டுட்டான். அதுவும் ஒரு வகையில எங்களுக்கு சாதகமான சூழ்நிலையை உருவாக்கிக் கொடுத்ததால அந்த விஷயத்தை அப்படியே விட்டுட்டோம். அவன் அப்படிப் பதிவிட்டதாலதான் ‘ஆபரேஷன் கிகுயூ’வை தீவிரப்படுத்த முடிஞ்சுது. உலகம் முழுக்க வன உயிர்களைப் பாதுகாக்கும் முகமாவும் SUPER-X மாறிச்சு. தெரிஞ்சோ, தெரியாமலோ அந்த ஹேக்கர் நமக்கு உதவி பண்ணி இருக்கான். அவன் யாருன்னு இன்னும் தேடிட்டுதான் இருக்கோம். கூடிய சீக்கிரம் மாட்டுவான். அவனை மாதிரி திறமையான ஹேக்கர்களை நாம பயன்படுத்திக்கலாம்” பெருங்கோவின் கண்களில் பெருங்கனவுகள் ஒளிர்ந்தன.

*

கிகுயூ மலையுச்சியில் கேசவனும் பத்ருவும் ஏரியில் மிதக்கும் பிணங்களைப் பார்த்து மண்டியிட்டுக் கதறிக்கொண்டிருந்தனர். ஒரே நாளில் இரண்டு பழங்குடியினங்கள் தனது கண் முன்னால் அழிக்கப்பட்டதைப் பார்த்த வலியின் உச்சத்தில் துடித்துக் கதறினான் கேசவன். அகோயாக்களின் மொழியையும் கலாச்சாரத்தையும் காக்க சில ஆயிரம் மக்களாவது தென்னாப்பிரிக்கா முழுக்க விரவியுள்ளனர். ஆனால், கிகுயூக்களின் மொத்த இனமும் அழிக்கப்பட்டுவிட்டது. அழிக்கப்பட்டது கிகுயூக்கள் என்கிற பழங்குடிகள் மட்டுமல்ல, அவர்களின் மொழி, கலாச்சாரம், வாழ்வியல்முறை, காடுகளைப்பற்றிய பாரம்பரிய அறிவு கூடவே அவர்களின் அரிய மருத்துவ அறிவு, எல்லாமும் அழிக்கப்பட்டுவிட்டது. இன்னும் சில மாதங்களில் இந்த மொத்தக் காடும்கூட அழிக்கப்படும் என்பதை நினைத்து கதறியபடியிருந்தவனை எழுப்பி துரிதப்படுத்தினான் பத்ரு. அதே நேரத்தில் திடீரென ஓர் உருவம் ரத்த வெள்ளத்தில் நனைந்தபடி அவர்களின் முன்னாள் வந்து நின்றது. வந்து நின்ற அடுத்த நொடியில் மடிந்து தரையில் விழுந்தது அந்த உருவம். அந்த உருவத்தைப் பார்த்தவுடன் “உபாகா!” எனக் கத்தியபடியே அவனைக் கட்டிப்பிடித்துக் கதறினான் கேசவன்.

கீழே சரிந்து விழுந்த உபாகாவின் நாடியைப் பார்த்து "உயிர் இருக்கிறது" என பத்ரு சொல்ல... மறுகணமே பரபரப்பானான் கேசவன். அருகில் விழுந்துகிடந்த நெடுந்துயிலி மலர்களைப் பொறுக்கினான். அவற்றை ரத்தம் கலந்து செந்நிறமாகிப் போயிருந்த கிகுயூ ஏரி நீருடன் கலந்து நெடுந்துயிலி பானத்தைத் துரிதமாகத் தயாரித்தான். விழுந்து கிடந்த உபாகாவின் வாயில் அவன் தயாரித்த எல்லா பானத்தையும் கொஞ்சம் கொஞ்சமாகக் கொடுக்க... இன்னும் மயக்க நிலையிலிருந்தாலும் அவனது உடல் அதை ஏற்றுக்கொண்டது. கிகுயூக்களில் இவன் ஒருவனாவது உயிரோடு இருக்கிறான். இவனை எப்படியாவது காப்பாற்றிவிட வேண்டும் என இருவரும் பதறினார்கள். தொடர்ந்து உபாகாவின் உடல்நிலையைப் பரிசோதித்தான் பத்ரு. சுவாசம், நாடித்துடிப்பு என எல்லாமும் சீராக இருந்தன. "இனி பயமில்லை, இவன் பிழைத்துக்கொள்வான்" என நம்பிக்கையோடு சொன்னான் கேசவன். 'ஆனால், அவன் இன்னும் ஆறு மாதங்கள்வரை உறக்கத்திலிருப்பான். இந்த மலையைவிட்டு இவனை எங்கு கொண்டு சென்றாலும் இவனுக்கு ஆபத்து. அதனால், இந்த மலைக்குள்ளேயே எங்கேயாவது ஒளித்துவைக்க வேண்டும்' என முடிவெடுத்த கேசவன் "அதுவரை அவனை பாதுகாப்பாக வைக்க வேண்டும்" எனச் சொல்லியபடியே கிகுயூ குகைக்குப்போகும் வழியைக் காட்டினான். இருவரும் உபாகாவைச் சுமந்தபடி சென்று கிகுயூ குகையின் பாதுகாப்பான ஓர் இடத்தில் அவனை மறைத்துவைத்துவிட்டு வெளியே வந்தனர்.

சில மணிநேரங்களுக்கு முன்பு ஒலித்த உயிர்களின் ஓலச்சத்தம் இன்னும் இன்னும் அவர்களுக்குள் ஒலித்துக்கொண்டிருந்தது. ஓர் உயிரற்ற உடல்போல மலையைவிட்டு இறங்கத் தொடங்கினார்கள் இருவரும். பத்ரு மிகத் துரிதமாக வழிகாட்டி, கேசவனை அழைத்துக்கொண்டு சென்றாலும் அவனும் தனது வாழ்நாளில் சுமந்திடாத பெருவலியை சுமந்தபடிதான் நடந்துகொண்டிருந்தான். மூன்று மணிநேர மலைப்பயணத்தைக் கடந்தது ஓர் பெரு யுகத்தைத் கடந்ததைப்போல திக்கித் திணறி கடந்து மலையடிவாரத்தை அடைந்தனர். அடிவாரத்திலிருந்து மலையைப் பார்த்த கேசவன் தனது உயிர் வலிக்க "ஓ"வெனக் கதறிய அந்தக் கதறல் சத்தம் காற்றில் கலந்து அலறித் தெறித்தது. உடனடியாக தனது வாகனத்தை எடுத்த பத்ரு, கேசவனைச்

சுருட்டி தனது வாகனத்தில் ஏற்றி மின்னல் வேகத்தில் டர்பன் நகரத்தை நோக்கி விரைந்தான். பத்ருவின் வீட்டை அடைந்ததும் எப்போது தூங்கினார்கள், எப்போது எழுந்தார்கள் என்பது தெரியாத அளவிற்கு ஆழ்ந்த உறக்கத்திற்குப் பிறகு மறுநாள் காலை கண்விழித்தார்கள்.

கண்விழித்தபோது பத்ருவின் வீட்டுத் தொலைக்காட்சி அலறியது. 'நேற்று கிகுயூ மலையில் நடைபெற்ற பழங்குடிகளுக்கு இடையிலான இனக்கலவரத்தில் கிகுயூ இனமே அழிக்கப்பட்டது. உலகில் வெறும் 300 பேர் மட்டுமே வாழ்ந்து வந்த கிகுயூ பழங்குடிகளின் மொத்த இனமே அழிந்திருப்பது உலகம் முழுக்கப் பேரதிர்ச்சியை ஏற்படுத்தியுள்ளது' என தலைப்புச் செய்திகளில் பதற... எந்த அலைவரிசையைத் திருப்பினாலும் எல்லாமுமே கிகுயூக்களைப் பற்றிய செய்தியாகவே இருந்தது. உலக வன ஆர்வலர்களின் கண்டனங்கள், உலகத் தலைவர்களின் கண்ணீர் அஞ்சலிகள், கிகுயூக்களைப் பாதுகாக்கத் தவறிய தென்னாப்பிரிக்க அரசாங்கத்திற்கெதிரான வசைகள் என மொத்த ஊடக உலகமும் பரபரப்பில் உச்சத்தில் பற்றி எரிந்துகொண்டிருந்தது. கூடவே, SUPER-X நிறுவனத்தின் அஞ்சலியும் அதன் தலைவர் பெருங்கோவின் கண்ணீர் அறிக்கையும் நேரடியாக ஒளிபரப்பாகிக் கொண்டிருந்தது.

'இந்தக் கடினமான தருணத்தில் தென்னாப்பிரிக்க அரசாங்கத்திற்கு எல்லா வகையிலும் எங்கள் SUPER-X நிறுவனம் உறுதுணையாக இருக்கும். அரசாங்கம் விரும்பினால் கிகுயூ மலையைக் காக்க, அதன் இயற்கை வளங்களைக் காக்கத் தேவையான நிதியுதவி அளிக்கத் தயாராக இருக்கிறோம். எங்களுடைய முழுக் கட்டுப்பாட்டில் கிகுயூ மலையை எடுத்துக்கொண்டு பராமரிக்கவும் பாதுகாக்கவும்கூடத் தயாராக இருக்கிறோம். கிகுயூக்கள் போன்ற பூர்வகுடி மக்கள் அழிந்துவிட்டார்கள் என்ற செய்தி கேட்டு எங்கள் இதயம் நொறுங்கிவிட்டது. கிகுயூக்களின் அழிவைப்போன்று இனியொரு சம்பவம் இந்த உலகில் எங்கும் நடக்காமல் இருக்க நாங்கள் களம் இறங்குகிறோம். இந்த பூமியின் இயற்கை வளங்களைக் காக்க எடுத்துள்ள இந்த முடிவில் உறுதியாக நிற்போம்' எனத் தொடர்ந்து அறிக்கையைப் படித்துக்கொண்டிருக்கும்

நேரடிக்காட்சிகளைப் பார்த்த பத்ருவும் கேசவனும் திகைப்பின் உச்சியில் செய்வதறியாது ஒருவரையொருவர் மாறி மாறிப் பார்த்துக்கொண்டனர்.

எந்த விடயத்தை உலகுக்குத் தெரியப்படுத்த உயிரைக் கையைப் பிடித்து ஓடி வந்தார்களோ, அதே விடயத்தை திரித்து உலகுக்குச் சொல்லி நீலிக்கண்ணீர் வடித்துக் கொண்டிருந்த SUPER-X நிறுவனத்தின் அறிக்கையைக் கேட்டுக் கொதித்தனர். ஒரு பழங்குடியினத்தில் பாதியை அழித்துத் துரத்திவிட்டு, இன்னொரு பழங்குடிகளை முழுவதுமாக அழித்தது மட்டுமின்றி, கிகுயூ மலையைக் குறி வைத்து இருந்த பெருங்கோவின் அறிக்கையில் இருந்த சூழ்ச்சியைப் புரிந்துகொண்ட கேசவனுக்கு தற்போதுவரை எதற்காக கிகுயூ மலையை SUPER-X நிறுவனம் அடைய நினைக்கிறது என்பதை விளங்கிக்கொள்ள முடியவில்லை. கிகுயூக்களின் வாழ்வியல் முறையிலுள்ள நெடுந்துயில் கொள்ளும் வழக்கம், குகை ஓவியங்கள், கிகுயூ எழுத்துக்கள் என ஏராளமான மர்மங்கள் இருந்தாலும் இந்தப் பெருங்கோ கிகுயூ மலையை தனதுக் கட்டுப்பாட்டுக்குள் கொண்டுவர நினைப்பதற்கான முழுமுதற் காரணத்தை தெரிந்துகொண்டு அவனது மொத்தத் திட்டத்தையும் முறியடிக்க வேண்டும் என முடிவெடுத்தான். வனத்தில் வாழ்ந்த பழங்குடிகளை திட்டமிட்டுக் கொன்று குவித்தவனின் கையில் அந்தக் கிகுயூ மலை போனால் அந்த மொத்த வனமும் அழிக்கப்படும் எனபதில் சந்தேகமேயில்லை. ஆனால், அப்படியொரு சம்பவம் நடந்துவிடக் கூடாது. கிகுயூ இனத்தில் உபாகா ஒருவனாவது உயிரோடு இருக்கிறான். அவனைப் பாதுகாத்து அந்த மலையிலேயே வளர்ப்பது என்பது தனியொரு மனிதனை வளர்ப்பதல்ல, அது ஒரு அழிந்துவிட்ட ஒரு வாழ்வியல் முறையையே மீட்டெடுப்பது, அழிந்துவிட்ட மொழியை, பாரம்பரிய அறிவை, மருத்துவ அறிவை என ஓர் இனத்தையே மீட்டெடுப்பதற்கு ஒப்பாகும். ஆனால், கிகுயூ இனத்தை உபாகாவை வைத்து மீட்டெடுக்க வேண்டுமென்றால், அதற்கு பெருங்கோவைத் தடுக்க வேண்டும். இல்லையில்லை... தடுப்பது மட்டுமல்ல, அவனை அழிக்க வேண்டும். ஓர் இனத்தையே அழித்து ஒரு காட்டை சுடுகாடாக்கியவன் அதே காட்டில் விலங்குகளால் தின்று தீர்க்கப்பட வேண்டும்” என மனதுக்குள் சூளுரைத்தான்

“பத்ரு, உபாகா ஒருத்தன் இன்னும் உயிரோட இருக்கான். அவனை வச்சி திரும்பவும் கிகுயூக்களோட மொத்த இனத்தையும் மீட்டெடுக்கணும், அகோயாக்களையும் பழையபடி கிகுயூ மலையடிவாரத்துல விவசாயம் செய்ய வச்சி மகிழ்ச்சியா வாழ வைக்கணும். அதுக்கு இந்தப் பெருங்கோ அழியணும்” தொலைக்காட்சியில் அறிக்கையைப் படித்துக்கொண்டிருந்த பெருங்கோவைக் காட்டி குருதி கொதிக்கக் கூறினான் கேசவன்.

“அது எப்படி சார் முடியும்?. அவனுக்கு இருக்கற பாதுகாப்பைப் பார்த்தீங்களா? அமெரிக்க அதிபரே அவன்கூட உட்காந்து அவனோட பேச்சை கேட்டுட்டு இருக்கார். இப்படிப்பட்டவனை எப்படி நெருங்க முடியும்? இனி நம்மால எதுவுமே செய்ய முடியாது சார்! வெளியில போயி கிகுயூக்களை அழிச்சது பெருங்கோதான்னு சொன்னாக்கூட நம்ப யாரும் மாட்டாங்க” விரக்தியின் உச்சத்தில் பிதற்றினான் பத்ரு.

“நாம அவனைத்தேடிப் போனாதானே அவனுக்கு இருக்கற பாதுகாப்பைப் பத்தி கவலைப்படணும். அவனே என்னைத் தேடி வருவான். பதறியடிச்சி என்னைத் தேடி வருவான்” எனச் சொல்லியவனின் முகத்தில் கோபம் கொப்பளித்தது.

*

SUPER-X அலுவலகம் பரபரத்தது. அதி ரகசிய மாகப் பாதுகாத்து வைக்கப்பட்டிருந்த மிக முக்கியக் கோப்புகள் ஒரு மிகப் பெரிய சைபர் தாக்குதல் மூலமாகத் திருடப்பட்டதால் ஊழியர்கள் எல்லோரும் பெரும் பதட்டத்திலிருந்தனர். நிறுவனத்தின் உயர்மட்ட மேலாண்மைக்குழு உலகின் அதிநுட்பமான மென்பொறியாளர்களைக்கொண்டு திருடியவனைக் கண்டுபிடிக்கப் போராடிக்கொண்டிருந்தது. ஏறக்குறைய 2000 ஏக்கர் பரப்பளவில் அமைந்திருந்த அந்தக் குளிரூட்டப்பட்ட கண்ணாடிக் கட்டிடங்களுக்குள் ரகசியமாக உலகின் மிகப் பெரிய தேடுதல் வேட்டை நிகழ்ந்துகொண்டிருந்தது. எளிதில் ஊடுருவ முடியாத இவ்வுலகின் அதி பாதுகாப்பான சைபர் தடுப்பு அம்சங்களைக்கொண்ட SUPER-X நிறுவனத்தின் மீதான தாக்குதல் வெளியில் தெரிந்தால் உலகப் பங்குச்சந்தையே ஆட்டம் காணும் என்பதால் அலுவலக ஊழியர்களோடு சேர்த்து மொத்த நிறுவனமும் பூட்டப்பட்டது. வெளியிலிருந்து உள்ளும் உள்ளிருந்து வெளியேயும் யாரும் நுழைந்திராதபடி கண்காணிப்பு தீவிரப்படுத்தப்பட்டது. மிக ரகசியமாக நடைபெற்ற தேடுதல் வேட்டையில் 24 மணிநேரங்களைக் கடந்தும் இந்தத் துப்பும் துலங்காமல் விழிபிதுங்கி நின்றனர் SUPER-X நிறுவனத்தின் மென்பொருள் வல்லுநர்கள்.

பெரும் கலக்கத்திலிருந்த பெருங்கோ ஒவ்வொரு நொடியும் தங்களது மென்பொறியாளர்களின் தகவலுக்காகக் காத்திருந்தான். சுமார் 36 மணிநேரத்திற்குப் பிறகு ஒரு துப்பு துலங்கியது. உடனடியாக அந்த அறையிலிருந்த எல்லோரும் அகற்றப்பட்டனர். பெருங்கோவும் அவனுக்கு மிக நெருங்கிய பத்துக்கும் குறைவான ஊழியர்கள் மட்டும் அந்த அறையை ஆக்கிரமித்தனர்.

'K-7' என்ற ஐடியில இருந்துதான் இந்த சைபர் தாக்குதல் நடந்திருக்கு என்றதும் பெருங்கோவிற்குத் தூக்கி வாரிப்போட்டது.

"உலகின் மிக முக்கிய ஹேக்கர்களில் ஒருவன்தான் இந்த 'K-7'. கடந்த பத்தாண்டுகளில் உலகில் நடைபெற்ற சைபர் தாக்குதல்களில் அசைக்க முடியாத ஹேக்கர். இவனோட தாக்குதல்கள் எல்லாமும் சமூகத்துல நடக்குற மக்களுக்கு எதிரான ஒடுக்குமுறைகளுக்கு எதிராகத்தான் இருக்கும். இந்த சமுதாயத்துல நடக்குற அநீதிகளுக்கு எதிரா பலமுறை சைபர் தாக்குதல் நிகழ்த்தியிருக்கான். ஆறு வருடங்களுக்கு முன்பு தமிழ்நாட்டுல சம்பளப் பாக்கியை ஊழியர்களுக்குக் கொடுக்க மறுத்த நிறுவனத்தோட வங்கிக்கணக்கை கைப்பற்றியதுல தொடங்கி, லண்டன்ல இருக்கற இளைஞர்களை சீரழிச்சிட்டு இருந்த போதைப்பொருள் சாம்ராஜ்யத்தின் இணையத்தைக் கைப்பற்றி அவர்களோட வலைப்பின்னலைச் சிதைச்சது வரைக்கும் இவனோட கைவரிசை இருக்கு. இதுமட்டுமில்லை, அநீதிக்கு எதிரா உலகை உலுக்கிய பெரிய பெரிய சைபர் தாக்குதல்கள்ல ஏறக்குறைய 700க்கும் மேற்பட்ட தாக்குதல்கள்ல இவனோட பெயர் அடிபடுது. இவ்வளவு ஏன், ஒன்றரை மாசத்துக்கு முன்னாடி நம்ம SUPER-X நிறுவனத்தோட இணைய பக்கத்தைக் கைப்பற்றி ஆமூர் பால்கன் பறவைகள் கொல்லப்படுறதை இந்த உலகுக்கு தெரியப்படுத்தியவனும் இவன்தான். உலகம் முழுக்க கைவரிசை காட்டியுள்ளதால் இவன் எந்த நாட்டைச் சேர்ந்தவன் என்பதில்கூட எந்தத் தெளிவுமில்லை. K-7 அப்படிங்குறதத் தவிர அவன் யாரு, எங்க இருந்து இதெல்லாம் செய்யுறான், இதனால அவனுக்கு என்ன லாபம்னு யாருக்கும் தெரியாது" ஒரு மூத்த மென்பொருள் நிபுணர் தெளிவாக எடுத்துரைத்தார்

"அவன் நம்மோட வலைதளத்தைக் கைப்பற்றி ஆமூர் பால்கன் பறவைகளைப் பற்றி எழுதினப்போவே அவனைக்

கண்டுபிடிச்சி நசுக்கி இருக்கணும். தப்புப் பண்ணிட்டோம். இப்போவும் நாம அவனை நெருங்கிட்டோம். ஆமூர் பால்கன்கள் கொல்லப்படுறதைப் பத்தி தெரிஞ்சிருக்குன்னா இவன் பங்கிட்டி கிராமத்துல இருந்திருக்கணும். சந்தேகப்படுற மாதிரி ஏதாவது போட்டோ, வீடியோன்னு பங்கிட்டில இருந்து இருக்கா பாருங்க" கடுங்கோபத்துடன் உத்தரவிட்டான் பெருங்கோ. பொறியாளர்கள் குழு மின்னல் வேகத்தில் பரபரத்தது

அலைபேசி அழைப்புகள் பங்கிட்டி கிராமத்திலுள்ள SUPER-X அலுவலக ஊழியர்களுக்குப் பறந்தன. கிராமத்திலுள்ள SUPER-X நிறுவன அதிகாரிகளால் அதி துரிதமான தகவல்கள் திரட்டப்பட்டன. அடுத்த அரைமணி நேரத்தில் சந்தேகப்படும்படியான நான்கு பேரின் பட்டியல் தயாரானது.

"ராம்கி, மீரா, கேசவன், பானு இவங்க நாலு பேரும்தான் ஆமூர் பால்கன் பறவைகள் கொல்லப்படுறதுக்கு தீவிர எதிர்ப்புத் தெரிவிச்சவங்க" என நான்கு புகைப்படங்களைக் காட்டினான் ஓர் ஊழியன்.

"இதுல பானு பங்கிட்டி கிராமத்தையே சார்ந்தவ. நாகா இனத்தைச் சேர்ந்தவ. எல்லோருக்கும் அவளை நல்லா தெரியும். அவளுக்கு தொழில்நுட்பம் சம்பந்தமா எதுவும் தெரிய வாய்ப்பு இல்லைன்னு எல்லோரும் சொல்லுறாங்க. ராம்கியும் அப்படித்தான். அவனும் ரொம்ப வருசமா பானு கூட சேர்ந்து வேலை பார்த்துட்டு இருக்கான். அவனுக்கும் அந்த அளவுக்கு தொழில்நுட்பம் தெரிஞ்சிருக்க வாய்ப்பில்லை. அடுத்து மீரா, அவ ஒரு சயின்டிஸ்ட். ஜூம் விவசாய முறையைப் பத்தி ஆராய்ச்சி செய்து முனைவர் பட்டம் பெற்றவ. ஆனாலும் போட்டோகிராபிதான் ஆர்வம். அதனால, கடந்த ரெண்டு வருஷமா நாகாலாந்து காடுகள்ல புகைப்படங்கள் எடுத்துட்டு இருக்கா. ஆனால், இந்த கேசவன், யாரு என்னன்னு யாருக்கும் தெரியல. திடீர்னு ஒருநாள் பைக்ல பங்கிட்டிக்கு வந்து இறங்கியிருக்கான் அப்புறம் ஒரு வருஷம் கழிச்சி அந்த இடத்தைவிட்டு யாருகிட்டயும் சொல்லாம கிளம்பியிருக்கான். அவனோட பேரு கேசவன் என்பதைத் தவிர அந்த ஊர் மக்களுக்கு எதுவும் தெரியல. பானுகிட்ட விசாரிச்சதுல அவன் ஒரு மென்பொறியாளன்னு தெரிய வருது. ஆமூர் பால்கன் பறவைகளைத் தேடி வந்திருக்கான், அந்தப் பறவைகள் பயணப்படுற பாதையில முழுசா பயணப்படுறதுதான்

அவனோட திட்டமா இருந்திருக்கு" அந்த ஊழியர் சொன்னதும் பரபரப்பானான் பெருங்கோ.

"கேசவன்... மென்பொறியாளன்... ஆமூர் பால்கன்கள் போற பாதையில பயணம்..." என மெதுவாக முனகியபடியே சற்றே யோசித்தவன்... உடனடியா "அகோயா கிராமத்துல, கிகுயூ மலையில எடுத்த போட்டோ, வீடியோ எதையும் விடாதீங்க. இவன் இருக்கானா தேடுங்க" என்றதும், உடனடியாக ஊழியர்கள் மீண்டும் செயற்கைக்கோள் புகைப்படங்களை சல்லடைபோட்டுத் தேடினர். அதில் ஒரு வீடியோவில் கிகுயூ மலையிலிருந்து இருவர் வெளியே வருவதும் அவர்கள் இருவரும் ஒரு காரில் தப்பித்துச் செல்வதும் பதிவாகியிருந்தது. உடனடியாக அந்த வீடியோ ஜூம் செய்யப்பட்டது. அவன்தான். காரில் தப்பித்துச் சென்ற இருவரில் ஒருவன்தான் கேசவன் என உறுதியானது. இந்தப் பிரபஞ்சத்தையே ஆளத்துடிக்கும் ஒருவனை ஒரு சாதாரண ஹேக்கர் சீண்டிப் பார்த்திருக்கிறான் என்பதை அங்கிருந்த யாராலும் நம்பமுடியவில்லை. அந்தப் புகைப்படத்தையே உற்று நோக்கினான் பெருங்கோ. "இவன் இன்னும் அடுத்த 24 மணிநேரத்துல என் காலடியில இருக்கணும்" என ஆத்திரத்தில் அலறிக்கொண்டிருந்தபோதே பெருங்கோவின் அலைபேசியும் அலறியது.

"Dr. பெருங்கோ பாண்டியன்... எனக்குத் தெரியும், நான் யார்னு இந்நேரம் கண்டுபிடிச்சிருப்ப" என்ற முதல் வார்த்தையே பெருங்கோவை கதிகலங்க வைத்தது. 'பெருங்கோ பாண்டியன்' என்ற பெயர் அவனால் உச்சரிக்கப்பட்டபோதே திருடப்பட்ட கோப்புகளில் உள்ள ரகசியங்களை எதிராளி அறிந்திருக்கிறான் என்பதை உணர்ந்து உடனடியாக அந்த அறையிலிருந்து வெளியேறி மவுனமானான் பெருங்கோ. அவனது பெயருக்குப் பின்னால் உள்ள 'பாண்டியன்' என்ற இரண்டாம் பெயரை அவனது பெற்றோரைத் தவிர இதுவரை யாரும் பயன்டுத்தியதில்லை என்பதுதான் அந்த அதிர்ச்சிமிகு மௌனத்திற்குக் காரணம். சுதாரித்துக்கொண்ட பெருங்கோ, "உனக்கு என்ன வேணும்? எவ்வளவு பணம் வேணும் கேளு, உடனே கொடுக்குறேன். அது மட்டுமில்லை, உன்னை மாதிரி திறமைசாலியைத்தான் நான் தேடிட்டு இருக்கேன் என்கூட வா... SUPER-X நிறுவனத்தோட தலைமை அதிகாரி பதவி உனக்குதான்" என தனது பேரத்தைத் தொடங்கினான்.

“கிகுயூக்களோட உயிர் வேணும். கிகுயூ மலை எப்படி இருந்ததோ அப்படியே வேணும். அகோயாக்கள் எப்படி வாழ்ந்தாங்களோ அதே மாதிரி கிகுயூ மலையடிவாரத்தை மக்காச்சோளக் களஞ்சியமா மாத்திக் கொடுக்கணும். முடியுமா?”

திடுக்கிட்டான் பெருங்கோ. யாருக்குமே தெரியாமல் ரகசியமாக அரங்கேற்றப்பட்ட ‘ஆபரேஷன் கிகுயூ’ பற்றி எல்லாமும் இவனுக்குத் தெரிந்திருக்கிறது என புரிந்துகொண்டவன், “அது தவறுதலா நடந்த விஷயம். மனிதகுலத்தின் நன்மைக்காக சில உயிர்களைப் பலி கொடுக்க வேண்டியதாப் போயிடுச்சி. உனக்கு என்ன வேணும் சொல்லு? எனக்கு உன்கிட்ட இருக்கற கோப்புகள் அப்படியே வேணும். வெளியுலகத்துக்கு எக்காரணத்தைக் கொண்டும் தெரிஞ்சிடக் கூடாது. சொல்லு, என்ன வேணும்? எதுவா இருந்தாலும் பேசித் தீர்த்துக்கலாம்” பதறினான் பெருங்கோ.

“ஓ, பேசித் தீர்த்துடலாமே? நேருக்கு நேர் உட்கார்ந்து பேசலாம். ஆனால், நான் சொல்லுற இடத்துல நானும் நீயும் மட்டும் உட்கார்ந்து பேசணும். உன்னோட பாதுகாப்புப் படையை வச்சி ஏதாவது செய்ய நினைச்சா லட்சக்கணக்காண பிரதிகள் எடுத்து உன்னோட கோப்புகளை உலகம் முழுக்கப் பரப்புவேன். எப்போ பேசலாம்? சொல்லு”

“உடனே... உடனே பேசலாம். நான் வாஷிங்டன்ல இருந்து தென்னாப்பிரிக்கா வந்த உடனே பேசலாம். இன்னும் பதினாறு மணிநேரத்துல டர்பன்ல இருப்பேன். எங்க வரணும்?”

“நீ டர்பன் வந்து இறங்கின அடுத்த நிமிடம் நீ எங்க வரணும்னு சொல்லுறேன்” சொல்லி முடித்தவுடன் அலைபேசி துண்டிக்கப்பட்டது

“சார், பங்கிட்டி கிராமத்துல அவன் விட்டுட்டுப்போன அவனோட புல்லட் நம்பரை வச்சி அவனைப் பத்தி தேடினோம். அவன் பெயர் கேசவன். அதைத்தான் K-7ன்னு சுருக்கமா வச்சிட்டு இவ்வளவு வேலை செஞ்சியிருக்கான். ஊரு பரதேசிப்பட்டி.”

அலுவலக அறைக்குள் பெருங்கோ நுழைந்தவுடன் அடுக்கடுக்காக கேசவனைப் பற்றிய தகவல்களை எல்லோரும் உதிர்த்துக் கொண்டிருந்தனர்.

*

எல்லாவற்றையும் பார்த்துக்கொண்டு கேசவனுடன் இருந்த பத்ரு, திகைத்துப்போய் நின்றான்.

"யாரு சார் நீங்க? இந்த உலகத்தோட ஒரு மிகப் பெரிய விஞ்ஞானியாவே மிரள வச்சிடீங்க? அப்படி என்ன சார் இருக்கு அந்தக் கோப்புகள்ல?" ஆச்சரியம் பொங்கக் கேட்டான்.

"பத்ரு, நான் யாருன்னு தெரிஞ்சிக்கிறதைவிட பெருங்கோ யாருன்னு நீ தெரிஞ்சிக்கணும். அவனோட திட்டம் யாரும் கனவுலகூட நினைச்சிப் பார்க்காத மிகப் பெரிய திட்டம். இப்போ வெறும் கிகுயூக்களை மட்டும்தான் அழிச்சியிருக்கான். ஆனா, அவன் நினைச்ச மாதிரி நடந்தா இந்த மொத்த உலகமும் அழியும்."

"புரியுற மாதிரி சொல்லுங்க சார்..."

"உங்க அகோயா இனத்தோட கடவுள் என்ன?"

'முழுங்கு' தான் சார் எங்களுக்கும் கடவுள். அகோயாக்கள், கிகுயூக்கள் எல்லாருக்கும் 'முழுங்கு'தான் சார் கடவுள்."

"பெருங்கோ நினைச்சது எல்லாம் பொய்யா இருக்கணும்னு உங்க கடவுள் முழுங்குகிட்ட வேண்டிக்கோ."

"புரியல சார்! யார் சார் அவன்? அவனோட திட்டம்தான் என்ன?"

என்கிட்டே பெருங்கோவோட முக்கியமான மூன்று கோப்புகள் சிக்கியிருக்கு. முதல் கோப்பு, அவனோட டைரி. அவனோட சின்ன வயசு முதற்கொண்டு அவனைப் பத்தி அவனே எழுதின ஆவணம் அது. ரெண்டாவது கோப்பு, ஆபரேஷன் கிகுயூ பத்தினது. அதுலதான் அவனோட திட்டமெல்லாமும் முழுசா ரொம்பத் தெளிவா இருக்கு. அந்தத் தகவல்களின்படி அவனோட இலக்கு நெடுந்துயிலி மரங்கள்தான்னு தெரிய வருது. கிகுயூக்களை அழிச்சது, மொத்தமா கிகுயூ மலையைக் கைப்பற்ற நினைக்கிறது எல்லாத்துக்கும் காரணம் அதுதான்னு அதுல தெளிவான திட்டம் இருக்கு. மூன்றாவது கோப்பு, அதுல இருக்கற தகவல்கள் என்ன என்பதுதான் தெளிவா புரியல. அது எல்லாமும் புரியாத பழங்கால எழுத்துகளா இருக்கு. என்கிட்டே இருக்கற முதல் கோப்புல இருக்குறது பெருங்கோவோட பர்சனல் டைரி. அதுலதான் அவனைப் பத்தின உலகத்துக்குத் தெரியாத சில தகவல்கள் இருக்கு. அந்த டைரியில எழுதியிருக்கற குறிப்புகள் எல்லாமும் பித்தநிலையோட உச்சத்துல அடக்க முடியாத கோபத்துல எழுதின வரிகள். தனக்குள்ளேயே பூட்டி வச்சிருந்த வலிகளை யார்கிட்டயும் சொல்ல முடியாம நாட்குறிப்புகளா எழுதி, வலிக்கு நிவாரணம் தேட நினைச்சிருக்கான். அதுல எழுதியிருக்கற சில முக்கிய வரிகளை மட்டும் படிக்கிறேன். நீயும் இதை அவசியம் தெரிஞ்சிக்கணும் பத்ரு! இதுதான் அந்த வரிகள்" என தனது மடிக்கணினியைப் பார்த்துப் படிக்கத் தொடங்கினான்.

"ஒரு ஊர்ல ஒரு குட்டிப் பையன் இருந்தானாம். ஒரு வறுமையான குடும்பத்துல பொறந்த அந்தப் பையனுக்கு வாழ்க்கையில சொந்தம் பந்தம்னு யாருமே இல்லயாம். அவன் அம்மா, அப்பா மட்டும்தான் அவனுக்கு. சொத்துன்னு அவன்கிட்ட இருந்தது அவங்க வாழ்ந்த ஒரு ஓட்டு வீடும் கரையான்கள் அரிச்ச சில மரச்சாமான்களும் ஒரு தகர பெட்டியும் மட்டும்தானாம். அவங்க முன்னோர்களுக்கு ஏகப்பட்ட சொத்து ஒரு காலத்துல இருந்தது. ஆனா, அது எல்லாம் அரசாங்கத்தோட கட்டுப்பாட்டுக்குப் போயிட்டதால அவங்க குடும்பம் வறுமையில வாடிச்சு. அவங்க அப்பா ஒவ்வொரு நாளும் யார் யாரோ அரசாங்க அதிகாரிகள சந்திச்சி அரசாங்கம் கட்டுப்பாட்டுல இருக்கற சொத்துக்கள் எல்லாம் தனக்குச் சொந்தம், அதை திருப்பிக் கொடுக்கற நடவடிக்கை எடுங்கன்னு மனு கொடுப்பாராம். இருபத்து அஞ்சு

வருசமா அலைஞ்சி வெறுத்துப் போனவர் ஒருநாள் மாவட்ட ஆட்சியர்கிட்ட விவாதம் பண்ணப் அவர் பொதுமக்கள் முன்னாடி... "உன்ன மாதிரி கூத்தியாவுக்குப் பொறந்தவனுங்க ஆயிரம் பேரு இருப்பாங்க. அவர்களுக்கெல்லாம் சொத்த கொடுக்க முடியுமா?'ன்னு அசிங்கப்படுத்தி அனுப்பிட்டாரு. அந்த அவமானம் தாங்க முடியாம அவர் விட்டத்துல தூக்கு மாட்டி தொங்கி இறந்ததைப் பார்த்து அந்த குட்டிப்பையன் அந்தத் தாக்கத்துல இருந்து ரொம்ப நாள் மீண்டுவர முடியாம தவிச்சான்.

தன்னோட பத்து வயசுல அப்பாவ இழந்துட்டு வறுமையில வாழ்ந்த அவனுக்கு மொத்த சமுதாயத்து மேலயும் கோபம் கொப்பளித்தது. தன்னோட சொத்துக்களை எல்லாம் பிடுங்கி வச்சிருக்க அரசாங்கம், தன்னை முன்னாடி விட்டு பின்னாடி கேலி கிண்டல் செய்யும் சுற்றத்தார், தங்களோட மூதாதையர்களால பலனடைஞ்ச நன்றி கெட்ட மக்கள் என யாரும் அவனுக்கு உதவாத கோபம்ன்னு மொத்தத்தையும் அடக்கி வச்சிட்டு வெறித்தனமா படிக்க ஆரம்பிச்சான். படிப்பு மட்டுமில்லை, எதுலயும் யார்கிட்டயும் தோற்கக் கூடாதுன்னு ஒரு வெறி அவனுக்கு இருந்தது. அவனை யாருமே ஜெயிச்சிட கூடாதுன்னு அப்படி ஒரு வெறி அவனுக்கு. அவனுக்குப் பெரிய கனவுகள் இருந்துச்சி. அந்தக் கனவுகள் ரொம்ப பிரமாண்டமா இருந்துச்சி. அவன் மூதாதையர்களோட சொத்து மட்டும் இல்ல, மொத்த உலகத்தையும் அடையணும்னு நெனச்சியே வளர்ந்தான். யார்கிட்டயும் சிரிச்சிக்கூட பேசாம தன்னையே தனிமைப்படுத்திக்கிட்டு கடுமையா உழைச்சு வளர்ந்த அந்தப் பையனோட அம்மாவும் அவனோட பதினெட்டாவது வயசுல இறந்துட்டாங்க. அவனுக்கு இருந்த ஒரே ஒரு உறவும் போயிடுச்சின்னு உடைஞ்சி போயி நின்னான்.

அவங்க இறந்தப்போ அவங்க புடவை துணிமணிகளையும் சேர்த்து புதைக்க, வீட்டுல ரொம்ப வருசமா இருந்த தகரப் பெட்டியை திறந்து பார்த்தப்போ கிழிஞ்சிபோன பழைய துணிகளோட கரையான் அரிச்ச சில ஓலைச்சுவடிகளும் இருந்ததைப் பார்த்து அதை ஒரு ஓரமா வச்சிட்டு பழைய துணிகளையெல்லாம் எடுத்து அவன் அம்மாவோட சேர்த்து புதைச்சிட்டு வந்து அழுதுகொண்டே அந்த ஓலைச்சுவடிகள் எல்லாத்தையும் பிரிச்சிப் பார்த்தப்போ அதுல இருந்த எழுத்துகள்

எல்லாம் அவனை வியப்பில் ஆழ்த்தியது. ஏனென்றால் அவை பல்லாயிரம் வருடங்கள் பழைமையான தமிழ் எழுத்துகள். அவன் குடும்பத்திற்குப் பரம்பரை பரம்பரையா இயல்பாகவே பழைமையான எழுத்துகளைப் பற்றிய அறிவு இருந்தது. அதை எப்படிப் படிக்கிறது என்பதுகூட அவனுக்கு தெரிஞ் சிருந்தது. ஒவ்வொரு ஓலைச்சுவடியா பிரிச்சிப் பிரிச்சி படிச்சப்போதான் அவனுக்கு ஒரு உண்மை தெரிஞ்சுது, அந்த ஓலைச்சுவடிகள் எல்லாமும் சுமார் பத்தாயிரம் வருடங்களுக்கு முன்னாடி எழுதப்பட்டதுன்னு. அதுல இருந்த குறிப்பிட்ட ஓலைச்சுவடியில எழுதப்பட்ட எழுத்துகள்தான் அவனுக்கு அதை உறுதிப்படுத்தியது. அவையெல்லாம் சுமார் பத்தாயிரம் வருடங்களுக்கு முன்னாடி தென்மதுரை என்ற இடத்தில் முதலாம் சங்க இலக்கிய காலத்துல சமர்ப்பிக்கப்பட்டவைன்னு உண்மை தெரிய வந்து மெய்சிலிர்த்துப்போனான். ஒட்டுமொத்த தமிழ் உலகமே தேடிட்டு இருக்கற முதலாம் சங்க இலக்கியங்கள் தன்னிடம் இருக்கின்றன என்பதை அவனால் நம்பமுடியாமல் அதிர்ந்துபோனான். அவற்றையெல்லாம் அவன் குடும்பம் பரம்பரை பரம்பரையா பாதுகாத்து வந்திருக்கு என்ற உண்மை அவனுக்கு அப்போதான் புரிஞ்சது. இவற்றையெல்லாம் உலகுக்கு வெளிப்படுத்திவிடலாம் என நினைத்தபோதுதான் இந்தச் சமூகம் அவனுக்கு இழைத்த அநீதிகள் எல்லாமும் அவன் கண் முன்னால் வந்து கலங்கடித்தது. கோபத்தில் தகரப்பெட்டியைத் தூக்கி உடைத்தான், எல்லா ஓலைச்சுவடிகளையும் வீடு முழுக்க வீசியெறிந்தான். அந்தப் பையன் பாண்டிய வம்சத்தைச் சார்ந்தவன். அவன் பேரு பெருங்கோ பாண்டியன். மறுநாள் தன்னோட ஆத்திரத்தையெல்லாம் அடக்கிக்கொண்டு அங்கிருந்த ஓலைச்சுவடிகள் ஒவ்வொன்றாகப் பிரித்து அலசி ஆராய்ந்தபோதுதான் அவனுக்கு கிகுயூ மலையைப் பத்தியும், அங்கிருந்த நெடுந்துயிலி பத்தியும் தெரிஞ்சிருக்கு" எனப் படித்து முடித்தான் கேசவன். "அடுத்து இருக்கற அவனோட 'ஆபரேசன் கிகுயூ'ல அந்த நெடுந்துயிலி எதுக்கு வேணும்னும் சொல்லியிருக்கான்" என முழுதாகச் சொல்லி முடித்தான். "பெருங்கோவோட கனவுகள் கற்பனைக்கும் எட்டாதது. அவன் அறிவியலை வச்சி கடவுளோட இடத்தை அடைய நினைக்கிறான்" எனச் சொல்லி முடித்தபோது பத்ரு ஆடிப்போனான்.

*

பெருங்கோ பாண்டியனின் உலங்கு ஊர்தி மின்னல் வேகமெடுத்து பதினாறு மணிநேரங்களைக் கடந்திருந்தது. மேகங்களைக் கிழித்துக்கொண்டு பறக்கும் நிமிடங்களில்கூட பெருங்கோவின் மனவோட்டமெல்லாம் ஆபரேஷன் கிகுயூவைப் பற்றி இந்த உலகுக்குத் தெரிந்துவிடக்கூடாது என்பதாக மட்டுமே இருந்தது. SUPER-X நிறுவனம் கிகுயூக்களைக் கொன்றதைப் பற்றி அரசல் புரசலாக செய்தி பரவினால்கூட அதனை தனது அதிகாரத்தைப் பயன்படுத்தி எப்படியும் சமாளித்துவிட முடியும். ஆனால், நெடுந்துயிலி மலர்களைப் பற்றிய ரகசியங்கள் தெரிந்துவிட்டால் மொத்த உலகத்தின் பார்வையும் கிகுயூ மலையின்மீது குவிந்து அதனைக் கைப்பற்றப் பலமுனைப் போட்டி நிகழும் என்பது உறுத்திக்கொண்டிருந்தது அதைவிட முக்கியமாக அவனைக் கலங்கவைத்தது மூன்றாவது கோப்பிலுள்ள ஆதித்தமிழ் எழுத்துகள். அதன் அர்த்தத்தை இந்த உலகம் ஒருநாளும் தெரிந்துகொள்ளக்கூடாது அதைப் பற்றித் தெரிந்தவர்கள் எவரும் உயிரோடிருக்கக் கூடாது என்பதில் தீவிரமாக இருந்தான்.

கிகுயூ மலையடிவாரத்தில் பெருங்கோவின் அலைபேசிக்காகக் காத்திருந்தான் கேசவன். கிகுயூ மலையைப் பற்றி இரண்டு நாட்களுக்கு முன்பாக

இருந்த பரபரப்புச் செய்திகளும், ஊடக வெளிச்சங்களும் சற்றே ஓய்ந்திருந்தன. இரண்டு நாட்களாக மலையைக் காவல் காத்துக்கொண்டிருந்த தென்னாப்பிரிக்க ராணுவமும் தற்போது அந்த இடத்தை விட்டுப் பின்வாங்கியிருந்தது. மலையைச் சுற்றிலும் தற்போது காவலுக்கு நின்றிருந்தவர்கள் எல்லாரும் தன்னார்வலர்கள் என்ற பெயரில் நுழைந்திருந்த குயின் நிறுவனத்தின் ஊழியர்கள் மட்டுமே. அந்த எல்லா ஊழியர்களுக்குமே பெருங்கோ பாண்டியனின் வருகையைப் பற்றி முன்கூட்டியே தகவல் தெரிவிக்கப்பட்டிருந்தது. இவை எதையும் அறியாதவனாய் பெருங்கோவைச் சந்திக்க அகோயா கிராமத்தையே தேர்ந்தெடுத்திருந்தான் கேசவன். பெருங்கோ, கேசவனைத் தனிமையில் சந்திப்பதாகக் கூறியிருந்தாலும் எந்த நேரத்தில் என்ன ஆபத்தை வேண்டுமானாலும் விளைவிக்கலாம் என்ற முன்னெச்சரிக்கை கேசவனுக்கு இல்லாமல் இல்லை. கிகுயூக்களைக் கொன்றவன் பெருங்கோதான் என்பதை இந்த உலகுக்கு வெளிச்சம் போட்டுக் காட்ட வேண்டும் என்பது அவன் நோக்கமாக இருந்தாலும் நெடுந்துயிலி மலர்களைப் பற்றிய ரகசியங்களை உலகத்துக்கு அறிவிப்பதில் கேசவனுக்கும் துளியும் விருப்பமில்லை. ஒருவேளை அப்படி அறிவித்தால் பெருங்கோவைப்போல பல்லாயிரம் பெருங்கோக்கள் கிகுயூ மலையை சிதைக்கத் துடிப்பார்கள். அப்படியொரு சம்பவம் நடந்தால் உபாகாவை வைத்து கிகுயூ இனத்தை மீட்டெடுக்கும் முயற்சியே வீணாகும் என பலமுனைச் சிந்தனைகளும் அவனைத் தடுத்ததால் அந்தக் கோப்புகள் எதையும் பிரதியெடுக்காமல் எந்தக் கணினியிலும் மின்னஞ்சல் முகவரியிலும் கூட சேமிக்காமல் அவற்றைப் பாதுகாப்பான ஒரு எலெக்ட்ரானிக் சிப்பில் அடைத்தான். பதினாறு மணிநேரங்களுக்கு முன்பாகவே பத்ருவிடம் எலெக்ட்ரானிக் சிப் ஒன்றைக்கொடுத்து பாதுகாப்பான இடத்திற்கு தப்பிச்செல்லுமாறு அறிவுறுத்தியிருந்தான். ஒருவேளை தனக்கு ஏதாவது அசம்பாவிதம் நிகழ்ந்தால் அந்தத் தகவல்களை நாகாலாந்திலுள்ள மீராவிற்கு அனுப்ப வேண்டும் என்பதுதான் கேசவனின் வேண்டுகோள். கூடவே, மீரா என்ன செய்ய வேண்டும் என அந்த எலெக்ட்ரானிக் சிப்பில் ஒரு வழிகாட்டுதலைக் கொடுத்திருப்பதையும் பத்ருவிற்குப் புரியவைத்தான்.

பெரும் தயக்கத்தோடு கேசவனைவிட்டு வெளியேறினான் பத்ரு. அவனை வெளியேறச் சொல்லியதற்கான காரணமும் இல்லாமல் இல்லை. உபாகாவை வைத்து கிகுயூ இனத்தையும் அவர்களது வாழ்வியல் முறையையும் மீட்டெடுப்பது எவ்வளவு முக்கியமோ, அதேபோல பத்ருவை வைத்து அகோயாக்களின் வாழ்வியலையும் மீட்டெடுப்பதை அதி முக்கியமாகப் பார்த்தான் கேசவன். எல்லாம் திட்டமிட்டபடி சரியாகப் போய்க்கொண்டிருக்க... பெருங்கோவின் வருகைக்காகப் பேராவலுடன் காத்திருந்தான். தூரத்தில் கிகுயூ மலையடிவாரத்தை நோக்கி உலங்கு ஊர்தி வானில் வட்டமிட்டுக்கொண்டிருந்ததைக் கவனித்தான். தூரத்தில் ஒரு சிறு தட்டான்பூச்சியைப்போலத் தெரிந்தாலும் அதன் கர்ஜனைக் காதைப் பிளந்தது. கேசவனின் தற்போதைய இலக்கு என்பது பெருங்கோவை நேரில் பார்த்தால் அடுத்த நொடியே அவன்மீது பாய்ந்து அவனை வெறித்தனமாகக் கொல்வது மட்டுமே. கேசவனின் இந்த முடிவு ஒரு தற்கொலைக்குச் சமமானது எனத் தெரிந்தும் அந்த முடிவில் உறுதியாக இருந்தான். பெருங்கோ என்ற ஒருவனைக் கொன்றுவிட்டால் எல்லாமும் முடிவுக்கு வரும் என்பது அவனது எண்ணமாக இருந்தது.

மனதில் பெரும் கொலையுணர்ச்சியுடன் வானில் வட்டமடித்துக்கொண்டிருந்த உலங்கு ஊர்தியைக் கவனித்தபடி நின்றான். திடீரென அவனை நோக்கி வந்த ஒரு கூட்டம் அவனைத் துப்பாக்கி முனையில் நிறுத்தியது. அவனைச் சுற்றிலும் திரண்டிருந்த பெருந்திரளான பெருங்கோவின் ஆட்கள் அவனைச் சுற்றி வளைத்துத் தாக்கினர். அவன் முகம் உடைக்கப்பட்டது. கை, கால் எலும்புகள் நொறுக்கப்பட்டன. முள் கம்பியால் தாக்கப்பட்டுத் தேகம் முழுக்கக் கிழிக்கப்பட்டது. ரத்த வெள்ளத்தில் மிதந்தபடி உயிர் ஊசலாடியபடி விழுந்து கிடந்தவனுக்கு சில அடிகள் தொலைவில் பெருங்கோவின் ஹெலிகாப்டர் பேரிரைச்சலுடன் தரையிறங்கியது. பெருங்கோ இறங்கியவுடன் இரைச்சல் அடங்க அவ்விடத்தில் ஒரு பேரமைதி நிலவ... உயிர் ஊசலாடிக்கொண்டிருந்தாலும் மெல்லத் தலைதூக்கிப் பார்த்தான் கேசவன். அவனை நோக்கி ஓர் உருவம் நகர்ந்து வருவதை அவனால் உணர முடிந்தது. அந்த உருவம் இன்னும் சற்று அருகில் வர... தெளிவாகத் தெரிந்தது.

அது பெருங்கோ பாண்டியன். யாரைக் கொல்லவேண்டும் என்ற வெறியில் இங்கு வந்தானோ, அவன் தனக்கு இரண்டு அடி இடைவெளியில்தான் நின்றுகொண்டிருக்கிறான் எனத் தெரிந்தும் கேசவனால் தனது கை, கால்களைக்கூட அசைக்க முடியவில்லை. ஓர் உயிரற்றவனைப்போல மொத்த உடலும் சரிந்து கிடக்க... தலையை மட்டுமே அவனால் மெல்ல அசைக்க முடிந்தது. கேசவனின் அருகே குனிந்தான் பெருங்கோ. அவனது கண்களை சில நொடிகள் உற்று நோக்கினான்.

“நீ தொழில்நுட்பத்தைக் கத்துக்கிட்டவன்டா! நான் தொழில்நுட்பத்தை உருவாக்குறவன்” என கர்ஜித்தபடியே கேசவனின் கழுத்தில் கால்பதித்து நெருக்க மறுவினாடியே கண்களை மூடினான் கேசவன்

ஒரு சூன்யமானக் காற்று சுற்றிச் சுழன்றது. ஆங்காங்கே ஆமூர் பால்கன் பறவைகளின் அலறல்கள் அலையடித்தது.

“இப்படி ஒருத்தன் இந்த உலகத்துல வாழ்ந்தான்ங்குறதுக்குக் கூட எந்த அடையாளமும் இனி இருக்கக் கூடாது” என்றபடியே தனது ஹெலிகாப்டரில் ஏறி அமர்ந்த பெருங்கோ தனது பாதுகாப்பு ஆள் ஒருவனை அழைத்தான் “இவனை இந்த ஹெலிகாப்டரோட சேர்த்துக் கட்டு, இந்த வானத்துல இந்த ஹெலிகாப்டர் எவ்வளவு உயரம் பறக்க முடியுமோ, அவ்வளவு உயரத்துக்குக் கிகுயூ மலைக்கு மேல செலுத்து. இந்த மலையிலேயே இவன் உடலை கழுகுகளும் நரிகளும் இரையாக்கிக்கொள்ளட்டும்” எனக் கட்டளையிட்டான்.

அடுத்த நொடியில் கேசவனின் உடல் ஹெலிகாப்டரோடு சேர்த்துக் கட்டப்பட்டது. உடனடியாக எவ்வளவு உயரம் பறக்க முடியுமோ, அவ்வளவு உயரம் பறந்தது அந்த உலோகத் தட்டான். முதலில் மனிதத் தலைகள் எறும்புகள்போலத் தெரிந்தன. மரங்களும் பாறைகளும் நொடியில் சிறுத்தன. மேலும் மேலும் பறக்கப் பறக்க... மொத்தக் கிகுயூ மலையும் ஒரு சிறு கூட்டைப்போலத் தெரிந்தது, இன்னும் உயரே பறக்க... எல்லாமும் சிறிதாக மொத்த பூமியையும் என்னுடையது என்பதைப்போலக் கைகளை விரித்த பெருங்கோ, ஹெலிகாப்டரோடு சேர்த்துக் கட்டப்பட்டிருந்த கேசவனின் கட்டை அவிழ்த்து எட்டி உடைத்தான். சுமார் பத்தாயிரம் அடி உயரத்திலிருந்து கிகுயூ

அதியமான் கார்த்திக் | 193

மலையிலுள்ள ஒரு பெரும் பள்ளத்தாக்கை நோக்கி விழுந்தான் கேசவன். அந்தப் பள்ளத்தாக்கின்மேலே மேகத்திரள்போலப் பறந்துகொண்டிருந்த லட்சக்கணக்கான ஆமூர் பால்கன் பறவைகள் குறிப்பிட்ட இடைவெளியில் கூட்டம் கூட்டமாக அவனை மெத்தைபோலத் தாங்கித் தடுக்க... பசுமையான புதர்கள் மீது எந்தவித காயங்களுமின்றி விழுந்தான். ஆனாலும் ஏற்கெனவே கடுமையாகத் தாக்கப்பட்டிருந்ததால் அவன் உயிர் இன்னும் ஊசலாடிக்கொண்டுதான் இருந்தது

பெருங்கோவின் ஹெலிகாப்டர் கேசவன் விழுந்த அந்தப் பள்ளத்தாக்கின் முனையில் தரையிறங்கியது. கேசவன் இறந்ததை உறுதிசெய்வதற்காக இறங்கினாலும் கூடவே நெடுந்துயிலி மலர்களை நேரில் பார்க்க வேண்டும் என்ற ஆவலும்கூட அவனை அங்குத் தரையிறங்கச் செய்திருந்தது. அமைதியை மட்டுமே தாங்கி நின்ற அந்த அழகிய பள்ளத்தாக்கின் முனையில் சத்தமின்றி நின்றான் பெருங்கோ. அவனைச் சுற்றியுள்ள எல்லா சத்தங்களையும் கவனித்தான். மேலே ஆமூர் பால்கன் பறவைகள் அவனைச் சபித்துக்கொண்டிருந்தன, மரங்களும் கொடிகளும் அவனைப் பார்த்து அலறி அசைந்தன. சில நாட்களுக்கு முன்பு கொல்லப்பட்ட கிகுயூக்களும் அகோயாக்களும் என சுமார் ஆயிரத்திற்கும் மேற்பட்ட ஆன்மாக்களின் அவலக்குரல் என எல்லாமும் அவனதுக் காதில் ஒலித்தது. இந்த எல்லா ஒலிகளையும் மீறி அருகிலிருந்த ஒரு நெடுந்துயிலி மரத்தைப் பார்த்தான். எட்டிப் பறித்துவிடும் உயரத்திலிருந்த ஒரு மலரைப் பறிக்க அவனது கரங்கள் நீண்டது. அதே கணம் அவன் கனவிலும் எதிர்பார்க்காதபடி அவன் நெஞ்சில் ஒரு ஈட்டி பாய்ந்தது. பெருங்கோவின் கண்முன்னால் உபாகா நின்றுகொண்டிருந்தான்.

இந்தப் பிரபஞ்சத்தையே ஆள நினைத்தவன் ஒரு கிகுயூ பழங்குடிச் சிறுவனின் கையிலிருந்து வீசப்பட்ட ஈட்டியின் முனைபட்டு இதயம் குத்திக் கிழிக்கப்பட்டு நின்றான். தொடர்ந்து உபாகாவின் வில்லிலிருந்துப் புறப்பட்ட அம்புகள் தாக்க... பள்ளத்தாக்கில் வீசி எறியப்பட்டான். பெருங்கோவுடன் வந்திருந்த விமான ஓட்டி, பாதுகாப்பு வீரர்கள் இருவர் என அடுத்தடுத்து உபாகாவின் அம்புகளுக்கு இரையாகி

பள்ளத்தாக்கில் வீழ்ந்து மடிந்தனர். உபாகா அந்த உச்ச முனையிலிருந்து எதிரிகள் விழுந்த இடத்தைப் பார்த்தான். அங்கு கேசவன் விழுந்துகிடப்பதைப் பார்த்தவுடன் பதறியடித்துப் பாய்ந்தான். சருகுகள், கொடிகள், மரக்கிளைகள் எனத் தாவிப் பறந்தவன் கேசவன் இருக்கும் இடத்தை நோக்கிக் குதித்தான். நெடுந்துயிலி மலர்களைப் பறித்து உடனடியாக முதலுதவி கொடுத்தவன் கேசவனைத் தூக்கி குகைக்குச் சென்று முழுமையான மருத்துவ உதவி செய்து நெடுந்துயிலி மலர்களைக்கொண்டு ஆழ்ந்த நித்திரையில் மூழ்கச் செய்தான்.

✷

இரண்டு நாட்களுக்குப் பிறகு...

"மனித வரலாற்றில் மிகப் பழைமையான, தொடர்ச்சியான கலாச்சாரங்களைக் கொண்ட இந்த நிலத்தின் பழங்குடி மக்களை இன்று நம் தேசம் மதிக்கிறது. அவர்களிடம் கடந்த காலங்களில் நாம் நடந்துகொண்ட தவறான நடத்தைகளுக்காக பகிரங்க மன்னிப்புக் கோருகிறோம். இது நமது நாட்டின் வரலாற்றில் களங்கப்படுத்தப்பட்ட அத்தியாயம். நமது தேசத்தின் வரலாற்றில் கடந்த காலத்தின் தவறுகளைச் சரிசெய்து, எதிர்காலத்திற்கு நம்பிக்கையுடன் முன்னேறுவதன் மூலம் தேசம் ஒரு புதிய பக்கத்தைத் திருப்ப வேண்டிய நேரம் வந்துவிட்டது. அரசாங்கங்களின் சட்டங்கள் மூலமாகவும் கொள்கைகள் மூலமாகவும் கிகுயூ மற்றும் அகோயா பழங்குடிகளுக்கு நேரடியாகவும் மறைமுகமாகவும் துன்பம் மற்றும் இழப்பை ஏற்படுத்திய காரணங்களுக்காக நாங்கள் மன்னிப்புக் கோருகிறோம். இனி இம்மண்ணின் ஒரு பூர்வகுடிகூட அரசாங்கத்தின் சட்டதிட்டங்களால் பாதிக்கப்படாமலிருக்க பாராளுமன்றத்தில் சட்டம் தீட்டப்படும் என்பதை அறிவித்துக்கொள்வதோடு இவ்வுலகில் வாழும் ஒரே ஒரு கிகுயூ பழங்குடியான உபாகாவைப் பாதுகாத்து அவர் மூலமாக கிகுயூ மொழியும் கலாச்சாரத்தையும் மீட்டெடுப்போம்

எனவும் உறுதியளிக்கிறோம். அதேபோல அகோயா பழங்குடிகளுக்கு அவர்களிடமிருந்து கையகப்படுத்தப்பட்ட நிலங்கள் திருப்பிக் கொடுக்கப்படும், இனி எப்போதும் எந்தச் சூழ்நிலையிலும் யாருக்கும் கிகுயூ மலையிலோ, அதன் அடிவாரத்திலிருந்தோ மீத்தேன் எடுக்க அனுமதியளிக்கப்படாது என்பதையும் ஆவணம் செய்கிறோம்."

கண்ணீர்மல்க தென்னாப்பிரிக்கப் பிரதமரால் படிக்கப்பட்ட அந்த அறிக்கை நேரடியாக உலக ஊடகங்களில் ஒளிபரப்பப்பட்டது.

இரண்டு நாட்களுக்கு முன்பு உபாகாவால் பெருங்கோ கொல்லப்பட்ட பிறகு அவனது உடல் கிகுயூ மலைக்கு வெளியே வீசப்பட்டது. வழக்கமான கிகுயூக்களின் பாணியில் வீசப்பட்டிருந்த அந்த உடலில் உள்ள அம்புகள் கிகுயூக்களின் அம்புகள் என்பதைப் புரிந்துகொண்ட பெருங்கோவின் ஆட்கள் மலையில் உள்ள கிகுயூக்கள் முற்றாக அழியவில்லை என்பதை உறுதிப்படுத்திக்கொண்டு பெருங்கோவின் உடலோடு வெளியேறினர். கிகுயூ மலைக்குள் நுழைய முற்பட்டு பல நூறு பேர் இதுவரை கிகுயூக்களால் கொல்லப்பட்டிருந்தாலும் பெருங்கோ என்ற மிகப் பெரிய விஞ்ஞானியின் இழப்பு உலகம் முழுக்க அதிர்வலைகளை ஏற்படுத்தியது. பெருங்கோவைக் கொன்ற கிகுயூக்களைக் கைது செய்து மரண தண்டனை விதிக்க வேண்டும் கிகுயூ மலையிலிருந்து தொடர்ந்து கொலை செய்யும் கிகுயூக்களை சிறையிலடைக்க வேண்டும் போன்ற அற்பக் கண்டனங்கள் ஒருபுறம், கிகுயூக்கள் தற்காப்புக்காகச் செய்யும் மனித வேட்டைக்கு ஆதரவுக்குரல்கள் ஒருபுறம் என சமூக வலைதளங்களிலும் ஊடகங்களிலும் விவாதங்கள் வெடித்துக்கொண்டிருந்தன.

அதே நேரத்தில் உலகின் முக்கிய செய்தித் தொலைக்காட்சிக்கு ஆபரேசன் கிகுயூ என்ற ஒரு மின் கோப்பு K-7 என்ற ஐடியிலிருந்து கேசவனால் அனுப்பப்பட்டது. அதில் பெருங்கோவின் சுயரூபம், திட்டம் என எல்லாமும் தெளிவாக குறிப்பிடப்பட்டதோடு எல்லாமும் கிகுயூ மலையடிவாரத்திலுள்ள மீத்தேனுக்காகத்தான் பெருங்கோ செய்தான் எனச் சொல்லி மிக லாவகமாக நெடுந்துயிலி பற்றிய ரகசியங்களை மறைத்தான்

கேசவன். மேலும் கிகுயூ மலையிலுள்ள எல்லா கிகுயூக்களும் அழிந்துவிட்டதாகவும் உபாகா என்ற ஒரு சிறுவன் மட்டுமே உயிரோடு இருப்பதாகவும் அவனை இந்த உலகம் பாதுகாக்க வேண்டும் எனவும் கோரிக்கை விடுத்தான். ஆபரேஷன் கிகுயூ பற்றிய செய்திகள் ஊடகங்களில் பரவி, பெருங்கோவின் கொலைக்கு நியாயம் சேர்த்து அதிகார வர்க்கத்தின் குரல்களை அடைத்தன. தொடர்ந்து தென்னாப்பிரிக்க அரசாங்கத்தின் அறிக்கையோடு உபாகவைக் காக்க புதிய சட்டங்களும் பாராளுமன்றத்தில் உருவாக்கப்பட்டன. அகோயாக்கள் அவர்கள் நிலங்களில் மீண்டும் குடியமர்த்தப்பட்டனர். கிகுயூ மலையில் தன்னந்தனியாக வாழ்ந்த உபாகாவின் பாதுகாப்பையும் அரசாங்கம் உறுதி செய்தது. பின்னாளில் அவன் ஏதாவது ஓர் அகோயா பழங்குடிப் பெண்ணை மணந்து கிகுயூ கலாச்சாரத்தை மீட்டெடுக்கக்கூடும்.

தென்னாப்பிரிக்கா முழுக்கச் சிதறிக் கிடந்த அகோயாக்களை ஒன்றிணைத்த பத்ரு அகோயா நிலங்களில் குடியேறினான். அகோயாக்கள் பழையபடி மீண்டும் விவசாயம் செய்யத் தொடங்கினர். பூச்சிகளின் தாக்குதலிலிருந்து ஆமூர் பால்கன் பறவைகள் விவசாயிகளின் பயிர்களைக் காத்தன. இரண்டு மாதங்கள் கழித்து ஆமூர் பால்கன் பறவைகள் கிகுயூ மலையில் பருவகாலத்தை முடித்துவிட்டு சைபீரியா நோக்கிப் பறக்கத் தொடங்கின. அவற்றைப் பார்த்தபடியே விமானத்தில் தனது சொந்த ஊரான பரதேசிப்பட்டியை நோக்கிப் பறந்துகொண்டிருந்தான் கேசவன்.

அப்போது அவன் மனதில் ஒன்றே ஒன்றுதான் தோன்றியது.

"ஒரு பறவை பறக்கக்கூட எவ்வளவு தடைகள் இருக்கு".

∗∗∗